இந்தியாவின் பழங்குடிகள்

Title:
Indhiyavin Pazhangudigal

©R.Ragothaman
ISBN 978-93-92474-08-8

நூல் தலைப்பு
இந்தியாவின் பழங்குடிகள்

நூல் ஆசிரியர்
©R.ரகோத்தமன்

முதற்பதிப்பு
பிப்ரவரி - 2022

விலை: ₹275

பக்கம்: 184

Printed in India

Published by
Sathyaa Enterprises
No.137, First Floor,
Choolaimedu High Road,
Choolaimedu,
Chennai - 600 094.
044 - 4507 4203

Email:
sathyaabooks@gmail.com

இந்தியாவின் பழங்குடிகள்
பற்றி விவரிக்கிறது ...

R.ரகோத்தமன்

உள்ளே...

1. பெருவெடிப்பு கோட்பாடு
   (முதல் மனிதன் வரலாறு) Bigbang Theory — 5
2. காலமும் கருவிகளும் — 13
3. மனிதனின் முன்னேற்றம் — 20
4. பழங்குடிகளின் ஆரம்பநிலை — 23
5. தென் இந்தியாவில் பழங்குடிகள் — 32
6. வட இந்தியாவில் பழங்குடிகள் — 58
7. கிழக்கு இந்தியாவில் பழங்குடிகள் — 78
8. மேற்கு இந்தியாவில் பழங்குடிகள் — 100
9. மத்திய இந்தியா — 116
10. வடகிழக்கு இந்தியாவில் பழங்குடிகள் — 132

1. பெருவெடிப்பு கோட்பாடு
(முதல் மனிதன் வரலாறு)
Bigbang Theory

உலகம் உருவானதற்கு பல காரணம் உள்ளது அதில் அனைவராலும் ஏற்றுக்கொள்ளப்படுவது பெருவெடிப்பு கொள்கை ஆகும். பெருவெடிப்பு என்பது நமது பிரபஞ்சம் விரிவடைகிறது என்பதே அர்த்தம் ஆகும். இந்த பிரபஞ்சம் உருவான பொழுது ஒரு வெளிச்சம் தோன்றியது என்று கூறப்படுகிறது. முதலில் பெரு வெடிப்புக் கோட்பாட்டின்படி அண்டம் மிக அதிக அடர்த்தி கொண்ட ஒரு தீப்பிழம்பாக ஆரம்பித்தது. பெருவெடிப்பு தொடங்கியதில் இருந்து அணுக்களும் மற்ற அண்டப் பொருள்களும் எக்காலத்தில் தோற்றம் பெற்றன என்பதைப் பின்வரும் வரிசை குறிக்கின்றது. வெடித்த கணமே காலமும் வெளியும் தோன்றியது. இரண்டாம் நொடியில் ஈர்ப்பு விசை தோன்றியது. பிற்பாடு அணுத்துகள்களான குவார்க்குகள் தோன்றின.

அணுத்துகள்கள் ஒன்றோடு ஒன்று மோதிக் கொண்டதால் புரோட்டானும் நியூட்ரானும் தோன்றின. மூன்று நிமிடங்கள் கழித்து தம்முடைய வெப்பத்தைத் தணித்ததால் இரண்டும் சேர்ந்து அணுக்கருவை மட்டுமே கொண்ட ஹைட்ரஜனும், ஹீலியமும், இலித்தியத்தையும் உருவாக்கின. பிற்பாடு முப்பது கோடி ஆண்டுகள் கழித்தே விண்மீன்களும், விண்மீன் பேரடைகளும் உருவாகின. இந்நிகழ்வுகள் எல்லாம் நடந்து முடிந்த பின்னரே சூரிய மண்டலமும் அதில் உள்ள கோள்களும் தோன்றின. இந்த சூரியன் ஈர்ப்பு விசையால் பல கோள்களை தன்னை சுற்றிவர செய்கிறது. இவற்றின் கூற்றின்படி தான் முதல் மனிதர்களான ஆதாம் மற்றும் நோவா

உருவாக்கப்பட்டதாக கூறப்படுகிறது. இன்றளவும் பிரபஞ்ச ரகசியம் அதாவது 'கடவுள் துகள்' கண்டுபிடிப்பானது எப்படி உருவானது என்று அறியப்பட முடியாத ஆச்சிரியமாகவே உள்ளது.

பழங்குடி மனிதர்கள் தோற்றம்:

மனித இனம் தோன்றியது முதல் இன்று வரை மனிதர்களை பல்வேறு பெயர்களை கூறி அடையாளப்படுதுகிறார்கள், குறிப்பாக ஆதிமனிதன், ஆதிவாசிகள், கற்கால மனிதர்கள் மற்றும் பழங்குடி மனிதர்கள் என்று அழைக்கப்பட்டிறுக்கிறார்கள். அவர்கள் எப்படி எல்லாம் வாழ்ந்தார்கள், எங்கு வாழ்ந்தார்கள் என்பதை பற்றி விரிவாக தெரிந்து கொள்ள உங்களை என்னோடு அழைத்துச் செல்கிறேன். பழங்குடி மனிதர்கள், அருணாச்சலப் பிரதேசத்தில் உள்ள இந்திய மக்கள் குழுக்களின் மிக அதிகமான கூட்டம் என்று கருதப்படுகிறார்கள். அவர்கள் தெற்கு இமயமலை மாவட்டமான அருணாச்சலப் பிரதேசம் மற்றும் சீனாவின் திபெத் தன்னாட்சி பிராந்தியத்தின் மெயின்லிங், லுன்ஸே, ஜயு, மெடோக் மற்றும் நியாங்கி மாகாணங்களில் வாழ்கின்றனர்.

எந்தவொரு சந்தர்ப்பத்திலும் "ஆதி" என்ற வெளிப்பாடு, லோபா பொது மக்களாக தவறாக கருதப்படாது, ஏனெனில் லோபாவும்

மிஷ்மியை ஆதி மக்களுடன் இணைக்கிறது. ஒவ்வொரு இனக் கூட்டங்களும் தங்களை "ஆதி" என்று உணர்ந்து அபுதானி/ அபோடானியின் உறவினர்களாக ஏற்றுக்கொள்கின்றன. மிகவும் உறுதியான சொல் அபோர் என்பது அசாமியரிடமிருந்து வந்த ஒரு பெயராகும் மற்றும் அதன் உண்மையான பொருள் "தன்னாட்சி" ஆகும். பழங்குடியின் சரியான பொருள் "சாய்வு" அல்லது "மலை முகடு" ஆகும். பழங்குடிகள் பற்றி அறிவதற்க்கு முன் தமிழர்களின் பண்டைய காலத்தை பற்றி அறிந்து கொள்வோம்.

பண்டைய கால தமிழர்களின் உணவு முறை:

சிங்கம், புலி, கரடி மற்றும் விலங்குகளிடம் சண்டைப் போட்டு கொன்று சாப்பிடுவதைக் கண்ட பழங்குடி மனிதர்கள் வேட்டையாடி பிடித்த சாகடித்த விலங்குகளின் தசைகளை பச்சையாக சுமார் 5 லட்சம் ஆண்டுகளாக சாப்பிட்டு வந்தனர். ஆறு, குளம், கடல் ஆகியவற்றில் கொக்குகள், மீன்களைப் பிடித்து சாப்பிடுவதைக் கண்ட அவர்கள் மீன்களையும் கைகளால் பிடித்து உண்ணத் துவங்கினர். மேலும் காளை, ஆடு, மான், குரங்கு, ஆகியவை சில இலை, காய் கனிகளையும் சாப்பிடுவதைப் பார்த்த மனிதர்கள் அவற்றில் தனக்குப் பிடித்தவற்றை பறித்து சாப்பிட்டு வந்தனர். மேலும், ஒவ்வொரு நிலத்தவரும் வெவ்வேறு வகையான உணவை சாப்பிட்டு வந்தனர். அவற்றை இங்கு காண்போம்.

குறிஞ்சி நிலத்தாரின் உணவுகள்

- திணைச் சோறு
- நெய்
- தேன், கிழங்கு
- மீன்
- உடும்பு இறைச்சி, கடமான் இறைச்சி, பன்றி இறைச்சி

பாலை நிலத்தாரின் உணவுகள்

- புளிங்கறி சோறு
- புல்லரிசி
- உப்புக்கண்டம்

- ஈச்சங்கொட்டை
- நெல்லரிசி
- உடும்பு பொரியல்
- முல்லை நிலத்தாரின் உணவுகள்
- அரிசி
- வெள்ளாட்டு
- திணை மாவு

மருத நிலத்தாரின் உணவுகள்

- கரும்பு
- அவல்
- வெண்சோறு
- நண்டு பீர்க்கங்காய்
- நெல் சோறு
- பெட்டைகோழி

நெய்தல் நிலத்தாரின் உணவுகள்

- நுளைச்சி அரித்த கள்
- மீன்
- உலர்ந்த குழல்
- பன்றி இறைச்சி
- இறா
- வயல் ஆமை

உடைகள், காலணிகள், ஆபரணங்கள்:

'ஆடையில்லா மனிதன் அரை மனிதன்!'. அரை மனிதனான கற்கால மனிதன் எப்போது ஆடைகளை அணிந்து மனிதனானான் என்பதற்குத் தகுந்த சான்றுகள் இல்லை. ஆப்பிரிக்கா, ஆசியா, தென் ஆப்ரிக்கா தட்ப வெப்ப நிலை வெதுவெதுப்பாகவே இருந்ததினால்

அவர்களுக்கு உடையைப் பற்றிய உணர்வே எழவில்லை. குளிர்காலங்களில் குளிர் பிரதேசங்களுக்கு உணவை தேடி அவர்கள் பிரவேசம் செய்வது கட்டாயமானபோது உடையின் அவசியத்தை உணர்ந்தனர். அப்போது இலை சருகுகளால் தங்கள் இடுப்பையும் மார்பையும் மூடிக்கொண்டனர். மேலும் ஆடு, மாடுகளின் தோலை காய வைத்து அப்படியே உடுத்திக் கொண்டார்கள்.

கற்கால மனிதர்களின் உடைகள்: கற்கால தனிநபர்கள் உயிரினங்களின் மறை மற்றும் கன்றின் தோலைப் பயன்படுத்தி தயாரிக்கப்பட்ட ஆடைகளை அணிந்தனர் (மாமத், சேபர் பல் புலிகள் மற்றும் சோம்பல்களிலிருந்து). சிலர் உயிரினங்களின் தோலை நடுப் பகுதியில் கட்டினார்கள், மற்றவர்கள் தோல்களை தோள்களுக்கு மேல் போர்த்தி கொண்டார்கள்.

கற்கால மனிதர்களின் காலணிகள் மற்றும் ஆபரணங்கள்: காலணிகள் விலங்குகளின் தோள்களைக் கொண்டு பயன்படுத்தப்பட்டன.

நமது பழங்கால முன்னோர்கள் ரத்தினங்களை உருவாக்கி அணிந்திருப்பதை காணலாம். இருப்பினும் அது கல், எலும்பு, ஓடு மற்றும் உலோக பொருட்களால் ஆனது.

வெண்கல கால மனிதர்களின் உடைகள்: வெண்கல மனிதர்கள் தங்கள் முன்னோடிகளின் எண்ணற்ற தனிநபர்கள் அணிந்திருந்த கடுமையான தோல்களை விட ஓரளவு சுத்திகரிக்கப்பட்ட ஆடைகளை அணிந்து கொண்டார்கள். கவச தாழ்ப்பாள்கள் மற்றும் மணிக்கட்டு பட்டைகள் போல தோற்றமளிக்கும் ரத்தினங்களை பெரும்பாலான ஆண்கள் டூனிக், டைட்ஸ் மற்றும் கவசம் போல் அணிந்திருந்தனர்.

வெண்கல கால மனிதர்களின் காலணிகள் மற்றும் ஆபரணங்கள்: கூந்தல் தோலின் ஒற்றை துண்டை பயன்படுத்தி கட்டப்பட்ட காலணி. மேல்விரல்கள் கால்விரல்களைச் சுற்றியுள்ள மடிப்புகளில் குவிந்துள்ள மற்றும் குதிகாலில் மேல்நோக்கி மடிப்பாக உருவாக்கியதை பயன்படுத்தினர்.

புடாபெஸ்ட் மாவட்டத்தில் ஆபரணங்கள் கட்டப்பட்டன. இந்த புதிய ஆபரணங்கள் மோதிரங்களை உள்ளடக்கியது. பல்வேறு வகையான ஆபரணங்கள் கழுத்துப்பட்டைகள், ஒயின் கருவி மற்றும் அரை நிலவு பாணியில் வைத்து உருவாக்கப்பட்டன.

இரும்புகால மனிதர்களின் உடைகள்: கம்பளி மாட்டுத்தோலைப் பயன்படுத்தி உற்பத்தி செய்யப்படும் ஆடைகளைத் தான் இரும்புகால மனிதர்கள் அணிந்திருந்தனர். இந்த உடைகள் ஈரமான, குளிர் அல்லது வறண்ட நிலையில் பாதுகாக்கப்படுகின்றன. தங்கள் ஆடைகளை அழகாக வைத்திருக்க அவர்கள் பயன்படுத்தியது ஊசிகள் மற்றும் பல்வேறு டிரிம்மிங்குகள் ஆகும்.

இரும்புகால மனிதர்களின் காலணிகள் மற்றும் ஆபரணங்கள்: இரும்புகால மனிதர்களின் காலணிகள் கடினமான மிருகங்களின் தோலினால் உருவாக்கப்பட்டவை. இக்காலணிகளை அணியும்போது உள்பகுதியில் பஞ்சு போன்றும், வெளிப்பகுதியில் கடினமாகவும் இருப்பதை காணலாம்.

தொல்பொருள் ஆராய்ச்சியாளர்கள் பின்னர் இரும்புக்கால உலகத்தரம் வாய்ந்த *(100 BC-AD 50)* ஆபரணங்களை கண்டறிந்துள்ளனர். இந்த ஆபரணங்கள் யானையின் தந்தம் மற்றும் பிற விலங்குகளின் தோலினால் உருவாக்கப்பட்டவை.

உறைவிடங்கள்: பெரும்பாலும் கற்கால மனிதர்கள் ஓரிடத்தில் தங்காமல், இரையைத் தேடி நகர்ந்து கொண்டே நாடோடியாக வாழ்ந்த காரணத்தால் வசிக்க வீடு என்பது இல்லாமல் போயிற்று. மரங்களின் மேல் வாழ்ந்த அவர்கள், மரக்கிளைகளை ஒடித்து இலைகளையும் தோல்களையும் பரப்பி கூடாரம் போல் அமைத்து உள்ளே உறங்கத் தொடங்கினர். இயற்கை சீற்றம் இருந்த போது குகைகளின் உள்ளே ஒதுங்கிக் கொண்டனர். மற்ற நேரங்களில் குகைகள் இருட்டாகவும், ஈரமாகவும் இருந்ததால் அவற்றில் நாட்டம் கொள்ளவில்லை.

ஆதி காலத்தில் நான்கு வகையான கற்கால இல்லங்கள் உள்ளன. அவற்றைப் பற்றி

1. **குகைகள்:** கற்காலத்தில், தனிநபர்கள் தங்களை பாதுகாக்க மற்றும் காட்டு உயிரினங்களிலிருந்து தங்களைக் காப்பாற்றிக் கொள்ள குகைகளில் வாழ்ந்தார்கள். உலகம் முழுவதும் பல்வேறு வகையான பழங்கால குகை குடியிருப்புகள் கண்டுபிடிக்கப்பட்டுள்ளன.

2. **டீபீஸ் (மரவீடுகள்):** போதுமான உணவைக் கண்டறிய தனிநபர்கள் அடிக்கடி காட்டுக்குள் செல்ல வேண்டிய காரணத்தினால், நிலையற்ற தஞ்சம் பெற உதவியாக இருந்துள்ளது. இந்த அறைகள் லேசான

மற்றும் பல்துறை, மரத்தின் விளிம்பால் மெலிந்ததாகத் தோன்றி, உயிரினங்களின் தோல் அல்லது மரத்தோலால் மூடப்பட்டிருக்கும்.

3. **குடிசைகள்:** மாமத் எலும்புகள் மற்றும் தந்தங்களினால் ஒரு குடிசை அல்லது ஒல்லியான கட்டமைப்பு உருவாக்கப்பட்டன

4. **நீண்டகால வீடு:** கற்கால நபர்கள் தங்கள் வாழ்விடங்களை கற்களால் கொண்டு நீண்ட காலம் நிலைத்து இருக்கும் வீடுகளைக் கட்டி வசித்து வந்தனர். இந்த வீடுகள் செவ்வக வடிவத்தில் இருந்தன, 'வாட்டில் மற்றும் துடைப்பால்' செய்யப்பட்ட பிரிப்பான்கள் மற்றும் ஒரு மூடப்பட்ட கூரையால் செய்யப்பட்டன.

மொழி மற்றும் சின்னம்:

பழங்குடி மனிதர்கள் தங்கள் எண்ணங்களை வெளிப்படுத்துவதற்கும், தங்களை ஒழுங்கமைத்துக் கொள்வதற்கும் சைகை முறைகளைப் பயன்படுத்தி வந்தனர். பழங்குடி எழுத்து 1900 முதல் கிறிஸ்தவ ஆசிரியர்களால் உருவாக்கப்பட்டது. பழங்குடி மனிதர்களின் மொழி திறந்த அமைப்புடையது அத்துடன் குறிப்பிட்ட அளவு சைகைகளை கொண்டு முடிவற்ற எண்ணிக்கையான அர்த்தங்களை உருவாக்கும் வல்லமை படைத்தது.

கலாச்சாரம்: பழங்குடி மக்களின் வாழ்விடங்கள் குறிப்பிடத்தக்க பங்கைக் கொண்டுள்ளன, மேலும் தங்குமிடங்களை நிர்வகிக்கும் சில வழிகாட்டுதல்கள் கவனிக்கப்படுகின்றன. உதாரணமாக, ஒரு ஆண் ஒரு பெண்ணின் குடியிருப்பைப் பார்வையிடலாம், இருப்பினும்

இருவரும் ஒரே இடத்தில் இருக்க அனுமதிக்கப்படவில்லை. பெண்களுக்கும் ஆண்களுக்கும் தனித்த ஆடைகள் குலப் பெண்களால் நெய்யப்படுகின்றன. குச்சி, கரடி மற்றும் மான் தோலைப் பயன்படுத்தி செய்யப்படும் ஆடைகளை பயன்படுத்தினர்.

அதிக அனுபவமுள்ள பெண்கள் மஞ்சள் நிற நகைகள் மற்றும் முறுக்கு வளையங்களை அணியும்போது, திருமணமாகாத இளம் பெண்கள் ஒரு பேயோப்பை அணிவார்கள். இது ஐந்து முதல் ஆறு உலோகத் தகடுகளைக் கொண்ட ஒரு அலங்காரமாகும். அதிக அனுபவம் வாய்ந்த பெண்கள் மத்தியில் 'மை' முக்கிய அம்சமாக இருந்தது.

கொண்டாட்டங்கள் மற்றும் நகர்வுகள்: பழங்குடி மனிதர்கள் பல்வேறு கொண்டாட்டங்களை பின்பற்றி வருகிறார்கள். குறிப்பாக, அவர்களின் சிறந்த கொண்டாட்டங்கள் ஆரன், டோங்கின், சோலுங், போடி பார்பி மற்றும் ஈட்டர். சோலுங் கொண்டாட்டம் செப்டம்பர் ஏழாம் நாள் நீட்டிப்பில் ஐந்து நாட்கள் அல்லது அதற்கு மேல் காணப்படுகிறது. இது விதைகளை நடவு செய்தபின் மற்றும் நடவு செய்த பிறகு நடத்தப்படும் கொண்டாட்டமாகும்.

கொண்டாட்டத்தின் போது பெண்கள் சமுதாயத்தால் பொனுங் இசை மற்றும் நகர்வுகள் நிகழ்த்தப்படுகின்றன. சோலுங்கின் கடைசி நாளில், இருக்கைகள் மற்றும் சொந்த ஆயுதங்கள் தங்கள் குடியிருப்புகளில் வைப்பதன் மூலம் ஆவிகளிலிருந்து பாதுகாப்பார்கள் என்ற நம்பிக்கை. இந்த வழக்கம் "டக்டர்" என்று அழைக்கப்படுகிறது. இதன்மூலம் அவர்களிடம் ஆவி, பேய், பிசாசு போன்ற மூடநம்பிக்கை காணப்பட்டது.

பண்டிகை தேதிகளின் பெயர்:

பண்டிகை	தேதிகள்
டோங்கின்	பிப்ரவரி 2
ஆரன் அல்லது ஒன்றிணைத்தல்	மார்ச் 7
ஈட்டர்	மே 15
சோலுங் (லூன்)	செப்டம்பர் 1
போடி பார்பி	டிசம்பர் 5

2. காலமும் கருவிகளும்

கற்காலக் கருவிகள்:

கற்கால மனிதன் பெரும்பாலும் கற்கள் சம்பந்தப்பட்ட ஆயுதங்களையும், சாதனங்களையும் உபயோகித்து வந்ததால் 'கற்கால மனிதர்கள்' என்று அழைக்கப்பட்டார்கள். கற்கால கருவிகள் கடந்த 2.6 மில்லியன் ஆண்டுகளில் பரவி, ஏராளமான தொல்பொருள் இடங்கள் கண்டுபிடிக்கப்பட்டு வரிசைப்படுத்தப்பட்டுள்ளன. அனைத்து கற்காலக் கருவிகளும் கல்லால் ஆனவை அல்ல.

கற்காலத்தில் பயன்படுத்தப்படும் சாதனங்கள் மற்றும் கருவிகளின் பெயர்கள்:

ஹேமர்ஸ்டோன்: ஹேமர்ஸ்டோன் கற்காலத்தின் மிகக் கடினமான மற்றும் பழைய சாதனங்களில் ஒன்றாகும். இது மணற்கல், குவார்ட்சைட் அல்லது சுண்ணாம்புக் கல்லால் ஆனது. இந்த கூர்மையான கற்கள் விரிசல்களை உருவாக்குவதற்கும், வெவ்வேறு கற்களை உடைப்பதற்கும் பயன்படுத்தப்பட்டது. மேலும் இக்கருவி ஆசியா, ஐரோப்பா மற்றும் ஆப்பிரிக்கா உட்பட உலகம் முழுவதும் பரவலான கருவியாக காணப்பட்டது.

கூர்மையான குச்சிகள்: கூர்மையான குச்சி மிகவும் பழமையான சாதனங்களாக கருதப்படுகிறது. இந்த குச்சிகள் உலகின் அனைத்து அம்சங்களிலும் நடைமுறையில் பயன்படுத்தப்பட்டன. இவை பல்வேறு வகையான மரங்களால் ஆனவை. காட்டு விலங்குகளிடமிருந்து தங்களைக் காப்பாற்றிக் கொள்ள தனிநபர்களால் அவை பயன்படுத்தப்பட்டன.

ஈட்டிகள்: ஈட்டி என்பது மிகப்பெரிய உயிரினங்களை குறிப்பாக திமிங்கலங்கள், மீன் மற்றும் வாள்மீன்கள் போன்ற பெருங்கடல் உயிரினங்களைக் கொல்லப் பயன்படுத்தப்படும் கருவி ஆகும். காங்கோவில் மீதமுள்ள பகுதிகளில் இருந்து 90,000 ஆண்டுகளுக்கு முன்பு ஈட்டிகள் பயன்படுத்தப்பட்டன.

லான்ஸ்: லான்ஸ் பொதுவாக மரத்தால் ஆன நீண்ட தண்டு கொண்டது, அதன் தலை மெருகூட்டப்பட்டு, பெரும்பாலும் எஃகு அல்லது இரும்பு போன்ற சில கடினமான பொருட்களால் ஆனது. இது போர்கள் மற்றும் துரத்தலில் ஒரு ஆயுதமாக பயன்படுத்தப்பட்டது.

வலை: வலை கயிறு/சரங்களுக்கு இடையில் சிறிய இடைவெளிகளைக் கொண்ட மரக் கைகளால் ஆனவை. பல்வேறு உயிரினங்கள் மற்றும் மீன்களைப் பிடிப்பதற்கு வலை பயன்படுத்தப்பட்டது. உயிரினங்களை சிக்க வைப்பதற்கு இது சுலபமாக இருந்தது. உயிரினங்கள் அல்லது மீன்கள் கிடைத்தவுடன், வலையின் துவக்கம் மூடப்படும், அதனால் அவை தப்பிச் செல்ல இயலாது.

வில் மற்றும் அம்புகள்: 61,000 ஆண்டுகளுக்கு முன்பு வில் மற்றும் அம்புகள் போர் நோக்கங்களுக்காக ஆயுதங்களாகப் பயன்படுத்தப்பட்டன. அதன் கனமான மற்றும் கூர்மையான முடிவின் காரணமாக, அது நேரடியாக இலக்கை நோக்கிச் சென்று அதை விரைவாகத் தாக்குகிறது. இது அழுத்தத்தில் மர விளிம்பை மூடுவதற்கு பிணைக்கப்பட்ட ஒரு சரத்தைக் கொண்டுள்ளது. மேலும் குறிப்பிட்ட இலக்கின் மீது ஒரு போல்ட்டை வீசுவதற்கு வில் மற்றும் அம்புகள் பயன்படுத்தப்படுகிறது.

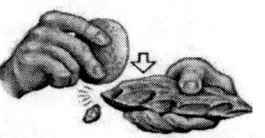

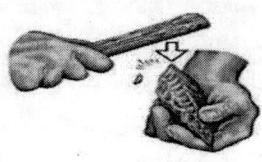

1. முதல் செயல்முறை
பாறையை
எடுத்துக்கொள்ளுதல்
2. மனிதன் அந்த
கல்லை கல்லால்
செதுக்கினான்
5. முடிக்கப்பட்ட
கோடாரி
3. மரம், கல் அல்லது ப்ராங்
ஆகியவற்றால் செய்யப்பட்ட ஒரு
ஸ்லேட்டைப் பயன்படுத்தி அவர்கள்
விளிம்பை மெருகேற்றினார்கள்
4. கூர்மையான வாசனையுடன்
சிறிய சொட்டுகளைத் துளைத்து
விளிம்பை நிர்வகித்தனர்.

சாப்பர்: சாப்பர் என்பது ஒரு கூர்மையான கல். இது ஆப்பிரிக்காவின் ஆரம்பகால மக்களால் இறைச்சியைப் பிரிப்பதற்கும் பின்தொடர்ந்த உயிரினங்களின் எலும்புகளை உடைப்பதற்கும், தாவரங்களை வெட்டுவதற்கும் மற்றும் அடித்தளத்தை வெட்டுவதற்கும் பயன்படுத்தப்பட்டது.

கோடாரி: கோடாரி என்பது கல்லால் உருவாக்கப்பட்டு வெட்டுதல் மற்றும் நடவு நோக்கங்களுக்காகப் பயன்படுத்தப்படும் ஒரு சாதனமாகும். இது செடிகள், மரங்கள் மற்றும் கிளைகளை வெட்டுவதற்கும் எளிமையான பயன்பாட்டு உயிரினங்களை தாக்குவதற்கும் பயன்படுத்தப்பட்டது.

கை கோடாரி உருவாக்கின விதம்:

மேலும் கற்கால கருவிகள் மூன்று கருவிகளாக பிரிகின்றன. அவை;

- ✓ **ஆரம்ப கற்காலக் கருவிகள்**
- ✓ **மத்திய கற்காலக் கருவிகள்**
- ✓ **பிற்கால கற்காலக் கருவிகள்**

I. ஆரம்ப கற்காலக் கருவிகள்:

ஆரம்பகால கற்காலக் கருவிகள் அடிப்படையில் 2.6 மில்லியன் ஆண்டுகளுக்கு முன்பு உருவாக்கப்பட்ட மிகச் சரியான கல் கருவி

உருவாக்கம் ஆகும். இது ஆரம்பகால மக்களால் செய்யப்பட்ட மிகவும் அத்தியாவசியமான கல் மூலம் தொடங்கியது. இந்த ஓல்டோவன் கருவிப்பெட்டிகள் சுத்தி கற்கள், கல் மையங்கள் மற்றும் கூர்மையான கல் சில்லுகளை உள்ளடக்கியது. சுமார் 1.76 மில்லியன் ஆண்டுகளுக்கு முன்பு, ஆரம்பகால மக்கள் அச்சூலியன், ஹேண்டாக்ஸ் மற்றும் பிற மகத்தான வெட்டும் கருவிகளை உருவாக்கத் தொடங்கினர்.

ஓல்டோவன்: 'ஓல்டோவன்' கருவி மிகவும் அடிப்படை மற்றும் நேரடியான சாப்பர்கள் மற்றும் சில்லுகளைக் கொண்டுள்ளது. மேலும் கற்கால நிறுவனங்களில் இது மிக விரைவானது. இக்கருவிகள் நடைமுறையில் 2.5 மில்லியன் ஆண்டுகளுக்கு முன்பு தொடங்கியது.

அச்சூலியன்: ஓல்டோவன் வணிகத்திற்குப் பிறகு அச்சீலியன் தொடர் கருவிகள் வருகின்றன. இது நடைமுறையில் 1.7 மில்லியன் ஆண்டுகளுக்கு முன்பு பயன்படுத்தப்பட்ட பழமையான கருவி ஆகும். இக்கருவி அதிக நபரின் மனதைக் கவரும் மற்றும் சமச்சீர் வடிவங்களைக் கொண்டுள்ளது. மேலும் இந்த கருவிகள் மெருகூட்டப்பட்ட விளிம்புகளைக் கொண்டிருக்கின்றன.

II. மத்திய கற்காலக் கருவிகள்:

மத்திய கற்காலக் கருவிகள் 200,000 ஆண்டுகளுக்கு முன்பு, கண்டுபிடிக்கப்பட்டது. அதன்பின் கல் கண்டுபிடிப்பில் வளர்ச்சியின் வேகம் அதிகரிக்கத் தொடங்கியது.

டிரான்செட் ஆட்ஸே: இது படகுகள், மீன்பிடி நிலைகள் மற்றும் வீடுகள் போன்ற சில பொருட்களைத் தயாரிக்கப் பயன்படுத்தப்படும் ஒரு தச்சு சாதனமாகும்.

ஸ்கரப்பர்கள்: இந்த ஸ்கரப்பர்கள் கச்சா ஸ்டோக்களை கூடாரங்கள், ஆடைகள் மற்றும் பல்வேறு பயன்பாடுகளாக மாற்றின. அவை அளவு மற்றும் எடையில் வேறுபடுகின்றன.

பல்நோக்கு பிளேக் கருவிகள்: மெசோலிதிக் காலத்தில், தனிநபர்கள் பல்நோக்கு கருவிகளைப் பயன்படுத்தத் தொடங்கினர். அதன் ஒரு பக்கம் பிளேடாகவும், இரண்டாவது பக்கம் சுத்தியல் கற்களாகவும், மூன்றாவது பக்கம் ஸ்கரப்பராகவும் பயன்படுத்தப்படும்.

மெசோலிதிக் பிளேட்ஸ்: கற்களை மட்டம், நேராக மற்றும் சம பக்க சில்லுகளாக கற்களால் பிரிப்பதன் மூலம் அவை செய்யப்பட்டன.

மைக்ரோலித்ஸ்: அம்பு புள்ளிகள், லேன்ஸ்கள் மற்றும் பல்வேறு ஆயுதங்கள் மற்றும் எந்திரங்களை உருவாக்க மைக்ரோலித்கள் பயன்படுத்தப்பட்டன.

புரின்ஸ்: புரின்ஸ் என்பது பாறை துளிகள் அல்லது விளிம்புகளைப் பயன்படுத்தி உருவாக்கப்பட்ட மெசோலிதிக் யுகத்தின் கல் கருவிகள். அவை கூர்மையான விளிம்புகளைக் கொண்டிருந்தன மற்றும் எலும்புகள் மற்றும் கொம்புகளை அடிக்க பயன்படுத்தப்பட்டன.

III. பிற்கால கற்காலக் கருவிகள்:

பிற்கால கற்காலத்தில், முன்னேற்றத்தின் வேகம் உயர்ந்தது. தனிநபர்கள் வகைப்படுத்தப்பட்ட பொருட்கள் (எலும்பு, தந்தம், கொம்பு மற்றும் கல் போன்றது), கைவினைத்திறன், மற்றும் பல்வேறு கூட்டங்கள் தங்களின் தெளிவற்ற சமூகத் தன்மையைத் தேடினார்கள் மற்றும் பொருட்களை உருவாக்கும் தங்கள் சொந்த பழக்கவழக்கங்களை பின்பற்றினர்.

இலை வடிவ பிளிண்ட்: இலை வடிவ பிளிண்ட் பாறைக் கல்லால் ஆனவை. அவை போல்ட் மற்றும் கத்திகளாகப் பயன்படுத்தப்பட்டன.

வெட்டு விளிம்புகள் மற்றும் தோண்டி: உயிரினங்களின் இறைச்சி மற்றும் தோலை வெட்டுவதற்கும் மண்ணைப் புதைப்பதற்காக சாகுபடி செய்வதற்கும் அவை பயன்படுத்தப்பட்டன.

மல்லட்டுகள் மற்றும் உளி: மர வேலைப்பாடுகளில் சாய்வுகள் மற்றும் உளியாக பயன்படுத்தப்படுகிறது. தங்களின் வாழ்வியலுக்கு ஏற்றப்படி டோமாஹாக்ஸ், மல்லட்டுகள் மற்றும் உளி, போல்ட் பயன்படுத்தப்பட்டன.

போல்ட் மற்றும் ஸ்பியர்ஹெட்ஸ்: கற்கால யுகத்தில் மேலும் சுத்திகரிக்கப்பட்ட மற்றும் சிறந்த போல்ட் மற்றும் துவக்கங்கள் செய்யப்பட்டன.

வரலாற்றுக்கு முற்பட்ட காலம்:

வரலாற்றுக்கு முற்பட்ட காலம் என்பது எழுத்துப் பூர்வமான ஆதாரங்கள் இல்லாத காலத்தில் வாழ்ந்தவர்களைப் பற்றிய புதைபொருள்கள், படிமங்கள், மற்றும் எலும்புகள் ஆகியவற்றின்

மூலம் தெரிந்துகொள்ள முடியும். அக்காலத்தையே வரலாற்றுக்கு முந்தைய காலம் என்கிறோம்.

வரலாற்றுக்கு முற்பட்ட காலத்தை□நான்கு□பிரிவுகளாக பிரிக்கின்றனர்.

பழைய கற்காலம் (கி.மு.1000 ஆண்டுகள்)

புதிய கற்காலம் (கி.மு.10000 - கி.மு.4000)

செம்பு கற்காலம் (கி.மு.3000 - கி.மு.1500)

இரும்பு காலம் (கி.மு.1500 - கி.மு.600)

1. **பழைய கற்காலம்:** பழைய கற்கால மனிதன் நெருப்பைக் கண்டுபிடித்தான். விலங்குகளை வேட்டையாடியும், உண்ணக்கூடிய தாவரங்கள் மற்றும் கிழங்குகளை சேகரித்தும் மக்கள் தங்களது உணவைத் தேடிக் கொண்டனர். எனவே இவர்களை 'உணவை சேகரிப்போர்' என்று அழைக்கின்றனர். மேலும் கையளவு கற்கருவி மற்றும் உடைந்த கூழாங்கற்களே இவர்களது ஆயுதங்களாகும்.

2. **புதிய கற்காலம்:** புதிய கற்காலம் என்பது மனிதரின் தொழில்நுட்ப வளர்ச்சியின் காலகட்டத்தைக் குறிக்கும். இக்காலகட்டமே கற்காலத்தின் இறுதிப் பகுதியாகும். புதிய கற்காலத்தில் சக்கரம் கண்டுபிடிக்கப்பட்டது. இது இடைக்கற்காலத்தை அடுத்து வேளாண்மைத் தொழில்நுட்பத்தின் எழுச்சியுடன் உருவானது.

3. **செம்பு கற்காலம்:** மனிதன் அறிந்த முதல் உலோகம்□செம்பு. இக்காலத்தில் செம்பு மற்றும் வெண்கலம் ஆகிய உலோகங்கள் பயன்படுத்தப்பட்டன. இக்காலத்தில் கற்கருவிகளும் தொடர்ந்து பயன்பாட்டில் இருந்து வந்தன ஒரு சில நுண்கற்கருவிகள் முக்கியத்துவம் பெற்று விளங்கின.

4. **இரும்புக் காலம்:** இரும்புக் காலம் என்பது மனிதப் பண்பாட்டு வளர்ச்சியின் ஒரு முன்னேறிய காலகட்டம் மற்றும் திருப்புமுனைக் காலமாக கொள்ளலாம். இரும்பை பயன்படுத்திய நாகரீகம் வேதகால நாகரீகம் ஆகும்.

மனிதனின் பரிணாம வளர்ச்சி நிலைகள்:

மனித வளர்ச்சி விலங்குகளுடன் தொடங்கியது. 8.5 மில்லியன் ஆண்டுகளுக்கு முன்பு நன்கு வளர்ந்த பல்வேறு உயிரினங்களிலிருந்து

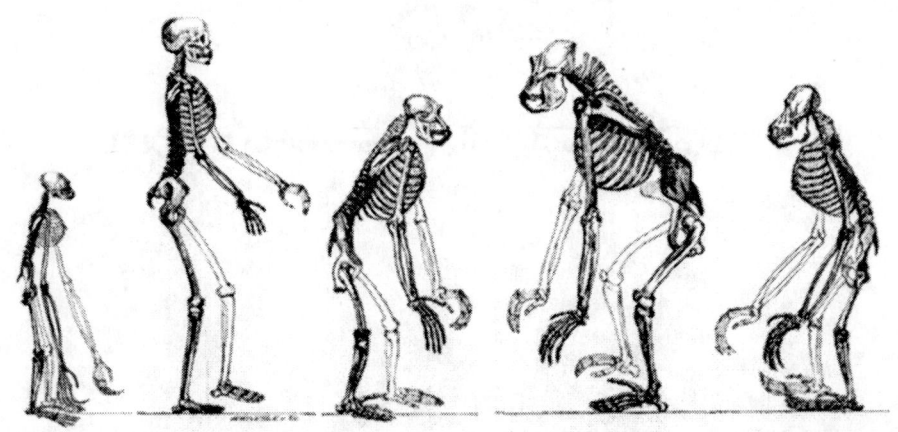

விலங்குகள் உருவாகியது. இந்த காலகட்டத்தில் பிரைமேட்ஸ், கிப்பன்கள், ஒராங்குட்டான்கள் இடையே பல்வேறு வேறுபாடுகள் ஏற்பட்டன. விலங்குகளில் இருந்து எப்படி மனிதனாக தோற்றமடைந்தான் என்பதைத்தான் நாம் மனிதனின் பரிணாம வளர்ச்சி என்கிறோம். வளர்ச்சியானது, அதனுடன் வரும் ஐந்து சுழற்சிகளின் ஒத்துழைப்பின் விளைவாகும். அவை;

- ✓ உருமாற்றம்
- ✓ பரம்பரை மறுசீரமைப்பு
- ✓ குரோமோசோமால் அசாதாரணங்கள்
- ✓ மீளுருவாக்கம் தனிமை

3. மனிதனின் முன்னேற்றம்

அடுத்தது மனித முன்னேற்றத்தின் கட்டங்கள்:

1. ட்ரையோபிதேகஸ்:

இவை மனித முன்னேற்றத்தின் கட்டங்கள்:

1. **ட்ரையோபிதேகஸ்:** இவை மனிதன் மற்றும் சிம்ப்கள் இரண்டிற்கும் முன்னோடியாகக் கருதப்படுகின்றன. அவர்கள் சீனா, ஆப்பிரிக்கா, ஐரோப்பா மற்றும் இந்தியாவில் வாழ்ந்தனர். ட்ரையோபிதேகஸ் (Dryopithecus) வகை ஓக் மர கொரில்லாக்களைக் குறிக்கிறது. ட்ரையோபிதேகஸ் உயிருடன் இருந்த சமயத்தில், அது ஆக்கிரமித்துள்ள வெப்பமண்டல சதுப்பு நிலங்கள் அடர்ந்த காடுகளாக இருந்தன, எனவே அவர்கள் பெருமளவில் தாவரவகைகளாக இருந்திருக்கலாம் என்று கருதப்படுகிறது.

2. **ரமாபிதேகஸ்:** ரமாபிதேகஸ் திறந்த புல்வெளிகளில் வாழ்ந்தனர். சில பிட் சான்றுகள் அவற்றின் ஹோமினிட் நிலையை உறுதிப்படுத்துகின்றன: தடித்த பல் அரக்கு, வலுவான தாடைகள் மற்றும் அதிக வரையறுக்கப்பட்ட கோரை பற்கள் கொண்டிருந்தனர்.

3. **ஆஸ்ட்ராலோபிதேகஸ்:** ஆஸ்ட்ராலோபிதேகஸ் முதன்முதலில் 1924 இல் தென்னாப்பிரிக்காவில் தரையில் வாழ்ந்ததாக கண்டுபிடிக்கப்பட்டது. கற்களை ஆயுதங்களாகப் பயன்படுத்தினர் மற்றும் நிமிர்ந்து உலா வந்தனர். ஆஸ்ட்ராலோபிதேகஸ் 4 அடி உயரம் மற்றும் 60-80 பவுண்டுகள் இருந்ததாக கருதப்படுகிறது.

4. **ஹோமோ எரெக்டஸ்:** ஹோமோ எரெக்டஸின் முதன்மை படிமம் 1891 இல் ஜாவாவில் கண்டுபிடிக்கப்பட்டது. இவை பித்தெகாந்த்ரோபஸ் எரெக்டஸ் என பெயரிடப்பட்டது. இவை மனிதனுக்கும் கொரில்லாக்களுக்கும் இடையில் காணாமல் போன தொடர்பு என்று கருதப்பட்டது. \ ஹோமோ எரெக்டஸ் எலும்புகள் மற்றும் மரத்தால் செய்யப்பட்ட கருவிகளை பயன்படுத்தினர். இவர்கள் தான் முதன்முதலில் தீயை எப்படி கையாளுவது என்பதை தெரிந்து கொண்டார்கள்.

5. **ஹோமோ சேபியன்ஸ் நியண்டர்தாலென்சிஸ்:** நியண்டர்டாலின் மண்டை வரம்பு 1200 முதல் 1600 சிசி வரை வளர்ந்தது. சில சிறிய கை டோமாஹாக்ஸ் கூடுதலாக கண்டுபிடிக்கப்பட்டது. இந்த வகை விலங்கு தான் அடுத்தகட்ட மனிதனின் பரிணாம வளர்ச்சியாக இருந்தது.

6. **ஹோமோ சேபியன்ஸ்:** ஹோமோ சேபியன்ஸின் மீதமுள்ள பகுதிகள் முதலில் ஐரோப்பாவில் கண்டுபிடிக்கப்பட்டன, அவை குரோ-மேக்னான் என்று பெயரிடப்பட்டன. இவற்றின், தாடைகள் மிகவும் குறைந்து காணப்பட்டது. மேம்பட்ட மனிதனின் தாடை தோன்றியது, மற்றும் மண்டை ஓடு உருவகத்தில் காணப்பட்டது. மண்டை ஓட்டின் வரம்பு சுமார் 1350 சிசி என கண்டறியப்பட்டது.

பேலியோலிதிக் மற்றும் கற்கால யுகங்களுக்கு இடையிலான வேறுபாடு:

வேறுபாடுகள்	பேலியோலிதிக்	கற்காலம்
உணவு	ஆண்கள் உணவிற்காக வேட்டையாடினர் மற்றும் பெண்கள் அந்த இடத்தை சுற்றியே உணவு சேகரித்தனர்.	கற்கால மனிதர்கள் தங்கள் சொந்த உணவை எவ்வாறு தயாரிப்பது என்பதைக் கண்டுபிடித்தனர். சாகுபடி மற்றும் குழுவாக்குதல் என்பது கற்கால யுகத்தின் ஒரு குறிப்பிடத்தக்க பகுதியாகும்.

உறைவிடம்	நீண்ட காலம் நீடிக்கும் வீடுகள் இல்லை. தனிநபர்கள் கூடியிருந்ததால் அவர்கள் உணவு இருக்கும் இடத்திற்கு செல்ல வேண்டியிருந்தது. எனவே, வாழ்விடம் குறுகியதாக இருந்தது.	கற்கால மனிதர்கள் நீண்ட காலம் நிலைத்து இருக்கும் வீடுகளைக் கொண்டிருந்தனர். வீடுகள் பொதுவாக மரக்கட்டைகள் அல்லது தொகுதிகளைப் பயன்படுத்தி உற்பத்தி செய்யப்பட்டன.
உடை	உடை முக்கியமாக மறைப்பிலிருந்து செய்யப்பட்டது. அந்த நேரத்தில் சூழல் குளிர்ச்சியாக இருந்தது, எனவே தனிநபர்கள் சூடாக இருக்க ஆடை அணிந்தனர்.	விலங்குகளின் தோல்களை ஆடையாக அணிந்து கொண்டனர்.
கருவி	கட்டர்கள் மற்றும் கை டோமாஹாக்ஸ் போன்ற அடிப்படையில் உருவாக்கப்பட்ட கல் சாதனங்களையும் ஈட்டி மற்றும் குச்சிகளையும் பயன்படுத்தினர்.	கற்கால மனிதர்கள் வில் மற்றும் போல்ட் கருவிகளையும், ஈட்டி போன்ற கருவிகளையும் தான் அதிகம் பயன்படுத்துகின்றனர்.

4. பழங்குடிகளின் ஆரம்பநிலை

பழங்குடி இன குழுக்கள்

ஒவ்வொரு மனித கலாச்சாரத்திலும் குடும்பம், அடிப்படை அலகு இருப்பினும் அதன் போக்கு தனித்துவமானது. இந்த அமைப்பு சமுதாயங்களிலும் மற்றும் தனிநபர்களின் அனைத்து கூட்டங்களிலும் காணப்படுகிறது. பர்கெஸ் மற்றும் லோக்கின் கூற்றுப்படி குடும்பம் என்பது திருமணம், இரத்தம் அல்லது ஒரு தனி குடும்பங்களை கொண்டதாக இருந்தன. தம்பதியர், தாய், தந்தை, குழந்தை மற்றும் பெண்கள் குறிப்பிட்ட வேலைகளில் ஒருவருக்கொருவர் உதவி செய்வதும் இதில் குறிப்பிடத்தக்கது.

பழங்குடி குடும்பத்தின் பண்புகளை பற்றி விரிவாக இங்கே காண்போம்.

சாதாரண பிரதேசம்: குலத்திற்கு அதன் தனிநபர்கள் வசிக்கும் ஒரு நேர்மறையான பகுதி இருப்பதை இது குறிக்கிறது. உதாரணமாக, நாகா, ரெங்மா நாகா, சேமா நாகா மற்றும் பிற பழங்குடியினர் நாகாலாந்தில் வசிக்கின்றனர். தமிழ்நாட்டின் நீலகிரி மலையில் உள்ள தோடாஸ்ல்ன் குலம் பொதுவான பகுதி அல்லது களம் இல்லாத காரணத்தினால் தனித்துவத்தை இழக்கிறது.

குடும்பங்களின் வகைப்பாடு: மேலே குறிப்பிடப்பட்டுள்ள குலத்தின் அர்த்தங்கள் விளக்குவது போல, பழங்குடியினர் குடும்பங்களின்

வகைப்படுத்தலை உள்ளடக்கியுள்ளனர். இந்த வகைப்படுத்தல்கள் வெவ்வேறு அளவுகளைக் கொண்டிருக்கலாம். பொதுவாக தங்களுக்குள் இரத்த இணைப்புகளைக் கொண்ட இந்த குடும்பங்கள் தாய்வழி அல்லது இயற்கையை மையமாகக் கொண்ட மனிதர்களாக இருக்கலாம்.

குலத்தின் பெயர்கள்: ஒவ்வொரு குலத்திற்கும் அதன் சொந்த பெயர் உள்ளது. ஒவ்வொரு குலமும் அதன் குறிப்பிட்ட பெயரில் உள்ள வெவ்வேறு குலங்களால் அறியப்படுகிறது. அதில் சில இந்திய குலங்களின் பெயர்கள்: கரோ, காசி, காசா, நாகா, ரெங்மா நாகா, செமா நாகா, லிம்பு, சந்தால், முண்டா, கோண்ட், கோட்டா, படகா, ஊரளி, தோடாஸ் மற்றும் பல.

பழங்குடியினர் பேசும் மொழி: ஒரு குலத்தைச் சேர்ந்த நபர்கள் ஒரு குறிப்பிட்ட மொழியில் தொடர்பு கொள்கிறார்கள். பல்வேறு குலங்கள் பல்வேறு பேச்சுவழக்குகளில் தொடர்பு கொள்கின்றனர். இந்த பேச்சுவழக்குகள் பழக்கமான தனிநபர்களின் மொழியுடன் ஒரே மாதிரியாக இல்லை, இருப்பினும் அவை அனைத்தும் கூறப்படும் போது ஒருவருக்கொருவர் வேறுபடுகின்றனர். உள்ளூர் மொழி உணர்வின் முன்னேற்றத்திற்கு சாதாரண மொழி அதிகம் பங்களிக்கிறது.

மூதாதையர்: பழங்குடியினர் தங்களுக்கு ஒரு வழக்கமான முன்னோடி இருப்பதாக உணர்கின்றனர். குலத்தில் இருக்கும் பரஸ்பர ஒற்றுமை உணர்வுக்கு இரத்த உறவு ஒரு குறிப்பிடத்தக்க காரணமாக அமைகிறது. மேலும், சாதாரண குடும்ப வரிசையில் இருந்து வெளிவரும் தனிநபர்களுக்கிடையிலான உறவு. மூதாதையர் குறிப்பிடத்தக்க களிப்பை கொண்டுள்ளனர். ஒரு குலத்தைச் சேர்ந்த தனிநபர்கள் பொதுவாக ஒரு முன்னோரை விரும்புகிறார்கள். அதேபோல், 'இயல்பான காதல்' அவர்களிடையே இயல்பானது. மூதாதையரின் அன்பு மற்றும் இயற்கையின் அன்பு இருந்தபோதிலும், பழங்குடியினர் பல்வேறு வகையான இயற்கையான நம்பிக்கையை பின்பற்றுகிறார்கள்.

இயல்பான கலாச்சாரம்: ஒவ்வொரு குலத்திற்கும் அதன் சொந்த வாழ்க்கை முறை உள்ளது. ஒவ்வொன்றும் அதன் சொந்த மரபுகள், பழக்கவழக்கங்கள், நெறிமுறைகள், மதிப்புகள் மற்றும் சொந்த வாழ்க்கை முறை ஆகியவற்றை பின்பற்றுகின்றன. ஒரு குலத்தின் உண்மையான விசித்திரங்கள் அதன் சொந்த கலாச்சாரத்தைக் கொண்டுள்ளன என்பதை வெளிப்படுத்துகின்றன.

ஒற்றுமை உணர்வு: ஒரு குலத்தைச் சேர்ந்த தனிநபர்கள் தொடர்ந்து ஒன்றாக இணைந்திருப்பதாக உணர்கிறார்கள். இந்த ஒற்றுமை உணர்வு அவர்களின் ஆளுமையை தக்கவைத்துக்கொள்வதற்கு உதவுகிறது.

குழுக்களின் தொகுப்பு:

மூதாதையர் குடும்பங்கள் அதனுடன் கூடிய குறிப்பிடத்தக்க வளாகத்தில் தொகுக்கப்பட்டுள்ளன. அவை;

1. திருமணத்தின் அடிப்படையில்:

(அ) தனி குடும்பம்: தனி குடும்பம் என்பது குலங்களிடையே மிகவும் நெருங்கிய தொடர்புடையது.

(ஆ) பலதார குடும்பம்: பலதார குடும்பம் என்பது ஒரு மனிதன் ஒன்றுக்கு மேற்பட்ட மனைவிகளை திருமணம் செய்துகொள்ளும் ஒரு குடும்பமாகும். இந்தியாவின் பெரும்பான்மையான மூதாதையர் பலதார குடும்பங்கள் என்பது பொதுவானவை. இந்த வகையான குடும்பங்கள் நாகர்கள் மற்றும் கோண்டுகள் மற்றும் ஒரிசாவில் உள்ள ஒவ்வொரு குலத்தினரிடையே காணப்படுகின்றன.

2. கட்டமைப்பின் அடிப்படையில்:

(அ) தனி குடும்பம்: இந்த குடும்பங்கள் காசி, ஜுவாங், சந்தால் மற்றும் புய்ன்யா மத்தியில் காணப்படுகின்றன.

(ஆ) கூட்டுக் குடும்பம்: இக்குடும்பம் உறுதியான தொடர்புடைய உறவினர்கள் அல்லது குறைந்தபட்சம் இரண்டு குடும்ப அலகுகளால் ஆனது. இது தாய் அல்லது இரத்த உறவாக இருக்கலாம்.

(இ) நீட்டிக்கப்பட்ட குடும்பம்: உறவினர்களின் விரிவாக்கத்தால் குடும்ப அலகு விரிவடையும் போது, அது மிகவும் நீட்டிக்கப்பட்ட குடும்பம் என்று அறியப்படுகிறது. இந்த குடும்பங்கள் சாந்தல், ஹோவில் ஜுவாங் மற்றும் பல இடங்களில் பரவலாக உள்ளன.

3. குடியிருப்பு அடிப்படையில்:

(அ) தேசபக்தி குடும்பம்: தேசக் குடும்பம் என்பது திருமணத்திற்குப் பிறகு தம்பதியர் வாழ்க்கைத் துணையின் குடும்பத்துடன் சேர்ந்து வாழ்வதே ஆகும். ஓரான், ஹோ மற்றும் கரியா குலத்தில் இந்த வகையான குடும்பம் மிகவும் சாதாரணமானது.

(ஆ) திருமண குடும்பம்: இந்த வகையான குடும்பத்தில் வாழ்க்கைத் துணைவர் திருமணத்திற்குப் பிறகு மனைவியின் இடத்தில் வாழத் தொடங்குவார்.

4. அதிகாரத்தின் அடிப்படையில்:

(அ) ஆணாதிக்க குடும்பம்: ஆணாதிக்க குடும்பம் என்பது இந்தியாவில் பெரும்பாலான குடும்பங்களில் உள்ள ஒரு பொதுவான வகை குடும்பமாகும்.

(ஆ) தாய்வழி குடும்பம்: தாய் அல்லது குடும்பத்தைச் சேர்ந்த பெண் நபர்களுக்கு அதிகாரம் அளிக்கப்படும் கட்டத்தில் அது தாய்வழி குடும்பம் என்று அழைக்கப்படுகிறது.

(இ) அவன்குலோகல் குடும்பம்: அதிகாரத்தின் ஊற்றுகள் அப்பாவாகவோ அல்லது அம்மாவாகவோ இல்லாத சமயத்தில், மாமா அதை அவன்குலோக்கல் அலகுகள் என்று அழைக்கிறார்கள்.

5. சொத்து பரம்பரை அடிப்படையில்:

(அ) **ஆணாதிக்க குடும்பம்:** அப்பாவின் மூலம் சொத்தின் மரபு எடுக்கும் கட்டத்தில், ஆண் வரிசையில், அத்தகைய குடும்பம் ஆணாதிக்க குடும்பம் என்று அழைக்கப்படுகிறது. பல்வேறு குடும்பங்களில் இந்த வகையான குடும்பம் சாதாரணமானது.

(ஆ) **தாய்வழி குடும்பம்:** தாய் மூலம் பெண்கள் சொத்துக்களைப் பெறும் குடும்பம் ஒரு தாய்வழி குடும்பம் என்று அழைக்கப்படுகிறது. காரோ மற்றும் அஸ்ஸாமின் காசி குழுக்கள் இந்த வகையான குடும்பத்தின் நிகழ்வுகளாக குறிப்பிடப்படுகிறது.

6. இரத்த உறவின் அடிப்படையில்:

(அ) **இனக்கமான குடும்பம்:** அத்தியாவசிய குடும்பங்களும் இரத்த உறவுகளும் இணைந்து குடும்பத்தை உருவாக்குகின்றன. இது பிறப்பால் இணைக்கப்பட்ட நபர்களால் ஆனது. இந்த மாதிரியான குடும்பத்தில் திருமண நிகழ்வு உறவுகளைப் பிரிவதில்லை மற்றும் குடும்பத்தில் பங்கேற்பது பொதுவாக திருமணத்திற்கு பிறகும் நீடிக்கும். இந்த வகையான குடும்பம் அஸ்ஸாம் காசி மக்களிடையே காணப்படுகிறது.

(ஆ) **நெருக்கமான குடும்பம்:** இந்த வகையான குடும்பம் வாழ்க்கைத் துணை, மனைவி மற்றும் அவர்களது குழந்தைகளோடு சேர்ந்து அவர்களின் குடும்பத்தினரால் ஆனது. நெருக்கமான குடும்பம் இந்தியாவில் உள்ள பெரும்பான்மையான பழங்குடி குலங்களில் பரவி உள்ளது.

பழங்குடி குடும்பத்தின் கூறுகள்:

பழங்குடி குடும்பம் பொது மக்களைப் போலவே அதன் பங்கிற்கும் குறிப்பிட்ட திறன்களை வெளிப்படுத்துகிறது. குடும்பத்தின் கூறுகள் இரண்டு கொள்கை வகைப்பாடுகளின் கீழ் அறியப்படுகிறது. அவை அத்தியாவசிய திறன்கள் மற்றும் வழக்கமான திறன்களை கொண்டுள்ளது.

1. அத்தியாவசிய திறன்கள்:

(I) **உயிரியல் செயல்பாடுகள்:** இந்த திறன்கள் பாலியல் தேவைகளை பூர்த்தி செய்வது, பெருக்கல் மற்றும் பலவற்றை உள்ளடக்கியது இவை அடிப்படை திறன்களாக கருதப்படுகின்றன.

(ii) உளவியல் செயல்பாடுகள் அதன் திறன்கள் குழந்தைகளின் உறுதி, வளர்ப்பு, நல்வாழ்வு, பாதுகாப்பு இன்னும் பலவற்றை உள்ளடக்கியது. குடும்பம் என்பது அவர்களை பொருத்த வரையில் வெறும் தோற்றம் மட்டுமல்ல, இளைஞர்களுக்கு முக்கியத்துவம் அளிப்பதாக அமைகின்றது.

2. வழக்கமான திறன்கள்:

(I) **பொருளாதார செயல்பாடுகள்**: இது உணவு, பொருள் மற்றும் அதன் தனிநபர்களின் பாதுகாப்பான வீடு போன்ற பணத் தேவைகளை உள்ளடக்கியது.

(ii) **சமூக செயல்பாடுகள்**: சமூகமயமாக்கலின் மூலம் தனிநபர்கள் தங்கள் வாழ்க்கை முறையை நன்கு அறிந்திருக்கிறார்கள். குடும்பம் கலாச்சாரத்தால் சுட்டிக்காட்டப்பட்ட தனிநபர்களின் நடத்தையை வடிவமைக்கிறது. எனவே, குடும்பம் ஒரு குறிப்பிடத்தக்க அமைப்பாகும், இதன் மூலம் கலாச்சாரம் தற்போதைய காலத்திற்கு ஏற்றவாறு அமைகிறது.

(iii) **கலை மற்றும் கலாச்சார செயல்பாடுகள்**: குடும்பம் அதன் தனிநபர்களுக்கு கடுமையான தயார்நிலையை அளிக்கிறது. இளைஞர்கள் தங்கள் மரபுகள், பழக்கவழக்கங்கள், கட்டுப்பாடுகள், கைவினைத்திறன் மற்றும் இசை போன்ற செயல்பாடுகளை மேற்கொள்கின்றனர்.

(iv) **உடல்நலம் தொடர்பான செயல்பாடுகள்**: குடும்பம் அதன் தனிநபர்களின் நல்வாழ்வைக் கவனித்துக்கொள்கிறது. மூதாதையர் தயார் செய்த பலசரக்குப் பொருட்கள் இயற்கை மூலிகையை சார்ந்திருக்கும் மருந்துகளின் தகவல்களை அறிந்திருந்தனர். அது சூனியம் மற்றும் தொற்றுநோயை சரிசெய்வதில் மிகுந்த வலிமையுடையது என்று முழுமையாக நம்பப்படுகிறது.

பழங்குடியினரின் கலாச்சாரம் மற்றும் மொழி:

இந்தியாவின் மூதாதையர் கலாச்சாரம், அவர்களின் பழக்கவழக்கங்கள் மற்றும் நடைமுறைகள், நடைமுறையில் இருக்கும் இந்திய கலாச்சாரம் மற்றும் நாகரிகத்தின் ஒவ்வொரு பகுதியையும் ஒன்றிணைக்கின்றன. மேலும், பழங்குடியினர் இயற்கையை கடவுளாக வழிபட்டு வந்தனர்.

வடக்கு பிராந்தியம்: இமாச்சலப் பிரதேசத்தின் குலங்கள் இந்திய துணை நிலப்பரப்பில் தங்கள் சொந்த வரைபடங்களைக் குறிக்கின்றன மற்றும் அவற்றின் குறிப்பிட்ட மூதாதையர் பழங்குடி சமுதாயங்களுக்கு பெயர் பெற்றவை. இசை, பாடல், நடனம் மற்றும் கண்காட்சிகள் போன்ற கொண்டாட்டங்களை நிகழ்த்தியதற்கு சான்று பல உள்ளன. அவர்கள் நாடோடியாக இருக்கிறார்கள் மற்றும் தோற்றங்களில் ஒருவருக்கொருவர் வேறுபாடின்றி காணப்படுகின்றனர்.

மேற்கு பிராந்தியம்: குஜராத்தில் 6 மில்லியனுக்கும் அதிகமான ஆதிவாசிகள் உள்ளனர். அவர்கள் பெரும்பாலும் ஆரவல்லி மலைத்தொடர் நிலப்பரப்பில் வாழ்ந்து வருகின்றனர். (எல்என், 1996). ஆதிவாசிகள் பல்வேறு மாறுபட்ட மூதாதையர் கூட்டங்களை உள்ளடக்கியுள்ளனர். கடற்கரை முன் பகுதியில் இருக்கும் ஜூனாகத், ஜாம்நகர், கட்ச், சித்திகள், ரபாரி குலம், பதார் குலம், மெர்ஸ் மற்றும் பர்வாத் போன்ற பழங்குடியினர் வசிக்கின்றனர்.

கிழக்கு பிராந்தியம்: நாகாலாந்தின் பழங்குடியினர் மாநிலத்தின் அனைத்து மக்கள்தொகையிலும் கணிசமான அளவில் உள்ளனர். இக்குலங்களில் வாழ்க்கை முறையின் மிகப்பெரிய பகுதிகளில் ஒன்று, பழங்குடியினர் பழக்கவழக்கங்கள், மொழி மற்றும் ஆடைகள் என ஒவ்வொரு குலத்தாரையும் வேறுபடுத்துகிறது. நாகாலாந்தின் குலங்களுக்கு அவற்றின் சொந்த மொழி உள்ளது. மேலும், பல்வேறு குலங்கள் சீன-திபெத்திய மொழி குடும்பத்துடன் ஒரு இடத்தைக் கொண்ட 60 வெவ்வேறு மொழிகளைப் பற்றி பேசுகின்றன.

தெற்கு பிராந்தியம்: கோவாவின் குலங்கள் மாநிலத்தின் சமூக பாரம்பரியத்தின் ஒரு முக்கிய பகுதியாகும். கோவாவின் மூதாதையர் குழு அவர்களின் பழங்கால மற்றும் பூர்வீக வாழ்க்கை முறைகள், பாரம்பரிய நடைமுறைகள், பழக்கவழக்கங்கள் மற்றும் வாழ்க்கை முறையை எவ்வாறு நடத்த வேண்டும் என்பதைக் கண்டறிந்துள்ளது. முழுமையான மக்கள் தொகையில் 0.04 சதவிகிதத்தை பதிவு செய்யும் குறைந்தபட்ச பழங்குடியினர் கோவாவில் உள்ளனர்.

பழங்குடியினரின் புவியியல் விநியோகம்:

பூமியில் அதிக எண்ணிக்கையிலான குலங்களில் இந்தியாவில் உள்ளது. மூதாதையர்கள் தங்கள் சொந்த பண்புகளைக் கொண்டுள்ளனர். அவர்கள் இயல்பான இந்திய மக்கள்தொகையிலிருந்து குணாதிசயம்

மற்றும் தன்மை கலாச்சார பழக்கவழக்கங்களில் வேறுபடுகிறார்கள். மகாராஷ்டிரா மற்றும் ஒரிசா பிரதேசங்கள் இந்தியாவில் அதிக எண்ணிக்கையிலான குலங்களைப் பகிர்ந்து கொள்கின்றன. இந்தியாவில் குறிப்பிடத்தக்க குலங்கள் கோண்ட்ஸ், பில்ஸ், சாண்டல்ஸ், ஓரான்ஸ் மற்றும் மினாக்கள். அவர்கள் நகரங்களிலும், மலைப் பிரதேசங்களிலும் வாழ்கிறார்கள்.

வடகிழக்கு மண்டலம்: இது கிழக்கு காஷ்மீர், கிழக்கு பஞ்சாப், இமாச்சலப் பிரதேசம், வடக்கு உத்தரப் பிரதேசம், அசாம், சிக்கிம், மேகாலயா மற்றும் நாகாலாந்து போன்ற மாநிலங்களை உள்ளடக்கியது.

மாநிலம்	**பழங்குடியினர்**
காஷ்மீர்	சிப்பி, பேடா, பால்டி, போட், சாங்கா
இமாச்சலப் பிரதேசம்	காடி, கனரா, லம்பா, குஜ்ஜார், லாஹுலா
உத்தரப் பிரதேசம்	போடியா, பூஸ்கா, ஜான்சாரி, ராஜி, தாரு
ராஜஸ்தான்	பில், மினா, கோலி, டாமோர், டாங்கா
சிக்கிம்	பூட்டியா, ஷெர்பா, லெப்சா, திபெத்தியன்
அருணாச்சல பிரதேசம்	குக்கி, கச்சாரி, மிகிர், கரோ
மிசோரம்	சக்மா, டிமாசா, கரோ

மத்திய மண்டலம்: இது பெங்கால் பீகார், மத்திய பிரதேசம், தெற்கு ராஜஸ்தான் மற்றும் தெற்கு உத்தரபிரதேசம் போன்ற மாநிலங்களை உள்ளடக்கியது.

மாநிலம்	**பழங்குடியினர்**
ஜார்க்கண்ட்	பைகா, அசுரா, பிர்ஹோர், கோண்ட், பூமிஜ், பரஹாரியா, சந்தல்
சட்டிஸ்கர்	கோண்ட்ஸ், அபுஜ் மரியா, பைசன் ஹார்ன் மரியா, முரியா, ஹல்பா
மத்திய பிரதேசம்	கோல்ஸ், பைகா, கோண்ட்ஸ், ஓரோன்ஸ், கமராஸ்

தெற்கு மண்டலம்: இது ஆந்திரா, கர்நாடகா, தமிழ்நாடு மற்றும் கேரளா மாநிலத்தை உள்ளடக்கியது.

மாநிலம்	பழங்குடியினர்
கர்நாடகா	அடியான், குடியா, கோயா, மலைக்குடா, கொரக
தமிழ்நாடு	தோடர், கோடா, குரும்பாஸ், மலையாளி, இருளர், பனியன், காட்டு நாயகன், கொண்டா, ரெட்டி மற்றும் பல
ஆந்திர பிரதேசம்	கடபாஸ், செஞ்சுஸ், கோண்ட்

பழங்குடியினர் பயன்படுத்தும் உடை: ஒவ்வொரு மூதாதையர் உள்ளூர் பகுதியும் தனித்தனியான வாழ்க்கை முறையைக் கொண்டுள்ளனர், மேலும் இவர்கள் உடை, அலங்காரம், வீடுகள் கட்டும் திறன் மற்றும் அவர்களின் வாழ்க்கை முறைகளில் வேறுபடுகின்றனர். குலங்களைப் பொறுத்தவரை, ஆடை என்பது ஒரு சமூகத் தேவை ஆகும். ஒரு குறிப்பிட்ட குலத்தில் பிறப்பு முதல் முதிர்ந்த வயது வரையிலான ஆடைகள் மிகப்பெரிய வகைப்படுத்தலைக் கொண்டுள்ளன. பழங்குடியினர் கொண்டாட்டங்கள் மற்றும் விழாக்களின் நேரத்தில் தனித்தனி ஆடைகளை அணிகின்றனர், ஆடையின் பயன்பாட்டை மிக பெரிதாக கருதுகின்றனர்.

பழங்குடியினரின் உணவு முறை: ஏராளமான மூதையார்கள் விவசாயம், அரிசியை உருவாக்குதல் அல்லது தினை வகைப்படுத்தல், மற்றும் சில பச்சை பசுமையான காய்கறிகள் உள்ளிட்ட பல்வேறு உணவுகளை சார்ந்தே வாழ்கின்றனர். இவர்களின் உணவுப் பழக்கவழக்கங்கள் பிற தொடர்புடைய வாழ்க்கை முறைகளை பின்பற்றி வருகின்றனர். மரம் மற்றும் கடலோர ஆக்கிரமிப்பாளர்கள் நிலத்தையும், கடல் உயிரினங்களையும், பறவைகளையும் சார்ந்தே வாழ்கின்றனர். நாக குலங்கள் கோழிகள், பூனைகள், மீன், பூச்சிகள், பறவைகள் மற்றும் நண்டுகளை சாப்பிடுகின்றனர்.

அரிசி: அரிசி மூதாதையார்களின் பிரதான உணவு. அரிசியின் மிகவும் பிரபலமான வகை ஜோஹா அல்லது வாசனை அரிசி.

இறைச்சி: பன்றி இறைச்சி, மாட்டிறைச்சி, மட்டன், கோழி, வாத்து, புறா, வெனிசன், ஸ்குவாப்.

மீன்: ஹாட்ஷாட்கள் ரோஹு, ஹில்சா; சிதல், கோரியா மற்றும் பல

கீரைகள் மற்றும் காய்கறிகள்: வடகிழக்கு சுற்றுவட்டாரங்கள் தாவரங்களில் வளமானவை, மற்றும் சாக் என்று அழைக்கப்படும் பச்சை பசுமையான காய்கறிகளை உட்கொள்கின்றனர்.

5. தென் இந்தியாவில் பழங்குடிகள்

1. தமிழ்நாடு:

தமிழ்நாடு என்பது உண்மையில் தமிழர்களின் நிலம் என்று அழைக்கப்படுகிறது. இது தென்னிந்தியாவில் உள்ள ஒரு மாநிலம். அதன் தலைநகரம் சென்னை. வடக்கில் கிழக்குத் தொடர்ச்சி மலைகள், நீலகிரி மலைகள், மேகமலை மலைகள் மற்றும் மேற்கில் கேரளா, கிழக்கில் வங்காள விரிகுடா, தென்கிழக்கில் மன்னார் வளைகுடா மற்றும் பால்க் ஜலசந்தியால் சூழப்பட்டுள்ளது. இப்பகுதியை மூன்று முடி சூட்டப்பட்ட ஆட்சியாளர்கள் சேர, சோழ மற்றும் பாண்டியன் உட்பட பல ஆட்சிகளால் ஆளப்பட்டது. இது இப்பகுதியின் உணவு, கலாச்சாரம் மற்றும் கட்டிடக்கலை ஆகியவற்றை வடிவமைக்கிறது.

தமிழ்நாடு இந்தியாவின் ஆறாவது அதிக மக்கள்தொகை கொண்ட மாநிலமாகும். இது பாரம்பரிய இசை மற்றும் இந்தியாவின் கலாச்சாரத்தை குறிக்கும் பரத நாட்டியத்திற்கு பெயர் பெற்றது. இந்தியாவிலேயே தமிழ்நாடு மிகவும் மதிப்புமிக்க கோயிலைக் கொண்டிருப்பதால், அது கோயில்களின் பூமி என்று கூறப்படுகிறது.

தமிழ்நாடு மாநிலத்தில் உள்ள பழங்குடியினர்கள்: அடியன், அரணடன், ஏரவல்லன், இருளர், காதர், கணிகர், கோடஸ், தோடாஸ், குருமன்ஸ் மற்றும் மலையாளி.

தமிழ்நாட்டில் பெரும்பான்மையான மக்கள் தமிழ் பேசுகிறார்கள், எனவே இது மாநிலத்தின் அலுவல் மொழியாகவும் உள்ளது. தமிழ் ஆட்சி மொழி தமிழ்நாட்டில் மட்டுமல்ல சிங்கப்பூர், மலேசியா மற்றும் இலங்கையிலும் ஆட்சி மொழியாக அமல்படுத்த பட்டுள்ளது. சில நேரங்களில் தமிழ் தவிர்த்து ஆங்கிலம் மொழிகளும் பரவலாகப் பேசப்படுகின்றன.

பொருளாதாரம்: தமிழகத்தின் பொருளாதாரம் நமது நாட்டின் மிகவும் நம்பகமான, நிலையான மற்றும் வளரும் ஒன்றாகும். பொருளாதார வளர்ச்சியைப் பெருமைப்படுத்துவதற்கும், மாநிலத்தின் தொழில் வளர்ச்சியை மேம்படுத்துவதற்கும் தேவையான அனைத்து உள்கட்டமைப்பு ஆதரவையும் கொண்டுள்ளது. மேலும் தமிழ்நாடு விவசாய உற்பத்தி மற்றும் தொழில்துறை வளர்ச்சிக்கு இடையே சரியான சமநிலையை பராமரித்து வருகிறது. தமிழகத்தின் பெரும்பாலான மக்கள் விவசாயத்தை நம்பியுள்ளனர். விவசாய உற்பத்தித்திறனை அதிகரிக்கவும், பயிர்களின் தரத்தை மேம்படுத்தவும்

விவசாயிகள் தொழில்நுட்ப உதவியுடன் கூடிய முறைகளைப் பயன்படுத்துகின்றனர்.

கலாச்சாரம்: தமிழக மக்கள் ஒரு சிறந்த, வசதியான வாழ்க்கை முறையை வாழ்கின்றனர், மேலும் அவர்களின் கலை மற்றும் கலாச்சாரம் ஆழமாக கடைபிடிக்கப்படுகிறது. தமிழக மக்கள் தங்கள் கலாசசாரத்தின் இனத்தை செயல்பாடுகளை புரிந்துகொண்டு சடங்குகள் மற்றும் மரபுகளை கடைபிடிக்கின்றனர். இதனால் பழங்குடிகளின் கலாச்சாரம் அழியாமல் பாதுகாக்கபடுகிறது.

உணவு: தென்னிந்திய உணவு அதன் சுவை மற்றும் தனித்துவமான மசாலா கலவைக்காக மிகவும் பிரபலமானது. தமிழ்நாட்டு உணவு வகைகள் இனிப்பு, காரமான, புளிப்பு மற்றும் கசப்பான சுவைகளின் சரியான கலவையாகும். அரிசி தமிழ்நாட்டின் முக்கிய உணவு. இட்லி, தோசை, மற்றும் ஊத்தப்பம் போன்றவற்றுடன் சாம்பாருடன் கூடிய உணவு பிரபலமாக வாழை இலையில் பரிமாறப்படுகிறது. இதில் சிறப்பு மசாலாக்கள் கலக்கப்பட்டு சமையலில் பயன்படுத்தப்படுகின்றன. கறிவேப்பிலை, கடுகு, தேங்காய் போன்ற பல்வேறு மசாலாப் பொருட்களுடன் பயன்படுத்துவது உணவுக்கு ஒரு தனித்துவமான நறுமணத்தை சேர்க்கிறது.

உடை: தமிழக மக்களுக்கு, அவர்களின் உடை கலாச்சாரத்தின் ஒரு முக்கிய பகுதியாகும். ஏனெனில் அது அவர்களின் வளமான பாரம்பரியத்தை பிரதிபலிக்கிறது. பெண்கள் பொதுவாக புடவைகளை அணிவார்கள். அவை விரிவான, நேர்த்தியான வடிவமைப்புகள் மற்றும் துடிப்பான வண்ணங்களுக்கு பெயர் பெற்றவை. கஞ்சீவரம் புடவை மாநிலத்தில் மிகவும் பிரபலமான புடவையாகும். இளம்பெண்கள் பொதுவாக அரை சேலையை அணிவார்கள். அதில் ரவிக்கை, முழு நீள பாவாடை மற்றும் தாவானி எனப்படும் சால்வை ஆகியவை அடங்கும்.

ஆண்கள் ஒரு லுங்கி மற்றும் சட்டையை அங்கவஸ்திரத்துடன் அணிவார்கள். லுங்கி என்பது இடுப்பு முழுவதும் கட்டப்பட்ட ஒரு செவ்வக பருத்தி துணி, மற்றும் அங்கவஸ்த்திரா என்பது தோள்களில் சுற்றப்பட்ட துணி.

நடனம் மற்றும் இசை: தமிழ் இசை பல ஆண்டுகளாக வளர்ந்து வருகிறது. இசையின் மிக முக்கியமான வடிவம் கர்நாடக இசை ஆகும். இது இசையின் நுணுக்கத்தை புரிந்து கொள்ளக்கூடிய

உயரடுக்கிற்கு மட்டுமே கருதப்படுகிறது. பரதநாட்டியம் தமிழ்நாட்டின் அதிகாரப்பூர்வ நடன வடிவமாகும். உடல் பாகங்கள் மற்றும் வெளிப்பாடுகளின் நுட்பமான நகர்வுகளுடன் இது ஒரு சிக்கலான நடன வடிவம். பராய், கரகாட்டம், மற்றும் குத்து போன்ற வேறு சில நாட்டுப்புற நடனங்களும் பழங்குடி மக்கள் உட்பட உள்ளூர் மக்களால் நிகழ்த்தப்படுகின்றன.

ஆபரணங்கள்: தமிழ்நாட்டில், நகைகள் ஒரு பாரம்பரியமாக அணியப்படுகின்றன. ஒவ்வொருவரும் சில ஆபரணம் அல்லது ஒட்டரை அணிந்துள்ளனர். இந்த பிராந்தியத்தின் பழங்கால நகைகளை உருவாக்கும் பாரம்பரியம் மிக உயர்ந்த சிறப்பையும், வேலைப்பாடுகளையும் பற்றி பேசுகிறது. தங்கம் நல்லதாக கருதப்படுகிறது மற்றும் ஆரோக்கியத்திற்கு நல்லது. இது பாதங்களைத் தவிர உடலின் ஒவ்வொரு பாகத்திற்கும் ஆபரணங்களாகச் செய்யப்படுகின்றன. அங்கு அது கடவுள்கள் மற்றும் அரசர்களால் மட்டுமே அணியப்படுகிறது. கற்களால் அமைக்கப்பட்ட மற்றும் தலைசாமன் என அழைக்கப்படும் பாரம்பரிய திருமண நகைகள், தேவதாசி/கோவில் நடனக் கலைஞர்களால் தலை மற்றும் முடியில் அணியப்படுகின்றன. எனவே அவை கோவில் நகைகள் என்று அழைக்கப்படுகின்றன.

திருவிழாக்கள்: தமிழ்நாடு அதன் அற்புதமான பண்டிகைகளுக்கு பெயர் பெற்றது. தமிழகத்தின் பல்வேறு பகுதிகளில் ஆண்டு முழுவதும் பல்வேறு வண்ணமயமான விழாக்கள் கொண்டாடப்படுகின்றன. தமிழகத்தில் கொண்டாடப்படும் ஒவ்வொரு பண்டிகையும் தீவிரமாக எடுத்துக்கொள்ளப்பட்டு சிறப்பான முறையில் கொண்டாடப்படுகிறது. இதில் மக்கள் ஒன்றுகூடி, ஒருவருக்கொருவர் வீடுகளுக்குச் சென்று, ரங்கோலி வரைந்து புதிய ஆடைகளை அணிவார்கள். தமிழகத்தின் சில பண்டிகைகள் இங்கே.

பொங்கல்: இது தமிழக மக்களால் கொண்டாடப்படும் மிக முக்கியமான அறுவடை விழா. 4 நாட்கள் நீடிக்கும் மற்றும் பொதுவாக ஜனவரி 13 ஆம் தேதி முதல் 16 ஆம் தேதி வரை கொண்டாடப்படுகிறது. இந்த விழா சூரியனுக்கு அல்லது விவசாயத்திற்கு ஆற்றலை வழங்கியதற்கு நன்றி தெரிவிப்பதற்காக கொண்டாடப்படுகிறது. சூரியனின் கடவுளுக்கு அஞ்சலி செலுத்தும் வகையில் மக்கள் பருவத்தின் முதல் அரிசியை கொதிக்க வைக்கிறார்கள். பொங்கல் என்பது தெற்கில் மிகவும் பிரபலமான ஒரு உணவின் பெயராகும்.

முதல் நாள் போகி என்று அழைக்கப்படுகிறது. இது முக்கியமாக விவசாயிகளுக்கு மழையை வழங்கும் இந்திரனை வணங்குவது. மேலும் இந்த நாளில் மக்கள் பழைய ஒன்றை அகற்றிவிட்டு, புதிய தொடக்கத்தின் அடையாளமாக புதிய ஒன்றைப் பெறுகிறார்கள். விடியற்காலையில் அகற்றப்பட்ட அனைத்தும் நெருப்பில் எரிக்கப்படுகின்றன.

தை பொங்கல் இரண்டாவது நாளில் வருகிறது. அனைத்து மக்களும் பாரம்பரிய ஆடைகளை அணிவார்கள். இந்த நாளில், கணவனும் மனைவியும் பூஜைக்கு பயன்படுத்திய சில பாத்திரங்களை தூக்கி எறிவார்கள். மாட்டுப் பொங்கல், திருவிழாவின் மூன்றாம் நாள் முக்கியமாக பசுக்களுக்கு. அவர்களுக்கு பொங்கல் மற்றும் பிற உணவுகள் வழங்கப்பட்டு வழிபடப்படுகிறது.

கடைசி நாள் கண்ணும் பொங்கல் என்று அழைக்கப்படுகிறது. இந்த நாளில் பெண்கள் மஞ்சள் இலையை வைத்து அதில் பல்வேறு மீதமுள்ள மற்றும் அரிசியை நிரப்பி தங்கள் குடும்பம் செழிக்க பிரார்த்தனை செய்கிறார்கள்.

தமிழ் புத்தாண்டு தினம்: தமிழ் புத்தாண்டு நாள்காட்டியின் முதல் மாதமான ஏப்ரல் நடுப்பகுதியில் வருகிறது. இந்த மாதத்தில், மா மரங்களில் மாம்பழங்கள் தொங்குவதையும், வேப்ப மரத்தில் பூக்கள் பூப்பதையும் காணலாம். மக்கள் செழிப்பைக் காட்ட இந்த இரண்டு பொருட்களுடன் இந்த நாளைக் கொண்டாடுகிறார்கள். மக்கள் புதிய ஆடைகளை அணிந்து, சுவையான உணவை சாப்பிடுகிறார்கள். அதில் ஒன்று மாங்கா பச்சை, மாம்பழம், வெல்லம் மற்றும் வேம்பு பூக்களால் செய்யப்பட்ட இனிப்பு மற்றும் புளிப்பு உணவாகும்.

தைப்பூசம்: இந்த விழா தமிழ் நாட்காட்டியில் தாய் மாதத்தில் ஒரு பௌர்ணமி நாளில் கொண்டாடப்படுகிறது. சிவபெருமானின் இளைய மகன் சுப்பிரமணியரின் பிறந்த நாளைக் கொண்டாடுகிறது. மிகுந்த நம்பிக்கையுள்ள மக்கள் தங்கள் சபதங்களை நிறைவேற்றும் நாள் இது. அவர்கள் இறைவனிடம் உதவிக்காக பிரார்த்தனை செய்கிறார்கள்.

மகாமக விழா: இது தமிழ்நாட்டில் 12 ஆண்டுகளுக்கு ஒரு முறை கும்பகோணம் என்ற சிறிய நகரத்தில் கொண்டாடப்படும் விழாவாகும். இந்த நாளில், நாடு முழுவதிலுமிருந்து மக்கள் புகழ்பெற்ற 'மகாமகத் தொட்டியில்' நீராட வருவார்கள். பிப்ரவரி முதல் மார்ச்

வரையிலான தமிழ் நாட்காட்டியில் மாசி மாதத்தில் நிகழ்கிறது. பன்னிரண்டு ஆண்டுகளுக்கு ஒரு முறை வியாழன் நட்சத்திர மண்டலத்தில் சிம்ம ராசியில் நுழையும் போது இந்த பிரம்மாண்ட விழா கொண்டாடப்படுகிறது. இது உங்கள் பாவங்களைக் கழுவுவதாக நம்பப்படும் ஒரு குளியல் ஆகும்.

கார்த்திகை தீபம்: இது 'விளக்குகளின் திருவிழா' என்று அழைக்கப்படுகிறது. தமிழ் நாட்காட்டியின்படி கார்த்திகை மாதத்தில் (நவம்பர் முதல் டிசம்பர் நடுப்பகுதி வரை) வருகிறது. சந்திரன் கார்த்திகை நட்சத்திரத்துடன் இணையும் நாளில் இது நிகழ்கிறது. இந்த பண்டிகையின் முக்கிய யோசனை என்னவென்றால், கெட்ட விஷயங்களை வாழ்க்கையிலிருந்து விலக்கி நல்லவற்றை வரவேற்பது. சிவபெருமான் திருவண்ணாமலை மலைகளில் தோன்றினார் என்று மக்கள் நம்புகிறார்கள். மலை உச்சியில் ஒரு பெரிய நெருப்பை ஏற்றி இதை அடையாளப்படுத்துகிறார்கள்.

கலை மற்றும் கைவினை: கட்டிடக்கலை பிரம்மாண்டத்தையும், அந்தக் காலத்தின் கலாச்சார செழிப்பையும் சாட்சியமளிக்கும் ஏராளமான நினைவுச்சின்னங்கள் இங்கு உள்ளன. புனித தெய்வங்களை சித்தரிக்கும் மரியாதைக்குரிய மற்றும் பாரம்பரிய கலை வடிவம் அரை விலைமதிப்பற்ற கற்கள், முத்துக்கள், கண்ணாடி துண்டுகள், தங்கம் மற்றும் வண்ணமயமான வண்ணங்களில் அலங்கரிக்கப்பட்டுள்ளது.

ஓவியங்கள்: தஞ்சை ஓவியங்கள் இந்தியாவின் வளமான கலாச்சார பாரம்பரியத்தின் அடையாளமாகும். தங்கத்தால் அலங்கரிக்கப்பட்ட துடிப்பான நிழல்களில் வர்ணம் பூசப்பட்டு, அவை மரம், மைக்கா அல்லது தந்தத்தின் மேற்பரப்பில் செய்யப்பட்ட உலகின் தலைசிறந்த படைப்புகளை உருவாக்குகின்றன.

மரக்கலம்: மரக்கட்டை என்பது தமிழ்நாட்டில் வளர்ந்து வரும் வருமானம் தரும் தொழில். ஒரு காலத்தில் திறமையான கைவினைஞர்கள் தங்கள் வாழ்வாதாரத்தை சம்பாதிக்க பண்டைய மன்னர்களின் ஆதரவை நம்பியிருந்தனர். அப்போது அவர்கள் மரக்கட்டைகளை வைத்து சிறு சிறு பொருட்களை செய்து விற்க ஆரம்பித்தனர். அதில் அவர்களுக்கு நல்ல வருவாயும் கிடைத்தது. அதன் காரணமாக அவர்களின் திறமையை வளர்த்துக் கொண்டு அவர்களுக்கென்று சுயமாக ஒரு தொழிலை நடத்தினர்.

மட்பாண்டம்: தொல்பொருள் ஆராய்ச்சியாளர்கள் தென்னிந்திய மட்பாண்டங்களின் நினைவுச்சின்னங்களை தோண்டியுள்ளனர். அவை முக்கியமாக பழுப்பு நிறத்தில் வரையப்பட்ட டெரகோட்டா அச்சுகளால் ஆனவை. பழங்கால மட்பாண்டங்கள் நாட்டின் பாரம்பரியத்தையும், பண்டைய மக்களின் நுட்பத்தையும் மற்றும் கலாச்சார செம்மையையும் பிரதிபலிக்கின்றன.

2. ஆந்திரா பிரதேசம்:

ஆந்திர பிரதேசம் என்பது இந்திய குடியரசில் உள்ள ஒரு மாநிலமாகும். ஆந்திர பிரதேசம் சில நேரங்களில் "இந்தியாவின் அரிசி கிண்ணம்" என்றும் அழைக்கப்படுகிறது, ஏனெனில் கடற்கரை முன் வயல்களில் அரிசி அல்லது நெல் நிரப்பப்படுகிறது. ஆந்திராவின் மொத்த தேசிய உற்பத்தி (GDP) 123,560 (அதிக எண்ணிக்கையிலான அமெரிக்க டாலர்களில்) உள்ளது. இது மகாராஷ்டிரா மற்றும் உத்தரபிரதேசத்திற்கு அடுத்தபடியாக, இந்தியாவின் மொத்த உள்நாட்டு உற்பத்தியில் மூன்றாவது பெரிய மாநிலமாக உள்ளது.

ஆந்திர பிரதேச மாநிலத்தில் உள்ள பழங்குடியினர்கள்: ஆந்த், சாது அந்த், பகத, பில், செஞ்சுஸ் (செஞ்சவார்), கடபாஸ், கோண்ட், கவுண்டு, ஜடபுஸ், கம்மாரா, காட்டுநாயகன், கோலவார், கோலம், கொண்டா, மன்னா தோரா, பர்தன், ரோனா, சவரஸ், டப்பா எருக்குலா, நக்கலா, துலியா, தொட்டி, சுகாலிஸ், பஞ்சாரா, கொண்டாரெட்டிஸ், கோயா, முக தோரா, வால்மீகி, யெனாடிகள், சுகாலிஸ், மற்றும் லம்பாடிஸ்.

தொழில்: ஆந்திரா மக்களின் தொழில் விவசாயமாகும். பெரும்பாலான ஆந்திரா மக்கள் விவசாய வணிகத்தால் ஆக்கிரமிக்கப்பட்டுள்ளன. அவர்களில் பெரும் எண்ணிக்கையானவர்கள் நிலமற்ற தினக்கூலி தொழிலாளர்கள் ஆவர். வனப்பகுதிகளில் இருந்து கிண்டிலிங்கைக் கொண்டு வந்து காட்டுத் தேனீக்களின் தேன்களை சேகரிக்கிறார்கள். மேலும், அவர்கள் சிறந்த காவலர்களை உருவாக்குகிறார்கள்.

கலாச்சாரம்: இக்ஷ்வாகுஸ், பல்லவர்கள், சாளுக்கியர்கள், ககாத்தியாஸ், விஜயநகர் மற்றும் முகலாயர்கள் போன்ற சில நம்பமுடியாத நிர்வாகங்கள் இப்பகுதியை ஆளுகின்றன என்ற அடிப்படையில் பல சமூகங்களின் கலவை ஆந்திராவின் இன்றைய கலாச்சாரத்தை வடிவமைத்துள்ளது. இதுபோன்ற எண்ணற்ற ஆட்சியாளர்கள் மற்றும் வரிகளின் குறிப்பால் ஆந்திராவின்

கலாச்சாரம் வளமாகவும் கற்பனையாகவும் மாறியது. மேலும், ஆந்த் பழங்குடியினர் பிற தனிநபர்களுடன் நல்லிணக்கத்துடனும், ஒற்றுமையுடனும் வாழ்கின்றனர்.

மொழி: ஆந்திரா மக்களின் அதிகாரப்பூர்வ மொழி தெலுங்கு. இதில் 85 சதவீதத்திற்கும் அதிகமான மக்கள் தெலுங்கு பேசுகின்றனர். தென் பிராந்தியத்தில் தமிழ் பேசப்படுகிறது. மேலும் கர்நாடக எல்லையில் கன்னட மொழி பேசுபவர்களும் உள்ளனர். சர்வதேச அளவில் உணரப்பட்ட மொழி ஆந்திரா மக்களின் கலாச்சாரம் மற்றும் தனிநபர்களுக்கு அதன் முக்கியத்துவத்தை வெளிப்படுத்துகிறது.

உணவு: அரிசி என்பது ஆந்திராவின் முக்கிய உணவுப் பொருள். சாம்பார் அல்லது பல்வேறு வகையான பருப்பு மற்றும் காய்கறிகளை பயன்படுத்துகிறார்கள். பண்டார் லட்டு, புளியோகரே, பேசரட்டு, கோங்குரா சட்னி, பாகரா பைங்கன், புளுசு, பப்பு சாறு, அரிசா, அவகயா, ஜொன்ன குடு மற்றும் பிரியாணி ஆகியவை நன்கு அறியப்பட்ட ஆந்திரா உணவுகளின் ஒரு பகுதியாகும்.

உடை: ஆந்திரா மக்கள் பழங்காலத்தில் நெசவு, மற்றும் அச்சிடும் கலையை வளர்த்தனர். மக்கள் தங்கள் பாரம்பரியத்திற்கு ஏற்ப ஆடைகளைத் தேர்வு செய்கிறார்கள். அதனால் ஆந்திரப் பெண்கள் புடவை மற்றும் ரவிக்கை போன்ற பாரம்பரிய ஆடைகளை அணிய விரும்புகிறார்கள். ஆண்கள் தோத்தி மற்றும் குர்தா அணிவார்கள். மேலும், பருத்தி மற்றும் பட்டு ஜவுளிகளுக்கு ஆந்திரா ஆடை பிரபலமானது.

ஆபரணங்கள்: இந்திய பழங்குடியின நகைகளை வடிவமைப்பதில் ஆந்திரா கணிசமாக பாராட்டப்பட்டுள்ளது. குதிரைகள் மற்றும் யானைகளில் நகைகள் காணப்படுகின்றன, அவை கடவுளின் வெளிப்பாட்டில் ஒரு சடங்கு தொனியைக் குறிக்கின்றன. ஆந்திரப் பிரதேசத்தின் பழங்குடி நகைகளைத் தயாரிக்கப் பயன்படுத்தப்படும் மிக முக்கியமான உலோகங்களில் ஒன்று வெள்ளி. இங்கு வெள்ளி மிகுதியாக பயன்படுத்தப்படுகிறது மற்றும் அனைத்து பழங்குடி பெண்களும் வெள்ளி நகைகளை பெருமை மற்றும் மரியாதையுடன் பயன்படுத்துகின்றனர்.

கொண்டாட்டங்கள்: ஆந்திரா ஒரு வண்ணமயமான மற்றும் சுவாரஸ்யமான கலாச்சாரக் கூறுகளைக் கொண்டுள்ளது. ஒரு குறிப்பிட்ட ஊர் அல்லது நகரத்தில் பிரம்மாண்டமாக

கொண்டாடப்படும் பண்டிகைகள் நிறைய உள்ளன, அவற்றை பற்றி கீழே தெளிவாக காண்போம்.

சங்கராந்தி: இது ஜனவரி மாதம் அறுவடை விழாவாக கொண்டாடப்படுகிறது. மேலும் நாட்டின் பல்வேறு பகுதிகளில் வெவ்வேறு பெயரிலும் கொண்டாடப்படுகிறது.

உகாதி: இது தெலுங்கு புத்தாண்டு, ஏப்ரல் மாதம் கொண்டாடப்படுகிறது.

விநாயகர் சதுர்த்தி: இந்த விழா ஆகஸ்ட் அல்லது செப்டம்பரில் கொண்டாடப்படுகிறது. மக்கள் கணேஷின் சிறிய சிலைகளை உருவாக்கி, அதை சில நாட்கள் வழிபட்டு பின்னர் நீர்நிலைகளில் கரைக்கிறார்கள்.

மகா சிவராத்திரி: இந்த திருவிழா மார்ச் 13 அல்லது 14 அன்று வருகிறது. இது சிவபெருமான் என்னும் கடவுளுக்கு அர்ப்பணிக்கப்பட்டுள்ளது. மக்கள் விரதம் மற்றும் தூக்கம் இல்லாமல் இப்பண்டிகையை கொண்டாடுகிறார்கள்.

தீபாவளி: இது ஒரு வண்ணமயமான திருவிழா. இந்த விழாவின் போது பல்வேறு இடங்களில் நிறைய கண்காட்சிகள் நடத்தப்படும். மேலும், பண்டிகை நவம்பர் மாதத்தில் கொண்டாடப்படுகிறது.

டெக்கான் விழா: டெக்கான் ஐதராபாத் போன்ற பல முக்கிய இடங்களில் கொண்டாடப்படும் ஒரு கலாச்சார விழாவாகும். திருவிழாவின் போது நிறைய உள்ளூர் கண்காட்சிகள் நடத்தப்படுகிறது.

ராயலசீமா உணவு மற்றும் நடன விழா: அக்டோபரில் நடக்கும் உள்ளூர் விழா இது. திருவிழாவின் பெயர் குறிப்பிடுவது போல இந்த விழா ராயலசீமா பகுதியில் கொண்டாடப்படுகிறது.

விசாகா: ஜனவரி நடுப்பகுதியில் கொண்டாடப்படுகிறது. திருவிழாவின் போது ஒரு பெரிய கண்காட்சி நடத்தப்படும். கலாச்சார நிகழ்ச்சிகள், விளையாட்டு மற்றும் பிற கொண்டாட்டங்களை அனுபவிக்க பல்வேறு பகுதிகளில் இருந்து மக்கள் கண்காட்சியை கொண்டாட வருகிறார்கள்.

கலை மற்றும் கைவினை: இந்திய கலை மற்றும் கைவினைப்பொருட்கள் உலகம் முழுவதும் தங்களுக்கென்று ஒரு தனித்துவத்தை ஏற்படுத்தியுள்ளன. பழங்கால திறமைகள்

கைவினைஞர்களால் அவர்களின் முன்னோர்களிடமிருந்து கற்றுக் கொள்ளப்பட்டது. இன்றும் அது பலவிதமான தயாரிப்புகளில் தன்னை வெளிப்படுத்துகிறது. தெற்கில் உள்ள ஆந்திரா பல கலை மற்றும் கைவினைப்பொருட்களில் தன்னை ஆதரித்துள்ளது. இது மில்லியன் கணக்கானவர்களை ஈர்ப்பது மட்டுமல்லாமல், கைவினைஞர்களுக்கு ஒழுக்கமான வாழ்வாதாரத்தை சம்பாதித்து தருகிறது.

1. **கொண்டப்பள்ளி**: கலை மற்றும் கைவினைப்பொருட்கள் பெரியவர்கள் மற்றும் குழந்தைகளிடையே பிரபலமாக இருந்ததால், அது கொண்டப்பள்ளி பொம்மைகள் என்று அழைக்கப்படுகிறது. கொண்டப்பள்ளி பொம்மைகள் இலகு எடை கொண்ட மர பொம்மைகள் ஆகும். இந்த பொம்மைகளை உருவாக்க மென்மையான பொனிகி மரம் பயன்படுத்தப்படுகிறது, இது அன்றாட காட்சிகள், தெய்வங்களின் உருவங்கள், விலங்குகள், பறவைகள் மற்றும் புராண கதாபாத்திரங்களை சித்தரிக்கிறது.

2. **அலங்கார கை வளைந்த சரிகை**: அலங்கார கையால் செய்யப்பட்ட சரிகை வேலை சமகால கைவினைப் பொருட்களில் ஒன்றாக கருதப்படுகிறது. சரிகை வேலைகள் வெவ்வேறு அளவுகளில் வரும் எஃகு குக்கீ ஊசிகளின் உதவியுடன் நெய்யப்பட்ட மெல்லிய நூல்களால் செய்யப்படுகின்றன. டைனிங் பாய்களை வடிவமைக்க சரிகை பரவலாக பயன்படுத்தப்படுகிறது. பெட்ஷீட்கள், தலையணை கவர்கள், டெலிபோன் கவர்கள், சுவர் ஹேங்கிங்ஸ், டிரஸ்ஸிங் டேபிள் மற்றும் திரைச்சீலைகள் ஆகியவற்றை அழகுபடுத்தவும் இது பயன்படுத்தப்படுகிறது.

3. **கலம்கரி ஓவியங்கள்**: அழகிய வடிவங்களில், கலம்கரி எப்போதும் கலை மற்றும் கைவினைப் பிரியர்களுக்கு மிகவும் பிடித்தது. கலம்கரி கைவினைப்பொருட்கள் துணிகள் அச்சிடுதல் மற்றும் ஓவியம் வரைதல் ஆகியவற்றை உள்ளடக்கியது. பாணியில் பயன்படுத்தப்படும் அனைத்து வண்ணங்கள் மற்றும் சாயங்கள் இயற்கை பொருட்களால் ஆனவை. இது பெரும்பாலும் சுவர் அலங்காரங்கள் மற்றும் ஆடைகளில் பயன்படுத்தப்படுகிறது.

4. **பித்ரி**: பித்ரி என்பது ஆந்திராவில் தயாரிக்கப்பட்ட ஒரு சிறப்பு உலோக கைவினையாகும். இந்த கைவினைப்பொருளை தயாரிக்கப் பயன்படுத்தப்படும் அடிப்படை பொருள் 6% தாமிரம்

மற்றும் 94% துத்தநாகம் கலந்த கலவையாகும். கைவினைஞரின் தீவிர சாமர்த்தியத்தையும், பொறுமையையும் பித்ரி உள்ளடக்கியுள்ளது.

5. **நிர்மல் ஓவியங்கள்:** நிர்மல் ஓவியங்களின் பாரம்பரிய கலை நக்கஷ் என்று அழைக்கப்படுகிறது. அவை காவியங்களான ராமாயணம், மகாபாரதம் மற்றும் பிற வரலாற்று புராணக் கதைகளின் காட்சிகளை சித்தரிக்கின்றன. இந்த கலை வடிவம் முகலாய ஆட்சியாளர்களிடமிருந்து பெரும் ஆதரவைப் பெற்றது. மேலும், அவர்கள் அதன் அழகால் கவரப்பட்டனர்.

3. கேரளா:

கேரளா மக்கள் தொகை அடிப்படையில் பதின்மூன்றாவது பெரிய மாநிலமாகும். இது 14 மாவட்டங்களாகப் பிரிக்கப்பட்டது. அதன் தலைநகரம் திருவனந்தபுரம் ஆகும். இந்த மாநிலம் மேற்கில் அரேபிய கடலுக்கும் கிழக்கில் மேற்கு தொடர்ச்சி மலைத்தொடருக்கும் இடையில் அமைந்துள்ளது. சுமார் 1.1 மில்லியன் மக்கள் மீன்வளத் தொழிலை நம்பியுள்ளனர். கேரளாவில் மிகக் குறைந்த நேர்மறையான மக்கள் தொகை வளர்ச்சி விகிதம் 3.44% உள்ளது.

கேரளா மாநிலத்தில் உள்ள பழங்குடியினர்கள்: அடியன், அரந்தன், ஏரவல்லன், குரும்பாஸ், மலை அரையன், மொப்லாஸ், உரலிஸ், இருளர், கணிகரன், காட்டுநாயகன், குறிச்சன் மற்றும் முத்துவான்.

மொழி: மலையாளம் மற்றும் ஆங்கிலம் இரண்டும் பரவலாக கற்பிக்கப்படும் மொழியாகும். இருப்பினும், மலையாளம் பிராந்திய மற்றும் அதிகாரப்பூர்வ மொழியாகும். அசல் திராவிடக் குடியேறிகள் பொதுவாக தமிழைத் தங்கள் மொழியாகப் பயன்படுத்துகின்றனர். 10ஆம் நூற்றாண்டில், மலையாளம் அதன் தனித்துவமான தன்மையை உருவாக்கத் தொடங்கியது. தற்போதைய மலையாளத்தில் சுமார் 53 எழுத்துக்கள் உள்ளன, அவற்றில் 20 நீண்ட/குறுகிய உயிரெழுத்துகள் மற்றும் மற்றவை மெய் எழுத்துக்கள்.

இவர்களின் முக்கிய தொழில் விவசாயம். ஆறில் ஒரு பங்கு காடு; மீதமுள்ள நிலங்களில் பெரும்பாலானவை இந்திய தரநிலைகளின்படி அதிகபட்ச செயல்திறனுடன் பயிரிடப்படுகின்றன. பிரதானமாக அரிசி சார்ந்த உணவு இன்னும் ஆதிக்கம் செலுத்துகிறது, தேயிலை, காபி, மிளகு, ஏலக்காய் மற்றும் ரப்பர் ஆகியவற்றை உயர் மலைத்தொடர் பகுதியில் பயிரிடுவதில் விவசாயிகள் அதிக கவனம்

செலுத்துகின்றனர். நெல்லுக்குப் பிறகு, தென்னை ஒரு முக்கியப் பயிர் வளர்ப்பாக பார்க்கப்படுகிறது. நெல் பயிரிடுவதற்கு இணையாக தென்னைக்கும் பரப்பளவு தேவைப்படுகிறது.

மரவள்ளிக்கிழங்கு அடுத்த முக்கியமான பயிராகும். இது பஞ்ச காலங்களில் மில்லியன் கணக்கான மக்களை பட்டினியிலிருந்து காப்பாற்றியது. ஏலக்காய், மிளகு, செஞ்சி, கிராம்பு மற்றும் இஞ்சி போன்ற மசாலாப் பொருட்கள் விவசாயிகள் உற்பத்தி செய்யும் பணப் பயிர்கள் ஆகும்.

கலாச்சாரம்: பல்வேறு சமூகங்கள், பிராந்திய கலாச்சாரங்கள் மற்றும் மொழி வேறுபாடுகளின் கலவையால் ஆன முழு கலாச்சார பன்முகத்தன்மை கொண்டது கேரளா. கேரள கலாச்சாரத்தை வெவ்வேறு வண்ண மணிகளால் செய்யப்பட்ட சங்கிலியுடன் ஒப்பிடலாம். கேரளாவின் கலாச்சார வகை அதன் தனித்துவமான புவியியல் அம்சங்களால் உருவாக்கப்பட்டது. ஏனெனில் இது அரபிக்கடல் மற்றும் மேற்கு தொடர்ச்சி மலைகளுக்கு இடையில் உள்ளது. மழைக்காடு, வெளிநாட்டு நிலங்களுடனான சமூகங்களின் நுழைவு, விவசாய பாரம்பரியம், உணவு மற்றும் கலை பாரம்பரியம், இவை அனைத்தும் கேரளாவை நிலமாக்குகிறது.

உணவு: கேரளாவின் முக்கிய உணவு சைவ மற்றும் அசைவ விருப்பங்களின் கலவையாகும். அரிசி, மீன் மற்றும் தேங்காய் ஆகியவை அனைத்து உணவுகளிலும் மிகவும் பொதுவான பொருட்கள் ஆகும். மிளகாய், கறிவேப்பிலை, கடுகு விதைகள், மஞ்சள் புளி, கருப்பு மிளகு, ஏலக்காய், கிராம்பு, இஞ்சி, இலவங்கப்பட்டை மற்றும் சாதத்துடன் சுவைகள் மேம்படுத்தப்படுகின்றன. கேரளாவின் பெரும்பாலான உணவுகளில் தேங்காயின் சுவையை அடையாளம் காண முடியும். ஏனெனில் தட்டி தேங்காய் மற்றும் அதன் பால் உணவை தடிமனாகவும், சுவையாகவும் கலப்பது சமையல் நடைமுறையாகும்.

உடை: பாரம்பரிய உடைகள் 'முண்டு' என்று அழைக்கப்படுகின்றன. உடலின் கீழ் பகுதியில், இடுப்பு முதல் கால் வரை அணியப்படுகிறது. இதை ஆண்கள் மற்றும் பெண்கள் இருவரும் அணியும்படி தயாரிக்கப்படுகிறது. இது ஒரு நீண்ட பாவாடை அல்லது தோதியை ஒத்திருக்கிறது. மேல் ஆடை பாலினம் மற்றும் வயதைப் பொறுத்து மாறுபடும். இந்த உடை கேரளா, துளுநாடு பகுதி மற்றும் மாலத்தீவுகளில் அணியப்படுகிறது.

ஆண்களின் பாரம்பரிய உடை - முண்டு அல்லது லுங்கி: கீழ் ஆடை முண்டு என்பது இடுப்பில் சுற்றப்பட்ட வெள்ளைத் துணி. இது காரா என்ற எல்லையைக் கொண்டுள்ளது. எந்த நிறத்திலும் இருக்கலாம், பெரும்பாலும் தங்கமாக இருக்கலாம். மேல் ஆடை 'மேல்முண்டு' என்று அழைக்கப்படுகிறது. இது தோள்களில் ஒரு துண்டு போல் அணியப்படுகிறது.

கேரளாவில் பெண்களின் பாரம்பரிய உடை - முண்டும் நெறியும் என்று அழைக்கப்படுகிறது. முண்டஸ் என்பது ஒரு ஜோடி உடை அவற்றில் ஒன்று உடலின் கீழ் பகுதியில் இடுப்பைச் சுற்றி அணிந்து, கணுக்கால்களை அடைகிறது. மற்றொன்று மேல் பகுதியில் ரவிக்கையுடன் ஒரு முனை இடுப்பில் கீழ் முண்டுவில் பதிக்கப்பட்டு, தரையில் விழுந்து, சேலையை ஒத்திருக்கிறது.

ஆபரணங்கள்: பாரம்பரிய ஆபரணங்கள் கேரள நகைகளின் தற்போதைய தங்க வடிவமைப்புகள் மற்றும் வடிவங்களில் கூட செல்வாக்கு செலுத்துகின்றன. காசு மாலா, பாலக்க மாலை, நாகபாத தாலி, காரிமணி மாலா, முல்லமோட்டு மாலா, மங்கா மாலா, சிறுத்தளி, அடியாள், கஷாலி, பூதாலி, ஜிம்கி போன்றவை ஒரு பசுமையான செல்வாக்காக உள்ளது. தினசரி தங்க வணிகத்தில் இது சுமார் 5% மட்டுமே இருந்தாலும், பாரம்பரிய தங்க ஆபரணங்கள் கேரள குடும்பங்களின் முக்கிய சொத்து.

மேலும் கேரளாவில் விளக்கு மாலை, எருக்கும்பூ மாலை, சரபோலி மாலா, வில்வடலா மாலா, மணி மாலா போன்ற பல வகையான கோவில் ஆபரணங்கள் தெய்வங்களின் சிலைகளை அலங்கரிப்பதற்காக புனிதமாக பாதுகாக்கப்படுகிறது.

'நெட்டி சுட்டி' என்று அழைக்கப்படும் மாங் டிக்கா இந்து மணப்பெண்களுக்கு அவசியம். இது பொதுவாக மாணிக்கங்கள் மற்றும் மரகதம் போன்ற வண்ண கற்களால் பதிக்கப்பட்டுள்ளது. வெட்டப்படாத வைரங்கள் நவீன மணப்பெண்களுக்கு மிகவும் பிடித்தமானவை.

காதணிகள் கிட்டத்தட்ட 'ஜிம்கிஸ்', 'ஜூம்காஸ்' என்றும் அழைக்கப்படுகின்றன. சில மணப்பெண்கள் முத்து, வைரம், மாணிக்கம் அல்லது மரகதத்தால் அலங்கரிக்கப்பட்ட' தோடா 'என்று அழைக்கப்படும் பரந்த காதணிகளை விரும்புகிறார்கள்.

விரிவான தங்க நாணயங்களால் செய்யப்பட்ட காசு மாலா மீண்டும் அனைத்து மதக் குழுக்களுக்கும் பொதுவானது. இருப்பினும், இந்துக்கள் தங்கள் நாணயங்களில் லட்சுமி தேவியின் உருவங்களை வைத்திருக்கிறார்கள். எனவே அதை 'லட்சுமி மாலா' அல்லது 'லட்சுமி காசு மாலா' என்று அழைக்கிறார்கள். 'பாலக்க மாலா' அல்லது இலை வடிவ நெக்லஸ் சிறப்பு பச்சை நிற கண்ணாடியால் ஆனது.

'மூனிசாமணி மாலா' மூன்று தங்கச் சங்கிலிகளால் ஒரு பதக்கத்துடன் இணைக்கப்பட்டுள்ளது. 'பூதாலி' அல்லது பூ நெக்லஸ் என்பது பூக்கள் மற்றும் இலைகளின் சிக்கலான வடிவமைப்புகளைக் கொண்ட ஒரு பிரியமான சோக்கர் ஆகும்.

மிக முக்கியமான நகைகள் 'திருமங்கல்யம்' அல்லது 'தாலி' ஆகும். ஒரு நூலில் இணைக்கப்பட்ட இலை வடிவ தாலி மணமகனின் திருமண விழாவில் மணமகளின் கழுத்தில் கட்டப்படுகிறது. இது மங்கலசூத்திரத்தைப் போன்றது.

இடுப்பு பெல்ட் அல்லது 'ஒட்டியானம்' என்பது இந்துக்களுக்கான பல்வேறு தெய்வங்களின் வடிவமைப்புகளைக் கொண்ட ஒரு தடிமனான நகை ஆகும். இது மாணிக்கங்கள், வைரங்கள் அல்லது மரகதங்களால் பெரிதும் அலங்கரிக்கப்பட்டுள்ளது.

திருவிழாக்கள்: கேரளாவில் திருவிழாக்கள் தொடர்ந்து சிறப்பாக கொண்டாடப்படுகின்றன. பண்டிகை காலங்கள் கேரளாவின் ஏராளமான கலாச்சாரம் மற்றும் பாரம்பரியத்தை மிகவும் பயனுள்ளதாக கருதுகின்றன. சமூக நிகழ்வுகள் முதல் குறிப்பிட்ட தெய்வங்களுக்கான திருவிழாக்கள் வரை, பெரும் பாரம்பரியத்தை கொண்டுள்ளது. கேரளாவின் பண்டிகைகள் நிலத்தின் ஆவி மற்றும் சாரத்தை வெளிப்படுத்துகின்றன. இந்த அனுபவங்கள் உங்கள் இதயத்தில் என்றென்றும் பதிக்கப்படும் என்றும் நம்பப்படுகிறது.

ஓணம்: மகாபலி தனது குடிமக்களைச் சந்திக்கும் நாள் ஓணமாகக் கொண்டாடப்படுகிறது. அசுரர்களின் பேரரசரான மகாபலி கேரளாவை ஆண்டதாகக் கருதப்படும். அவரது காலம் நாட்டின் வரலாற்றில் பொற்காலம் என்று நம்பப்படுகிறது. ஒரு பிரபலமான நாட்டுப்புற பாடல் அந்தக் காலத்தின் பெருமைகளை விவரிக்கிறது. மகாபலி ஆட்சி செய்தபோது, எல்லா மனிதர்களும் சமமாக இருந்தனர். புராணத்தின் பின்னால் உள்ள உண்மை எதுவாக

இருந்தாலும், ஓணம் கடந்த பல நூற்றாண்டுகளாக ஒரு பெரிய தேசிய அறுவடை விழாவாகும். இதில் அனைத்து தரப்பு மக்களும் மிகுந்த மகிழ்ச்சியுடன் பங்கேற்கிறார்கள்.

நவராத்திரி: தெய்வீக தாயான தேவிக்கு அர்ப்பணிக்கப்பட்ட நவராத்திரி, இந்தியா முழுவதும் கொண்டாடப்படுகிறது. சில இடங்களில் இது தசரா என்றும், வேறு சில இடங்களில் காளி பூஜை அல்லது சரஸ்வதி பூஜை என்றும் இன்னும் சில இடங்களில் ஆயுத பூஜை என்றும் அழைக்கப்படுகிறது. ஒன்பது நாட்களில் அஸ்வினாவின் பிரகாசமான பாதியில் அதாவது செப்டம்பர்-அக்டோபரில் கொண்டாடப்படுகிறது. நவராத்திரியின் கடைசி மூன்று நாட்கள் துர்காஷ்டமி, மகாநவமி மற்றும் விஜயதசமி என்று அழைக்கப்படுகின்றன. மேலும் அவை தேவி வழிபாட்டிற்கான மற்ற நாட்களை விட புனிதமானதாகக் கருதப்படுகிறது.

தீபாவளி: கேரளாவில், இது மலையாள மாதமான துலாம் மாதத்தில் (அக்டோபர்-நவம்பர்) அமாவாசையின் முந்தைய நாளில் வருகிறது. பகவான் கிருஷ்ணரால் நரகாசுரன் என்ற அரக்கனை அழித்ததன் நினைவாக இது கொண்டாடப்படுகிறது. 'தீபாவளி' என்ற சொல்லுக்கு விளக்குகளின் வரிசை என்று பொருள். ஒளி எப்போதும் மனிதனின் உயர்ந்த இலட்சியங்களின் அடையாளமாக இருந்து வருகிறது.

திருவாதிரை: திருவாதிரை திருவிழா மலையாள மாதமான தனு மாதத்தில் (டிசம்பர்-ஜனவரி) திருவாதிரை நட்சத்திரத்தில் வருகிறது. இந்த விழாவில் பக்தர்கள் சூரிய உதயத்திற்கு முன்பே கோவிலுக்குச் சென்று தரிசனம் செய்கிறார்கள். பாரம்பரியத்தின் படி, திருவாதிரை பண்டிகையானது காதல் புராணக் கடவுளான காமதேவரின் மரணத்தை நினைவுகூரும் வகையில் கொண்டாடப்படுகிறது. மேலும், ஒரு பெண்ணின் திருமணத்திற்குப் பிறகு வரும் முதல் திருவாதிரை புத்தன் திருவாதிரை அல்லது பூத்திருவத்திரம் என்று அழைக்கப்படுகிறது. அது பெரிய அளவில் கொண்டாடப்படுகிறது.

கலை மற்றும் கைவினைப் பொருட்கள்: கடவுளின் சொந்த நாடான கேரளா அதன் கைவினைப்பொருட்களின் வளமான பாரம்பரியத்திற்காக புகழ் பெற்றது. அதன் தனித்துவமான கலை மற்றும் கைவினைப்பொருட்கள் எந்தவொரு கடைக்காரருக்கும் தவிர்க்க முடியாதவை. இந்த கைவினைப்பொருட்கள் அதன் முதன்மை

கைவினைஞர்களின் அசாதாரண திறன்களை பிரதிபலிக்கின்றன. ஒரு சில கலை மற்றும் கைவினைகளை பற்றி விரிவாக இங்கே காண்போம்.

மரப்பொருட்கள்: இந்திய கடல் வரலாற்றில் கேரளா எப்பொழுதும் ஒரு முக்கியமான கடலோரப் புள்ளியாக இருந்து வருகிறது. அதன் பல நகரங்கள் மரம், தந்தம் மற்றும் மசாலாப் பொருட்களுக்கான வர்த்தகப் புள்ளியாக இருந்தன. எனவே மரம் அன்றாட வாழ்க்கையின் ஒரு முக்கிய அங்கமாகவும் அதன் கலை மற்றும் கைவினைப்பொருட்களுக்காகவும் வழிவகுத்தது. கேரளாவின் பல மர கைவினைப்பொருட்கள் இப்போது விலைமதிப்பற்ற குலதெய்வ துண்டுகளாக கருதப்படுகின்றன.

பித்தளை மற்றும் வெண்கல கலைப்பொருட்கள்: மூசாரிஸ் அல்லது உலோக ஸ்மித் என்று அழைக்கப்படும் கைவினைஞர்கள் மணி உலோகம், பித்தளை மற்றும் வெண்கலத்தில் நிபுணத்துவம் பெற்றவர்கள். மன்னார் மற்றும் குன்றிமங்கலம் போன்ற நகரங்களில் விளக்குகள் அல்லது நிலவிளக்கு அலங்கரிக்கும் ஒரு சிறிய சமூகம் உள்ளது. இவை இப்போது வீட்டின் முன்புறங்களில் மலர்களால் அலங்கரிக்கப் பயன்படுகின்றன.

கைத்தரி காட்டன்: கைத்தரி காட்டன் கேரளாவின் திருவனந்தபுரத்தில் உற்பத்தி செய்யப்படும் பிரத்தியேக பருத்தி நெசவு. தறிகள் தசாப்தங்களுக்கு முன்பு பயன்படுத்திய அதே நுட்பத்தைப் பயன்படுத்துகின்றன, அதனால் அவை தரத்தை பராமரிக்கின்றன. கைத்தரி பருத்திகள் புடவைகள் (பெண்களுக்கு) அல்லது முண்டு (ஆண்களுக்கு) வடிவத்தில் தயாரிக்கப்படுகின்றன. அத்துடன் கசாவு என்று அழைக்கப்படும் நுட்பமான தங்க நெசவுகளுடன் வருகின்றன.

4. கர்நாடகா:

கர்நாடகா இந்தியாவின் தென்மேற்கு பகுதியில் உள்ளது. கர்நாடகம் மேற்கில் அரபிக்கடல், வடமேற்கில் கோவா, வடக்கில் மகாராஷ்டிரா, வடகிழக்கில் தெலுங்கானா, கிழக்கில் ஆந்திரா, தென்கிழக்கில் தமிழ்நாடு மற்றும் தெற்கில் கேரளா ஆகியவற்றின் எல்லையாக அமைந்துள்ளது. இந்தியாவின் செம்மொழிகளில் ஒன்றான கன்னடம், மாநிலத்தில் அதிகம் பேசப்படும் மற்றும் அலுவல் மொழியாகும். பழங்காலத்தில், கர்நாடகா பண்டைய

மற்றும் இடைக்கால இந்தியாவின் மிக சக்திவாய்ந்த பேரரசுகளுக்கு சொந்தமானது. மேலும், இந்துஸ்தானி மரபுகளான இந்திய பாரம்பரிய இசைக்கு கர்நாடகா கணிசமான பங்களிப்பை வழங்கியுள்ளது.

கர்நாடகா மாநிலத்தில் உள்ள பழங்குடியினர்கள்: அடியான், பர்தா, கோண்ட், பில், இருலிகா, கோராகா, படேலியா, எரவா, ஹசலாரு, கோலி தோர், மராட்டி, மேடா, நாய்க்டா மற்றும் சோலிகரு.

மொழிகள்: கன்னடம் கர்நாடகத்தின் அதிகாரப்பூர்வ மொழியாகும், இது மக்கள்தொகையில் சுமார் 70% மக்களால் சொந்த மொழியாக பேசப்படுகிறது. அரசு அலுவல் நோக்கங்களுக்காக கன்னட மொழியைப் பயன்படுத்துவதை அரசாங்கம் ஊக்குவித்தாலும், தகவல்தொடர்புக்கு ஆங்கிலமும் விரும்பப்படுகிறது. உயர் கல்வியின் பரவல் மற்றும் வளர்ந்து வரும் ஐடி தொழில் காரணமாக கணிசமான அளவு ஆங்கிலம் பேசும் மக்கள் உள்ளனர். சிறுபான்மை குழுக்கள் பேசும் மொழிகள் உருது (9.72%), தெலுங்கு (8.34%), மராத்தி (3.95%), தமிழ் (3.82%), மலையாளம் (1.69%), துளு (3.38%) மற்றும் இந்தி (1.87%).

கொங்கணி: கொங்கணி மொழி பேசும் மக்கள் உத்தர கர்நாடகா, தட்சிணா கர்நாடகா மற்றும் உடுப்பி முழுவதும் பரவலாக உள்ளனர். கார்வார் தாலுகாவின் பிராந்தியத்தில், கொங்கணி பேசுபவர் 78% மக்கள்தொகையை உள்ளடக்கியது. மொத்த மக்கள் தொகையில் 1.78% கொங்கணி பேசுபவர்களாக உள்ளார்கள்.

துளு: துளுவின் தாய்மொழி பேசுபவர்களும் கர்நாடகாவில் ஒரு மேலாதிக்க இன சமூகத்தை உருவாக்குகின்றனர். துளுவாக்கள் தட்சிண கர்நாடகம், உடுப்பி மற்றும் கேரளாவின் காசர்கோட்டின் பெரும்பகுதியை உள்ளடக்கியுள்ளது. கர்நாடகாவின் மொத்த மக்கள் தொகையில் 2.38% துளுவாக்கள்.

கொடவா: கர்நாடக மாநிலத்தில் கேட்கப்படாத மொழிகளில் கொடவா மொழி 0.25% தாய்மொழி பேசுபவர்களைக் கொண்டுள்ளது. கொரிவா பேசும் 18 இனக்குழுக்களில் இரி, ஹெக்கடே, பன்னா, கொய்வா, கெம்பட்டி, குடியா மற்றும் மேடா ஆகியவை அடங்கும்.

தொழில்: விவசாயம் மற்றும் கால்நடை வளர்ப்பு கர்நாடக மக்களின் முக்கிய தொழிலாகும். கடலோர மக்கள் மீன் பிடிப்பதில் அதிக கவனம் செலுத்துகிறார்கள். இந்தியாவின் பழமையான தங்க சுரங்கங்களை கோலார் தங்க வயல்களில் கொண்டுள்ளது. கர்நாடகாவில் கிட்டத்தட்ட பாதி தொழிலாளர்கள் பாரம்பரிய விவசாயம் மற்றும்

தொடர்புடைய நடவடிக்கைகளில் ஈடுபட்டுள்ளனர். அதுபோல சமூகத்தின் மீதமுள்ள மக்கள் பல்வேறு பொது, தனியார் துறைகள் மற்றும் செயல்திறன் கலைகளில் ஈடுபடுகின்றனர்.

கலாச்சாரம்: கர்நாடகம் 50 வெவ்வேறு பழங்குடியினரின் தாயகமாகும், ஒவ்வொன்றும் அதன் பாரம்பரியம் மற்றும் பழக்கவழக்கங்களைக் கொண்டுள்ளது. பன்முக இன, கலைநயமிக்க நடன வடிவங்கள், மயக்கும் இசை, அதிநவீன பாரம்பரியம், வைராக்கிய கொண்டாட்டங்கள், நேர்த்தியான ஆடை மற்றும் கர்நாடகத்தின் கலை கலாச்சாரத்திற்குள் பின்னிப் பிணைந்துள்ளது.

உணவு: வட கர்நாடக உணவு முக்கியமாக சைவ உணவைப் பற்றியது என்றாலும், கடலோரப் பகுதியில் இருக்கும் மக்களுக்கு கடல் உணவை வழங்குகிறது.

உடை: கர்நாடக மக்களின் பாரம்பரிய ஆடைகள் தென்னிந்தியாவில் அணியும் ஆடைகளின் நேர்த்தியையும், எளிமையையும் சரியாக சித்தரிக்கின்றன. பெண்கள் புடவையை தனித்துவமான முறையில் அணிவார்கள். மடிப்புகள் பின்புறத்தில் கட்டப்பட்டு பல்லு தோள்பட்டை மீது அமைக்கப்பட்டுள்ளது. பட்டு மற்றும் பருத்தி இரண்டையும் கொண்டு ஒரு பாரம்பரிய குடகு புடவை தயாரிக்கப்படுகிறது. புடவையின் உடல் அச்சுகள், கோடுகள் அல்லது மலர் வேலைகளால் அலங்கரிக்கப்பட்டுள்ளது. ஆண்களின் முக்கிய பாரம்பரிய உடை 'பஞ்சே' ஆகும், இது இடுப்புக்கு அடியில் ஒரு சட்டையுடன் அணிவிக்கப்படுகிறது. லுங்கி, தோதி அல்லது வேஷ்டி என்றும் அழைக்கப்படுகிறது.

ஆபரணங்கள்: கர்நாடகாவில் அணியும் ஒரு குறிப்பிடத்தக்க நகை 'துளுநாட்' என்று அழைக்கப்படுகிறது. வெள்ளி லிங்கம் கலசங்கள் அல்லது குண்ட்குர்கி லிங்கம் கலசங்கள் இடது கையில் அணியப்படுகிறது. லிங்காயத் பெண்கள் தங்கம் அமைத்த முப்பது பதக்கங்களைக் கொண்ட ஆண் சந்ததியினரைப் பெறுவதற்காக தங்க கருவுறுதல் நெக்லஸை அணிவார்கள். ஒவ்வொன்றும் கருவுறுதலுடன் தொடர்புடைய குறியீட்டு அர்த்தத்துடன் இருக்கும்.

திருவிழாக்கள்: கர்நாடகாவின் பல திருவிழாக்கள் கலை, பருவங்கள் போன்றவற்றின் பெயரால் நடத்தப்படுகின்றன. புகழ்பெற்ற தசரா திருவிழாவான மைசூரு முதல் கம்பூலா எருமை இனம் வரை மங்களூருவில் நடைபெறுகிறது. கர்நாடகம் அதன் பாரம்பரியம் மற்றும்

கலாச்சாரத்திற்கும் பெயர் பெற்றது. மாநிலத்தில் பரந்த அளவிலான கொண்டாட்டங்கள் உள்ளன. அவை பார்வையாளர்களை உண்மையிலேயே மனம் கவர வைக்கின்றன.

விநாயகர் சதுர்த்தி: இது நாம் அனைவரும் அறிந்த ஒரு பண்டிகை. சிவன் மற்றும் பார்வதியின் மகனான விநாயகருக்கு நாம் பக்தி கொண்டாடும் நாள். இந்த விழா 10 நாட்கள் கொண்டாடப்படுகிறது. வளர்பிறை நிலவு காலத்தின் 4 வது நாளில் தொடங்கி ஆகஸ்ட் அல்லது செப்டம்பர் மாதத்தில் 14 வது நாளில் முடிவடைகிறது. பண்டிகையின் போது தயாரிக்கப்படும் முக்கிய இனிப்பு உணவு மோடக் ஆகும். அரிசி/கோதுமை மாவில் இருந்து தயாரிக்கப்படுகிறது. மேலும் புனித ஆலயங்களிலும், வீடுகளிலும் களிமண் விநாயகர் சிலைகள் வைக்கப்பட்டு பிராத்தனை செய்யப்படுகிறது.

உகாதி: கர்நாடகா, ஆந்திரா மற்றும் தெலுங்கானா பகுதிகளில் இது ஒரு பிரபலமான திருவிழாவாகும், இது மிகவும் மகிழ்ச்சியுடனும் உற்சாகத்துடனும் கொண்டாடப்படுகிறது. உகாதி என்பது சொற்களின் ஒரு முக்கிய பகுதியாகும் - 'யுகா' (அதாவது காலம் அல்லது தலைமுறை என்று பொருள்) மற்றும் 'ஆதி' (அதாவது ஆரம்பம்) இந்த நாளில் பிரம்மா பிரபஞ்சத்தை படைத்தார் என்று நம்பப்படுகிறது. இத்திருவிழாவில் குடும்பங்கள் ஒன்றிணைவதற்காக தெய்வங்களை வேண்டி விருந்து வைக்கின்றன.

ஹம்பி விழா: விஜய உற்சவம் என்றும் அழைக்கப்படும் ஹம்பி விழா, கவிஞர் புரந்தரதாசரின் பிறந்த நாளைக் கொண்டாடும் ஒரு பிரபலமான பண்டிகையாகும். இது பொதுவாக அக்டோபர் அல்லது நவம்பர் மாதங்களில் 3 நாட்கள் கொண்டாடப்படுகிறது. இந்த விழாவில், கன்னடர்கள் நடனம், கலை மற்றும் இசை ஆகியவற்றில் தங்கள் திறமையை வெளிப்படுத்துகிறார்கள். வானவேடிக்கை மற்றும் பொம்மை போன்ற பிற செயல்பாடுகளும் உள்ளன.

கவுரி விழா: இது விநாயகர் சதுர்த்திக்கு ஒரு நாள் முன்னதாகக் கொண்டாடப்படும் பண்டிகையாகும். விநாயகப் பெருமானின் தாயான கவுரிக்கு அஞ்சலி செலுத்தும் நாளாகும். மக்களுக்கு வலிமையையும் தைரியத்தையும் அளிக்கும் தெய்வத்தின் சக்தியை பாராட்டி கொண்டாடப்படுகிறது. கவுரி தேவி தனது பெற்றோரின் வீட்டிற்கு வருவதாகவும், மறுநாள் விநாயகர் அவளை வீட்டிற்கு அழைத்து வருவதாகவும் கூறப்படுகிறது.

கரக விழா: பௌர்ணமி நாளில் நிகழ்த்தப்படும் கரக விழா என்பது திரௌபதிக்கு அர்ப்பணிக்கப்பட்ட சடங்காக நிகழ்த்தப்படும் ஒரு நாட்டுப்புற நடனம் ஆகும்.

வைரமுடி விழா: மண்டியா மாவட்டத்தில் உள்ள மேலுகோட்டை நகரில் ஆண்டுதோறும் நடைபெறும் இந்த விழா, செல்வ நாராயணனுக்கு அர்ப்பணிக்கப்படுகிறது. திருவிழாவின் சிறப்பு ஈர்ப்பு தெய்வம் அணிந்த வைரமுடி ஆகும். திருவிழா 13 நாட்கள் நடைபெறுகிறது. அதற்கு ஒரு மாதத்திற்கு முன்பே ஏற்பாடுகள் தொடங்குகின்றன. வைஷ்ணவர்கள் அல்லது விஷ்ணுவைப் பின்பற்றுபவர்களுக்கு இது ஒரு முக்கியமான பண்டிகை.

துலா சங்கிரமணம்: துலா சங்கிரமணமானது குடவா சமூகத்தின் டோலியார் மாதத்தின் முதல் நாளாகும். இந்த நாளில் காவிரி தெய்வம் தண்ணீரில் இருந்து எழுந்து தனது பக்தர்களுக்கு அருள்புரிவதாக நம்பப்படுகிறது. இது வழக்கமாக அக்டோபர் 17 ஆம் நாள் நடைபெறும்.

கலை மற்றும் கைவினை: கர்நாடகத்தின் கலை மற்றும் கைவினைப் பொருட்களின் அருமையான படைப்புகள் அரண்மனைகளிலும் கடந்த கால உயரடுக்கு பங்களாக்களிலும் தெளிவாகத் தெரிகிறது. கலை மற்றும் கைவினைப்பொருட்கள் மரங்கள், தந்தங்கள், கற்கள், சந்தனம், உலோகங்கள் போன்ற பல்வேறு பொருட்களின் படைப்புகளை உள்ளடக்கியது.

கல் செதுக்குதல்: கர்நாடகாவில் கல் செதுக்கும் கலை பல நூற்றாண்டுகளாக பாரம்பரியமாக உள்ளது. செதுக்கும் நுட்பம் மிகவும் தனித்துவமானது மற்றும் நூற்றுக்கணக்கான ஆண்டுகளில் நன்கு தேர்ச்சி பெற்றது. கல் செதுக்கலில் ஈடுபடும் நபர்கள், கற்களை 'ஆண்' அல்லது 'பெண்' என்று குறிப்பிடுகிறார்கள். அதே நேரத்தில் தெய்வங்கள் அல்லது தெய்வங்களின் சிற்பங்களை செதுக்குகிறார்கள்.

பொம்மை தயாரித்தல்: கர்நாடகா பொம்மை செய்யும் விசித்திரமான கலை உள்ளடக்கிய பாரம்பரிய இந்திய கலை உலகிற்கு அறியப்படுகிறது. தசராவின் நாட்கள் நெருங்குகையில் கர்நாடகாவின் பொம்மை தயாரிப்பு வேகம் எடுக்கும். பொம்மைகளை மர மேடைகளில் சமமாக அமைத்து, அலங்கரித்து காட்சிப்படுத்துகிறது. பொம்மை செய்யும் கைவினை பழங்குடி தலைமுறைகளையும் ஒன்றாக உள்ளடக்கியது. வட கர்நாடகாவில் உள்ள கின்னல், கோகாக் மற்றும் சன்னபட்னா பகுதிகள் பொம்மை செய்வதற்கு புகழ் பெற்றவை.

மைசூர் ஓவியங்கள்: மைசூர் ஓவியங்கள் தென்னிந்திய பாரம்பரிய ஓவியங்களின் குறிப்பிடத்தக்க பாரம்பரியத்தை உருவாக்குகின்றன. இந்த ஓவியங்கள் நேர்த்தியுடன், வண்ணங்களின் விசித்திரமான பயன்பாடு மற்றும் விவரிப்பதில் புகழ் பெற்றவை. மெல்லிய தங்க இலைகள் மைசூர் ஓவியங்களில் பயன்படுத்தப்படுகின்றன. மைசூர் ஓவியத்தை உருவாக்குவதற்கு அதீத உழைப்பு, பொறுமை மற்றும் அசாதாரண அனுபவமும், திறமையும் தேவை.

ஐவரி செதுக்குதல்: ஐவரி செதுக்குதல் என்பது கர்நாடக மாநிலம் முழுவதும் நடைமுறையில் உள்ள ஒரு முக்கிய கைவினை. இந்த கலை தனித்துவமானது மற்றும் அதன் பாணி, பிரதிநிதித்துவம் மற்றும் எல்லாவற்றிற்கும் மேலாக அதன் அழகில் மிஞ்சுகிறது.

மர செதுக்குதல்: மரச் செதுக்குதல் என்பது இந்தியாவின் பாரம்பரியக் கலை. இது ஒரு நபரின் திறமையையும், கற்பனையையும் அற்புதமாக வெளிப்படுத்துகிறது. கர்நாடகாவின் பல்வேறு பகுதிகளில் மரச் செதுக்கும் வேலைகள் பிரதானமாக உள்ளன. இந்த மரக்கட்டைகள் அனைத்தும் பயன்பாட்டு மற்றும் கட்டிடக்கலை நோக்கங்களுக்காக பயன்படுத்தப்படுகின்றன.

உலோக பொருட்கள்: உலோகப் பொருட்கள் இந்தியாவின் தெற்கு தீபகற்பத்தில் உள்ள ஒரு பாரம்பரிய கைவினை. இது மாநிலத்தில் உள்ள பல குடும்பங்களுக்கு வாழ்வாதாரத்தை ஈட்டுவதற்கான வழிமுறைகளை வழங்குகிறது. மேலும் உலோகப் பொருட்கள் பழமையான பாரம்பரியத்தைக் கொண்டுள்ளன. உலோகங்களின் வேலைப்பாடுகள் கோவில் நகரமான உடுப்பில் காணப்படுகின்றன. இது சிறிய உருவங்கள் மற்றும் உலோகப் பொருட்களின் சடங்கு பொருட்களுக்கு அறியப்படுகிறது.

சந்தன கைவினை: சந்தன கைவினை என்பது மென்மையான சந்தனத்தால் செய்யப்பட்ட அற்புதமான கலைப் பொருட்கள். அவற்றின் பாணி, விளக்கக்காட்சி மற்றும் தனித்துவமான வாசனைக்காக பிரபலமாக உள்ளன. சந்தனத்தின் வாசனை இந்திய பாரம்பரியம் மற்றும் கலாச்சாரம் தொடர்புடையது. இத்தகைய சந்தனக் கைவினைப் பொருட்களில் செய்யப்பட்ட சிக்கலான வடிவமைப்புகள் உண்மையில் வியக்கத்தக்கவை. அத்துடன் கைவினைஞர்களின் அனுபவத்தையும், செயல்திறனையும் எல்லாவற்றிற்கும் மேலாக பொறுமையையும் வெளிப்படுத்துகின்றன.

5. தெலுங்கானா:

தெலுங்கானா என்பது இந்தியாவில் உள்ள ஒரு மாநிலம் ஆகும். இது இந்திய தீபகற்பத்தின் தென்-மத்திய பகுதியில் உள்ள உயரமான டெக்கான் பீடெளவில் அமைந்துள்ளது. இப்பகுதி ஆந்திரப் பிரதேசத்தின் வடமேற்குப் பகுதியிலிருந்து புதிதாக உருவாக்கப்பட்ட மாநிலமாக ஹைதராபாத்தை தலைநகராகக் கொண்டுள்ளது. தெலுங்கானாவின் வடக்கே மகாராஷ்டிரா, வடகிழக்கில் சத்தீஸ்கர், மேற்கில் கர்நாடகா மற்றும் கிழக்கு மற்றும் தெற்கில் ஆந்திரப் பிரதேசம் ஆகிய மாநிலங்கள் எல்லைகளாக அமைந்துள்ளன. தெலுங்கானா பகுதியின் நிலப்பரப்பு பெரும்பாலும் மலைகள், மலைத்தொடர்கள் மற்றும் பரப்பளவைக் கொண்ட அடர்ந்த காடுகளை உள்ளடக்குகிறது..

தெலுங்கானா மாநிலத்தில் உள்ள பழங்குடியினர்: செஞ்சஸ்.

மொழி: இந்தியாவின் செம்மொழிகளில் ஒன்றான தெலுங்கு தெலுங்கானாவின் அதிகாரப்பூர்வ மொழியாகும் மற்றும் உருது மாநிலத்தின் இரண்டாவது அதிகாரப்பூர்வ மொழியாகும். தெலுங்கானா மக்கள் தொகையில் 75% பேர் தெலுங்கு பேசுகின்றனர் மற்றும் 12% பேர் உருது பேசுகின்றனர். தெலுங்கு மற்றும் உருது ஆகிய இரண்டும் மாநிலம் முழுவதும் சேவைகளில் பயன்படுத்தப்படுகின்றன. தெலுங்கானாவில் பேசப்படும் உருது 'ஹைதராபாத் உருது' என்று அழைக்கப்படுகிறது. அத்துடன் இந்தி முக்கியமாக ஹைதராபாத் மற்றும் வாரங்கல் போன்ற சில நகர்ப்புறங்களில் பேசப்படுகிறது. லம்பாடி, ராஜஸ்தானி பேச்சுவழக்குகளுடன் தொடர்புடைய மொழியாகும்.

தொழில்: தெலுங்கானா பொருளாதாரத்தின் முதுகெலும்பாக விவசாயம் உள்ளது. இந்தியாவின் இரண்டு முக்கியமான ஆறுகள், கோதாவரி மற்றும் கிருஷ்ணா, மாநிலத்தின் வழியாக பாய்ந்து, பாசனத்தை வழங்குகிறது. தெலுங்கானாவில் உள்ள விவசாயிகள் பாசனத்திற்காக மழையை நம்பியே உள்ளனர். அரிசி முக்கிய உணவுப் பயிர். மற்ற முக்கியமான உள்ளூர் பயிர்கள் பருத்தி, கரும்பு, மா மற்றும் புகையிலை. சமீபத்தில், சூரியகாந்தி மற்றும் வேர்க்கடலை போன்ற தாவர எண்ணெய் உற்பத்திக்கு பயன்படுத்தப்படும் பயிர்கள் நன்மதிப்பைப் பெற்றுள்ளன. வாகன உதிரிபாகங்கள் தொழில், சுரங்கங்கள் மற்றும் கனிமங்கள், ஜவுளி மற்றும் ஆடைகள்,

தோட்டக்கலை, கோழி வளர்ப்பு ஆகியவை தெலுங்கானாவின் முக்கிய தொழில்களாகும்.

கலாச்சாரம்: இந்தியாவில் தெலுங்கானாவின் கலாச்சாரம் சுமார் 5,000 வருட கலாச்சார வரலாற்றைக் கொண்டுள்ளது. காகதியா, குதுப் ஷாஹி மற்றும் ஆசப் ஜாஹி வம்சங்களின் ஆட்சியின் போது இந்திய துணைக்கண்டத்தின் முதன்மையான கலாச்சார மையமாக இப்பகுதி வெளிப்பட்டது.

உணவு: தெலுங்கானாவில் இரண்டு வெவ்வேறு உணவு வகைகள் உள்ளன இதில் நமக்கு தெரிந்து காரம் நிறைந்த உணவுகள் தெலுங்கர் மற்றும் ஹைதராபாத் பகுதியை சார்ந்த மக்கள் எடுத்துக்கொள்கிறார்கள். இவை தவிற தினை, ஜோவர் மற்றும் பஜ்ரா ஆகிய உணவு வகைகள் விருப்ப உணவுகள். இவ்வகை உணவுகள் குதுப் ஷாஹி வம்சம் மற்றும் ஹைதராபாத் நிஜாம்களால் உருவாக்கப்பட்டது. பாரசீக, முகலாய, மராத்வாடா, தெலுங்கு மற்றும் துருக்கிய உணவு வகைகளின் சுவைகளை மூலிகைகளின் சிறந்த கலவையுடன் இணைத்துள்ளது.

தெலுங்கானா உணவு வகைகளின் தனிச்சிறப்பு, வலுவான உணவு, உள்நாட்டில் கிடைக்கும் பொருட்களால் சமைக்கப்படுகிறது. மகர சங்கராந்தியின் போது தயாரிக்கப்படும் சகினாலு என்பது தெலுங்கானாவில் பிரபலமான ஒரு சுவையாகும். இது அரிசி மாவு, எள் மற்றும் அஜ்வைன் ஆகியவற்றால் செய்யப்பட்ட ஆழமான வறுக்கப்பட்ட சிற்றுண்டி. கரிஜேலு என்பது ஆட்டிறைச்சி அல்லது சிக்கன் கீமாவுடன் சமைக்கப்படும் ஒரு பாலாடை உணவாகும்.

உடை: தெலுங்கானா உலகின் மிகச்சிறந்த வரலாற்று துணி தயாரிப்பு மரபுகளின் தாயகமாகும். மாநிலத்தின் பெரும்பாலான பகுதிகளில் பாரம்பரிய பெண்கள் புடவை அணிகிறார்கள். லங்கா வோனி, சல்வார் கமீஸ் மற்றும் சுரிதார் ஆகியவை திருமணமாகாத பெண்களிடையே பிரபலமானவை. போச்சம்பள்ளி சேலை, கடவால் புடவை போன்றவை தெலுங்கானாவில் தயாரிக்கப்படும் பிரபலமான புடவைகளில் சில.

ஆண்கள் ஆடைகளில் பஞ்சா என்றும் அழைக்கப்படும் பாரம்பரிய தோதியை அணிய விரும்புகிறார்கள். நிஜாம் பிரபுக்களின் விருப்பமான உடை ஷெர்வானி. ஷெர்வாணி பொதுவாக திருமண விழாக்களின்

போது மணமகன் அணிவது வழக்கம். துப்பட்டா எனப்படும் தாவணி சில சமயங்களில் ஷெர்வானியில் சேர்க்கப்படுகிறது.

நடனம் மற்றும் இசை: பெரிணி தாண்டவம் என்பது ஆண்களால் ஆடும் ஒரு பழங்கால நடன வடிவமாகும். காகத்தியர்களின் ஆட்சியின் போது போர்க்களத்திற்குச் செல்வதற்கு முன்பு சிவபெருமானின் சிலைக்கு முன்பாக வீரர்கள் இந்த நடனத்தை நடத்தியதாக புராணங்கள் கூறுகின்றன. பாரம்பரிய நடனம் சிவபெருமானுக்கு அர்ப்பணிக்கப்பட்ட உத்வேகத்தை குறிக்கும் 'ப்ரேரனா'வைப் பயன்படுத்துகிறது. குசாடி நடனம், குச்சிப்புடி, பழங்குடியினர் திம்சா நடனம், லம்பாடி நடனம் போன்றவை தெலுங்கானாவில் பரவலாக அறியப்படும் மற்ற நடனங்கள்.

தண்டரியா என்பது கோண்டுகளால் ஆடும் நடனம். கோண்டுகள் தாங்கள் பாண்டவர்களின் வழித்தோன்றல்கள் என்று நம்புகிறார்கள். ஆண் நடனக் கலைஞர்கள் தங்கள் தண்டாக்களுடன் நடனமாடுகிறார்கள் மற்றும் நிகழ்ச்சிகளை நடத்துவதற்காக கிராமம் கிராமமாகச் செல்கிறார்கள். புர்ரா கதா என்பது தண்டன கதா எனப்படும் நடனத்திலிருந்து உருவான ஒரு நடன வடிவமாகும். இது மையத்தில் மூன்று முக்கிய கலைஞர்களின் குழுவால் நிகழ்த்தப்படுகிறது.

திருவிழாக்கள்: பதுகம்மா, சங்கராந்தி, ரம்ஜான், மொஹரம், அல்லது கிறிஸ்துமஸ் என எதுவாக இருந்தாலும், இப்பகுதி மரபுகள் மற்றும் பண்டிகை மகிமையின் கலங்கரை விளக்கமாகும். இந்த மாநிலத்தில் கொண்டாடப்படும் பண்டிகைகள் நிறம், உண்மையான பழக்கவழக்கங்கள் மற்றும் புனைவுகளால் குறிக்கப்படுகின்றன.

பதுகம்மா திருவிழா: பதுகம்மா என்பது தெலுங்கானாவின் வண்ணமயமான மற்றும் துடிப்பான மலர் திருவிழா ஆகும். செப்டம்பர் மற்றும் அக்டோபர் மாதங்களுக்கு இடையில் தெலுங்கு நாட்காட்டியின் பாத்ரபதா மாதத்தில் இத்திருவிழா கொண்டாடப்படுகிறது. கலாச்சார அடையாளத்தின் பெருமையை இந்த திருவிழா நிலைநாட்டுகிறது. பெண் தெய்வமான துர்காவை பெண்மையின் வீரம் மற்றும் கருணையின் உருவகமாக வழிபடும் முறையின் தனித்துவத்தை அங்கீகரித்து, பதுகம்மாவை மாநில அரசு விழாவாக அறிவித்துள்ளது.

போனலு: போனலு என்பது பக்திக்கான ஒரு சந்தர்ப்பம், அது சர்வவல்லமையுள்ளவர், குறிப்பாக தாய் தெய்வம் மீதான பாசத்தின் வெளிப்பாடாகும். இந்த திருவிழா ஜூலை/ஆகஸ்ட் மாதங்களில் வருகிறது. இத்திருவிழாவின் போது பெண்கள் புதிய பாத்திரத்தில் பால், வெல்லம் சேர்த்து அரிசி சமைத்து, வேப்ப இலை, மஞ்சள், வெண்ணிறம் ஆகியவற்றால் அலங்கரித்து, தலையில் சுமந்து மகாகாளி கோயிலுக்குச் செல்வர்.

ரம்ஜான்: புனித ரமலான் முக்கியமான பண்டிகைகளில் ஒன்றான ஈத்-உல்-பிதார் பண்டிகையால் குறிக்கப்படுகிறது. முஸ்லீம்களால் கடைப்பிடிக்கப்படும் விடாமுயற்சியுடன் கூடிய நோன்புக்கு பின் இதயமான விருந்து வழங்கப்படுகிறது.

சம்மக்கா சரக்க ஜாதரா: கிளர்ச்சியாளர்கள் மற்றும் போர்வீரர்களைக் கொண்டாடும் இந்திய பாரம்பரியத்தின் ஒரு சிறந்த உதாரணம் சம்மக்க சரக்க ஜாதரா. அப்போதைய ஆட்சியாளர்களால் இழைக்கப்பட்ட அநீதிகளுக்கு எதிராகப் போராடிய மற்றும் செயல்பாட்டில் தங்கள் உயிரைத் தியாகம் செய்த பழங்குடியின வம்சாவளியைச் சேர்ந்த தாய்-மகள் இரட்டையருக்கு அஞ்சலி செலுத்தும் விழாவாகும். இது இரண்டு ஆண்டுகளுக்கு ஒரு முறை பிப்ரவரி மாதத்தில் கொண்டாடப்படும் திருவிழாவாகும்.

கலை மற்றும் கைவினை: தெலுங்கானா மாநிலம் ஒரு ஆசீர்வதிக்கப்பட்ட பூமி, துடிப்பான கலை மற்றும் கைவினைக் காட்சிகளுடன் செழித்து வருகிறது. பல நூற்றாண்டுகளாக அரசர்கள் மற்றும் வம்சங்களின் ஆதரவானது பல்வேறு கலாச்சாரங்களின் தனித்துவமான தொகுப்புக்கு வழிவகுத்தது. நம்பமுடியாத சிலைகளை உருவாக்குவதற்கான நேர்த்தியான திறன்கள் தேவைப்படும் அற்புதமான வெண்கல வார்ப்புகளுக்காக தெலுங்கானா உலகம் முழுவதும் பிரபலமானது.

போச்சம்பள்ளி: போச்சம்பள்ளி புடவை தெலுங்கானாவின் நல்கொண்டா மாவட்டத்தில் பிறக்கிறது. இது ஒரு நூற்றாண்டுக்கும் மேலாக நெசவு பாரம்பரிய வாழ்வாதாரமாக இருந்த கிராமங்களின் தொகுப்பாகும். போச்சம்பள்ளி புடவையின் தனித்துவம் நெசவாளர்கள் பயன்படுத்தும் இக்காட் நுட்பங்களில் சிக்கலான வடிவியல் வடிவங்களை அமைத்து பின்னர் அவை ஒன்றாக நெய்யப்படுகின்றன.

பித்ரி: பித்ரி கைவினைத் தொழில் தெலுங்கானா பகுதியின் பெருமைக்குரியது. உலோகத்தில் பொறிக்கப்பட்ட வெள்ளியின் இந்த தனித்துவமான கலை ஆரம்பத்தில் ஈரான் குடியேறியவர்களால் இப்பகுதிக்கு கொண்டு வரப்பட்டது. பித்ரி கலை என்பது கன்மெட்டல் எனப்படும் செம்பு மற்றும் துத்தநாக கலவையைப் பயன்படுத்துவதை உள்ளடக்கியது.

சில்வர் ஃபிலிக்ரீ: 19 ஆம் நூற்றாண்டில் கரீம்நகரில் உள்ள வெள்ளித் தொழிலாளிகளால் ஒரு நுட்பமான மற்றும் அழகான உலோகக் கலையான வெள்ளி ஃபிலிகிரி உருவாக்கப்பட்டது. வெள்ளி வலை போன்ற தோற்றத்துடன் பொருட்களை உருவாக்க வெள்ளி கம்பிகளை முறுக்குவது இதில் அடங்கும். கைவினைஞர்கள் ஒவ்வொரு பொருளையும் தங்கள் கைகளால் உருவாக்குகிறார்கள் மற்றும் கிடைக்கக்கூடிய மிக உயர்ந்த வெள்ளியை மட்டுமே பயன்படுத்துகிறார்கள்.

செரியல் சுருள் ஓவியங்கள்: செரியல் கிராமத்தில் தோன்றிய இந்த தெளிவான ஓவியங்கள், காதியால் செய்யப்பட்ட கேன்வாஸில் வரையப்பட்டவை. இவை பண்டைய இந்திய இலக்கியம், புராணங்கள், நாட்டுப்புற மரபுகளின் கருப்பொருள்கள் மற்றும் கதைகளை சித்தரிக்கின்றன. கலைஞர்கள் தயாரிக்கப்பட்ட கேன்வாஸில் நேரடியாக வண்ணம் தீட்டுகிறார்கள். இது அவர்களின் அனுபவத்தையும் வேலையின் தரத்தையும் குறிக்கிறது. அவர்கள் பயன்படுத்தும் வண்ணங்கள் இயற்கை மூலங்களிலிருந்து பெறப்படுகின்றன.

6. வட இந்தியாவில் பழங்குடிகள்

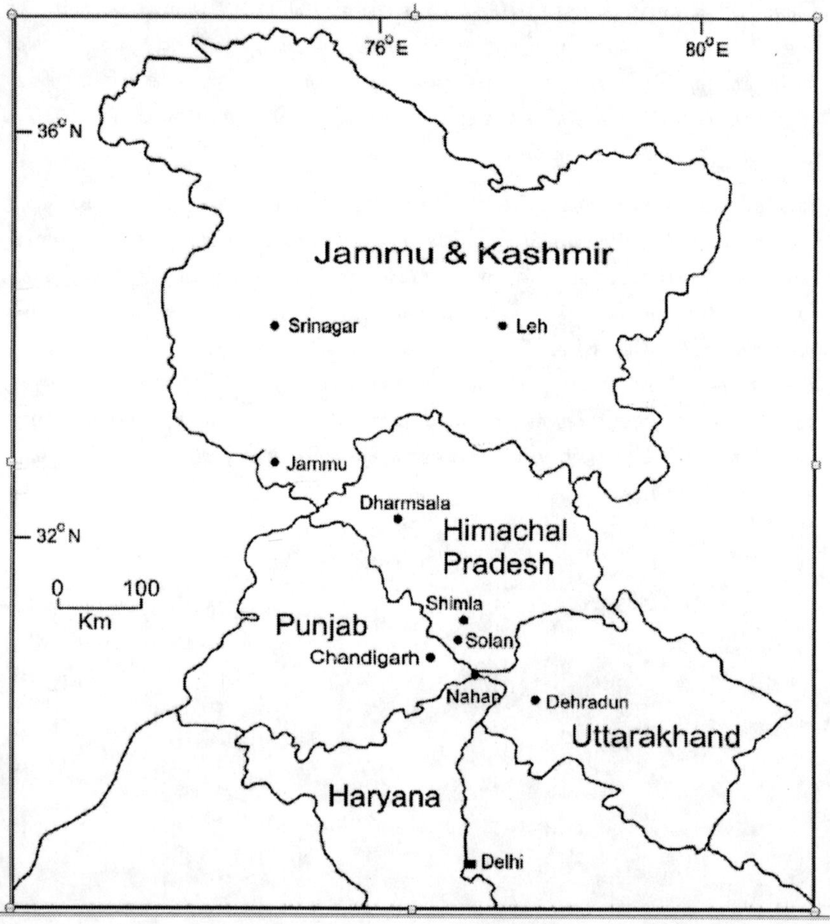

1. ஜம்மு-காஷ்மீர்:

ஜம்மு-காஷ்மீர் என்பது ஒரு யூனியன் பிரதேசமாக இந்தியாவால் நிர்வகிக்கப்படும் பிராந்தியத்தின் தெற்குப் பகுதியைக் கொண்டுள்ளது. ஜம்மு -காஷ்மீர் மக்களின் பன்முகத்தன்மை, செழுமை மற்றும் சாரத்தை எளிதாக உணர முடியும். மேலும், காஷ்மீர் மக்களின் அழகும் அரவணைப்பும் பூமியில் ஒரு உண்மையான சொர்க்கத்தை உருவாக்கியுள்ளது. இது உலகம் முழுவதிலுமிருந்து மக்களை ஈர்க்கிறது.

ஜம்மு-காஷ்மீர் மக்களின் பழங்குடியினர்கள்: பகர்வால், பால்டி, பேடா, காடி, கர்ரா, திங்கள், பூரிக்பா, சிப்பி, சாங்பா, குஜ்ஜார்.

காஷ்மீர் பள்ளத்தாக்கு மற்றும் சுற்றியுள்ள மலைகளில் பேசப்படும் மொழி ஆஷ்மிரி மொழி. இது ஒரு டார்டிக் மொழியாக கருதப்பட்டது. இப்பகுதியின் வரலாற்றைப் பிரதிபலிக்கும் வகையில், காஷ்மீர் சொற்களஞ்சியத்துடன் கலக்கப்படுகிறது. இதில் டார்டிக், சமஸ்கிருதம், பஞ்சாபி மற்றும் பாரசீக கூறுகள் உள்ளன. கிஷ்ட்வாரி, போகுலி மற்றும் ரம்பானி மட்டுமே இங்கு முக்கிய மொழியாக பேசப்படுகிறது.

கலாச்சாரம்: ஜம்மு -காஷ்மீரின் கலாச்சாரம் உலகின் புவியியலுடன் ஒன்றோடொன்று இணைக்கப்பட்டுள்ளது. மிக நீண்ட காலமாக, இது மேற்கு மற்றும் மத்திய ஆசியாவின் செல்வாக்கின் கீழ் இருந்தது. இந்த இடத்தின் கலாச்சார முக்கியத்துவம் தங்கள் கைவினை, எழுதப்பட்ட வார்த்தைகள், வாய்மொழி வரலாறுகள், அறிவியல் மற்றும் தத்துவம் போன்ற வடிவங்களில் உலக கலாச்சாரத்திற்கு பெரும் பங்களிப்பை வழங்கியுள்ளது.

உணவு: காஷ்மீரில் சைவ உணவு மற்றும் அசைவ உணவுகள் ஆகிய இரண்டுமே உள்ளன. இங்கு கேபக், ரோகன் ஜோஷ், யக்னி, பசந்தா, சியுன் அலு மற்றும் மெத்தி கீமா ஆகியவை இறைச்சியின் பிரபலமான உணவுகள். சில புகழ்பெற்ற சைவ உணவுகளில் ஹக், ராஜ்மா, சர்தா, துர்ஷ், ஸ்ரீ புலாவ், நதீர் யாகேன் மற்றும் லாடியர் சமான் ஆகியவை அடங்கும். இந்த உணவு வகைகளை பன்னீருடன் கலந்து தயாரிக்கப்படும் உணவுகள் ஒரு புதுவிதமான சுவையை கொடுக்கிறது.

உடைகள்: காஷ்மீர் மக்களின் ஆடை மிகவும் வண்ணமயமாகவும் கவர்ச்சியாகவும் இருக்கிறது. ஃபெரான் என்பது குளிர்காலத்தில்

காஷ்மீர் மக்களால் அணியும் ஓவர் கோட் ஆகும், இது திட்டுகள் மற்றும் எம்பிராய்டரி வேலைகளால் அலங்கரிக்கப்பட்டுள்ளது. மக்களின் பெரும்பாலான ஆடைகள் தளர்வான கவுன் மற்றும் வானிலைக்கு ஏற்ப துணி தரத்தில் வேறுபடுகிறது. ஆண்கள் தலைக்கவசம் அணிவார்கள் மற்றும் பெண்கள் மண்டை ஓட்டை அணிவார்கள். இது அவர்களின் கலாச்சாரம் மற்றும் வாழ்க்கை முறையை குறிக்கிறது.

ஆபரணங்கள்: ஜம்மு -காஷ்மீரின் கைவினைஞர்கள் பல ஆண்டுகளாக கற்கள், தங்கம் மற்றும் வெள்ளியால் நகைகள் செய்யும் கலையில் சிறந்து விளங்குகிறார்கள். அவர்கள் தங்கள் திறமைகளை நேர்த்தியாகவும் புத்திசாலித்தனமாகவும் ஆபரணங்கள் செய்வதற்கு மாற்றியுள்ளனர். கிராமப்புற ஆண்களும், பெண்களும் குண்டலஸ் எனப்படும் பெரிய வட்ட காது வளையங்களை அணிந்துள்ளனர். ரஜோரி மாவட்டத்தின் பெண்கள் வெள்ளி தொப்பி அல்லது ஃபூல் என்று அழைக்கப்படும் கிரீடத்தை விரும்புவார்கள். நகைகள் அதிகரித்து வரும் சந்தையின் தேவையைப் பூர்த்தி செய்ய வடிவமைக்கப்பட்டுள்ளன.

பண்டிகைகள்: காஷ்மீர் பூமியின் சொர்க்கம் என்று அழைக்கப்படுகிறது. இது மயக்கும் பள்ளத்தாக்கு காட்சிகள் மற்றும் பசுமையான இயற்கையில் அதன் அழகைக் கொண்டுள்ளது. மேலும், அதன் திருவிழாக்கள் மாநிலத்தின் அழகுக்கு கூடுதல் சுவையை சேர்க்கின்றன. மக்கள் இருக்கும் அனைத்து வகுப்புவாத பதட்டங்களையும் மறந்து அமைதியாக ஒன்றாக கொண்டாட்டங்களை கொண்டாட முயற்சி செய்கிறார்கள். ஜம்மு -காஷ்மீரின் முக்கிய பண்டிகைகளில் சிலவற்றை பற்றி இங்கே காண்போம்,

ஈத் உல் பித்ர்: ரம்ஜான் அல்லது ரமழானில் ஒரு மாத கால நோன்பின் கடைசி நாளில் ஈதுல் பித்ர் கொண்டாடப்படுகிறது. இந்த நாளில் நமாஸ் ஆறு முறை வழங்கப்படுகிறது மற்றும் விருந்துடன் நோன்பு உடைக்கப்படுகிறது. இனிப்புகளை பரிமாறிக்கொள்வது, புதிய ஆடைகளை அணிவது, உறவினர்களைச் சந்திப்பது மற்றும் விருப்பங்களைப் பகிர்ந்து கொள்வது போன்றவை பண்டிகையை நிறைவு செய்கிறது.

பைசாகி: ஏப்ரல் 13 ஆம் தேதி நாடு முழுவதும் பைசாக்கி கொண்டாடப்படுகிறது மற்றும் இது சீக்கியர்களின் முக்கிய

பண்டிகையாகும். இந்த நாள் இந்தியாவில் சீக்கியர்களால் புத்தாண்டாக கொண்டாடப்படுகிறது.

ஷிகாரா விழா: விழாவின் போது, ஷிகாராக்கள் வர்ணம் பூசப்பட்டு அழகாக அலங்கரிக்கப்பட்டுள்ளன. மேலும், ஷிகாரா பந்தயம், டிராகன் படகுப் போட்டி மற்றும் கேனோ போலோ போட்டி ஆகியவற்றில் ஷிகராக்கள் பங்கேற்கின்றனர். மற்ற கலாச்சார நிகழ்ச்சிகளும் ஏற்பாடு செய்யப்பட்டுள்ளன. இது பெரும்பாலும் ஜூலை அல்லது ஆகஸ்ட் மாதங்களில் நடைபெறுகிறது.

குரேஸ் விழா: இந்த விழா ஜூலை அல்லது ஆகஸ்ட் மாதத்தில் குரேஸின் பிரகாசமான பள்ளத்தாக்கில் கொண்டாடப்படுகிறது. குரேஸ் மக்கள் தங்கள் கைவினைப்பொருட்கள், உணவு வகைகள் மற்றும் கலாச்சாரத்தை வெளிப்படுத்துகிறார்கள். ரிவர் ராஃப்டிங், ட்ரெக்கிங், ஜோர்பிங், சைக்கிள் ஓட்டுதல் போன்ற வேடிக்கையான செயல்பாடுகளை உள்ளடக்கிய இந்த விழாவை கொண்டாட அனைவரும் வருகை தருகிறார்கள்.

கலை மற்றும் கைவினை: ஜம்மு-காஷ்மீரின் அற்புதமான கைவினைப் பொருட்கள் அதை உலகம் முழுவதும் பிரபலமாக்குகின்றன. இதில் ஏறக்குறைய நேர்த்தியான கலை வேலைகள் உள்ளன. இதில் சால்வை, பேப்பியர்-மாச், எஃகு பொருட்கள், மர வேலைகள் மற்றும் எம்பிராய்டரி ஆகியவை ஆகும். அனந்த்நாக் மற்றும் ஸ்ரீநகர் கிராமங்கள் அதன் படைப்பு அழகை மேம்படுத்துவதில் மிகவும் புகழ் பெற்றவை ஆகும். ஜம்மு காஷ்மீரின் புகழ்பெற்ற கலை மற்றும் கைவினைப்பொருட்கள் சிலவற்றை காண்போம்.

தரை விரிப்புகள்: இது காஷ்மீரின் மிகவும் விலையுயர்ந்த மற்றும் உலகப் புகழ்பெற்ற கலைகளில் ஒன்று. முதலில், தரைவிரிப்புகளை உருவாக்கும் கலை மத்திய ஆசியாவின் சமர்கண்டிலிருந்து தொடங்கியது. ஈரானில் இருந்து கைவினைஞர்கள் பரிசோதிப்பதன் மூலம் மிகப்பெரிய வளர்ச்சியைக் கண்டது. தரைவிரிப்புகள் கம்பளி மற்றும் பட்டு ஆகியவற்றால் ஆனவை.

எம்பிராய்டரி: காஷ்மீர் எம்பிராய்டரி காசிடா என்று அழைக்கப்படுகிறது. அதன் செயல்பாட்டில் மிகவும் நேர்த்தியானது மற்றும் வண்ணத்தில் விரிவானது என்று கூறுகின்றனர். பெரும்பாலும் புடவைகள் மற்றும் சால்வைகளில் இந்த எம்பிராய்டரி பயன்படுத்தப்படுகிறது.

பஷ்மினா சால்வை: காஷ்மீரின் சால்வைகள் அவற்றின் வடிவமைப்பு, நிறம் மற்றும் எம்பிராய்டரிக்கு உலகளவில் அறியப்படுகின்றன. கெல் ஆட்டுத்தோளிலிருந்து பெறப்பட்ட ஃப்ளீசி கம்பளி பஷ்மினா சால்வை தயாரிக்கப் பயன்படுகிறது.

வால்நட் மர பொருட்கள்: இது காஷ்மீர் உலகின் சிறந்த வால்நட் மரங்களின் தாயகமாகும். இந்த மர பொருட்கள் பல்வேறு தளபாடங்கள் மற்றும் காட்சி பொருட்களை உருவாக்க பயன்படுகிறது. காஷ்மீரில் திறமையான கலைஞர்கள் உள்ளனர் இங்கு உருவாக்கப்படும் செதுக்கப்பட்ட வேலைப்பாடுகள், லட்டீஸ் வேலைகள், தாமரை மலர்கள் மற்றும் சைனார் வடிவங்கள் ஆகியவற்றுக்கு பெயர் பெற்றது. மர பொருட்களினால் தயாரானவை மேசைகள், நாற்காலிகள், சுருட்டு, நகை பெட்டிகள், மற்றும் எண்ணற்ற பிற பொருட்கள் ஆகியவை அடங்கும்.

2. இமாச்சலப் பிரதேசம்:

இமாச்சலப் பிரதேசத்திற்கான பயணம் உண்மையிலேயே மகிழ்ச்சியளிக்கிறது, ஏனெனில் இது இந்தியாவின் மிகவும் பிரபலமான சுற்றுலாத் தலங்களில் ஒன்றாகும். இந்த மாநிலம் அதன் புகழ்பெற்ற வரலாறு மற்றும் வளமான கலாச்சார பாரம்பரியத்தை பெருமைப்படுத்துகிறது. மேற்கு இமயமலையில் அமைந்துள்ள இது பதினோரு மலை மாநிலங்களில் ஒன்றாகும். சிகரங்கள் மற்றும் விரிவான நதி அமைப்புகளைக் கொண்ட ஒரு தீவிர நிலப்பரப்பால் வகைப்படுத்தப்படுகிறது. இமாச்சலப் பிரதேசம் 'தேவ் பூமி', 'தேவர்களின் பூமி மற்றும் தெய்வங்களின் பூமி' என்றும் அழைக்கப்படுகிறது

இமாச்சலப் பிரதேசத்தில் உள்ள பழங்குடியினர்கள்: காடிஸ், குஜ்ஜார்ஸ், காஸ், லம்பா, லஹாலாஸ், பங்வாலா, ஸ்வாங்லா, பீட்டா, பீடா போட், போத்.

பொருளாதாரம்: இமாச்சலப் பிரதேசத்தின் பொருளாதாரம் முக்கியமாக விவசாயம் மற்றும் உணவு பதப்படுத்துதலை அடிப்படையாகக் கொண்டுள்ளது. மொட்டை மாடி விவசாய நிலங்கள் கீழ் சரிவுகளை உள்ளடக்கியது மற்றும் பழத்தோட்டங்கள் மிதமான பகுதிகளில் காணப்படுகின்றன. புகழ்பெற்ற சிவப்பு இமாச்சலி ஆப்பிள் மற்றும் ஆப்பிள் சாறு இந்தியா முழுவதும் சந்தைகளுக்கு வழங்கப்படுகிறது.

இமாச்சலில் சுற்றுலா ஒரு முக்கிய பொருளாதார நடவடிக்கையாகும், இது உள்நாட்டு மற்றும் வெளிநாட்டு பயணிகளை ஈர்க்கிறது. அதன் மலைப்பாங்கான நிலப்பரப்பு மற்றும் மிதமான காலநிலை காரணமாக, விவசாயம், மலர் வளர்ப்பு, பட்டு வளர்ப்பு, வனவியல் மற்றும் தேயிலை தோட்டங்களில் கணிசமான அழுத்தம் உள்ளது. இமாச்சலிலும் பல வேகமாகப் பாயும் ஆறுகள் உள்ளன, அவை நீர் மின் உற்பத்திக்கு நல்ல ஆற்றலை வழங்குகின்றன.

மொழி: இமாச்சலப் பிரதேசத்தில் இந்தி மாநிலத்தின் அதிகாரப்பூர்வ மொழியாக கருதப்படுகிறது. பஹாரி மொழிகள், பஞ்சாபி, காங்க்ரி, டோக்ரி மற்றும் கின்னரி உள்ளிட்ட பல்வேறு மொழிகளையும் மக்கள் பேசுகின்றனர். இதில் அதிகம் பேசப்படும் மொழி பஹாரி ஆகும். இவை சமஸ்கிருதம் மற்றும் பிராகிருதத்திலிருந்து பெறப்பட்ட இந்தோ-ஆரிய மொழிகள். இதில், மேற்கு பஹாரி வடிவம் முக்கியமாக பேசப்படுகிறது. சம்பியாலி, மண்டேலி, குலுஹி, ஹிமாச்சலி மற்றும் சுராஹி ஆகியவை மாநிலத்தில் பேசப்படும் மற்ற பஹாரி மொழிகள் ஆகும்.

உணவு: இமாச்சலப் பிரதேசத்தின் உள்ளூர் உணவு சுவையாகவும், கண்களை கவர்வதாகவும் இருக்கிறது. அன்றாட வழக்கத்தில், உள்ளூர் மக்கள் பருப்பு, காய்கறி மற்றும் வெற்று அரிசியை சாப்பிட விரும்புகிறார்கள். இந்த மாநிலத்தில் 'சிது' பிரபலமான உணவு வகையாகும். இது கோதுமையால் ஆனது மற்றும் வெண்ணெயுடன் சுவைக்கப்படுகிறது. படாண்டே சீர்மோர் மாவட்டத்தின் மற்றொரு பிரபலமான உணவாகும். குலு ட்ரவுட், வறுக்கப்பட்ட மீன், சிக்கன் அனார்தனா ஆகியவை அசைவ உணவுகளில் பிரபலமானவை.

கலாச்சாரம்: இமாச்சலப் பிரதேசம் அனைத்து பண்டிகை நிகழ்வுகளையும் குறிக்கும் நாட்டுப்புற இசை மற்றும் நடனங்களின் வளமான பாரம்பரியத்தைக் கொண்டுள்ளது. வீரம் மற்றும் புகழ்பெற்ற காதல் கதைகளின் கருப்பொருள்களால் நாட்டுப்புறவியல் நிறைந்துள்ளது. இங்கு வசிக்கும் மக்கள் தங்கள் கலாச்சாரத்தைப் பற்றி பெருமைப்படுகிறார்கள். மக்கள் மேற்கத்திய ஆடைகளை அணியத் தொடங்கினாலும், கலாச்சாரம் ஒவ்வொரு இமாச்சலியின் இதயத்திலும் பாதுகாக்கப்படுகிறது.

உடை: இமாச்சல மக்களின் உடை மிகவும் அழகாகவும் துடிப்பாகவும் இருக்கிறது. மேலும் இது ஆண்டு முழுவதும் நீடிக்கும் கடுமையான வானிலைக்கு ஏற்ப தயாரிக்கப்படுகிறது. சூடான மற்றும் வசதியான, கையால் நெய்யப்பட்ட ஆடைகள் நாட்டின் மற்ற பகுதிகளிலிருந்தும் உலகத்திலிருந்தும் மாநிலத்திற்கு வருகை தரும். தொப்பிகள் முதல் காலணி வரை, அதில் பெரும்பாலானவை இங்கு கைமுறையாக நெய்யப்படுகின்றன.

பாரம்பரிய இமாச்சல பிரதேச ஆண்களின் ஆடைகள்: இமாச்சலப் பிரதேசத்தின் சமூகம் இரண்டு பிரிவுகளாக பிரிக்கப்பட்டுள்ளது, அவை ராஜ்புத் மற்றும் பிராமணர்கள். உடைகள் பெரும்பாலும் ஒரே மாதிரியானவை, ஆனால் சில வேறுபாடுகளைக் குறிப்பிடலாம். ராஜ்புத் ஆண்கள் இறுக்கமான சுரிதார் பைஜாமாக்களை அணிய விரும்புகிறார்கள். ஓவர் கோட்டுகள் யாக் தோல் மற்றும் தங்க நூல்களால் வடிவமைக்கப்படுகின்றன. பிராமண ஆண்கள் குர்தா மற்றும் பைஜாமாவுடன் இடுப்பு கோட் அல்லது ஓவர் கோட் அணிந்திருப்பதைக் காணலாம்.

பெண்களின் பாரம்பரிய இமாச்சலப் பிரதேச ஆடைகள்: ராஜபுத்திர பெண்கள் கழுத்தில் இருந்து கால் வரை நீண்ட குர்தாக்களை

அணிவார்கள். அத்துடன் அவர்கள் கக்ரிஸ், சல்வார்-கமீஸ் மற்றும் சோலிஸையும் அணிவார்கள். சோலி என்பது மேல் பகுதியில் நீண்ட பாவாடை மற்றும் நிறைய வளையல்களுடன் அணிந்திருக்கும் சட்டைகள். பிராமணப் பெண்கள் சல்வார் கமீஸ் மற்றும் காக்ரா சோலி போன்ற ஒத்த ஆடைகளை அணிவார்கள்.

ஆபரணங்கள்: இமாச்சலப் பிரதேசத்தில் உள்ள ஆடைகளின் பாரம்பரிய பாணி உடலின் அனைத்து பாகங்களுக்கும் ஆபரணங்களை உள்ளடக்கியது. நகை வடிவமைப்புகளில் பெரும்பாலும் பாரம்பரிய ராஜஸ்தான் பாணியான மீனாகரி (தங்கம் மற்றும் வெள்ளியில் செய்யப்பட்ட பற்சிப்பி) அடங்கும். நீள்வட்ட கணுக்கால்கள், திட இரும்பு தலை வளையல்கள், முடி ஆபரணங்கள், பீப்பல்-இலை வடிவ நெற்றி ஆபரணங்கள் மற்றும் தாய் தெய்வத்தின் உருவங்களுடன் பதக்கங்கள் ஆகியவை இமாச்சலப் பிரதேசத்திற்கு புகழ்பெற்றவை.

திருவிழாக்கள்: பண்டிகைகள் சமூக வாழ்க்கையை உயிர்ப்பிக்கின்றன. குறிப்பிடத்தக்க நிகழ்வுகளின் மகிழ்ச்சியான கொண்டாட்டம் மற்றும் கடந்த காலத்தின் நினைவுகூரலில் மக்களை ஒன்றிணைக்கின்றன. இதுபோன்ற நிகழ்வுகளில் பாடல்களும் நடனமும் பொதுவான அம்சங்கள். அவர்களைப் பொறுத்தவரை, ஒரு சிறிய நிகழ்வு கூட கொண்டாடப்படும் அளவுக்கு பெரியது. இமாச்சலப் பிரதேசத்தின் சில முக்கியமான பண்டிகைகளை பற்றி ஒவ்வொன்றாக காண்போம்.

சேத் திருவிழா: சந்திர வருடத்தின் முதல் மாதம், முதல் நாள் மகிழ்ச்சியையும் செழிப்பையும் தரும் நம்பிக்கையுடன் இந்த திருவிழா கொண்டாடப்படுகிறது. இந்த விழா குல்லுவில் சத்ரலி என்றும் சம்பா மாவட்டத்தின் பர்மூர் பகுதியில் டோல்ரு என்றும் அழைக்கப்படுகிறது.

நவராத்திரி: இமாச்சலப் பிரதேசத்தில் நவராத்திரிகள் மிகவும் சிறப்பாகக் கொண்டாடப்படுகின்றன. நவராத்திரி நாட்களில் பிரார்த்தனை செய்ய மக்கள் அருகிலுள்ள துர்கா கோவிலுக்கு வருகிறார்கள்.

பைசாக்கி: இது காங்க்ராவில் பிசோவா, சிம்லா மலைகளில் பிஷ்யூவ் மற்றும் பாங்கி-சம்பாவில் லிஷூ என அறியப்படுகிறது. இந்த விழா பொதுவாக ஏப்ரல் 13 அன்று கொண்டாடப்படுகிறது. பகல் நேரத்தில், பைசாக்கி கண்காட்சி பல இடங்களில் பாரம்பரிய களிப்புடனும், ஈர்ப்புடனும் நடைபெறுகிறது.

ஹரியாலி: இந்த விழா ஜூலை 16 அன்று கொண்டாடப்படுகிறது. பண்டிகைக்கு சில நாட்களுக்கு முன்பு, ஐந்து முதல் ஏழு வகையான தானியங்களின் விதைகள் பூமி நிறைந்த சிறிய கூடையில் ஒன்றாக விதைக்கப்படுகின்றன. மேலும், திருவிழாவின் போது நடனமாடுவதும், பாடுவதும் ஒரு பொதுவான நடைமுறையாகும்.

ராக்கி: இந்தியா முழுவதும் கொண்டாடப்படும் முக்கிய பண்டிகைகளில் ஒன்று ராக்கி. இது மண்டி மாவட்டத்தில் ரக்ருன்யா, சிர்மூர் மாவட்டத்தில் சலுன்னு மற்றும் சிம்லா மாவட்டத்தில் ரக்புன்யா என்று அழைக்கப்படுகிறது. இமாச்சலப் பிரதேசத்தின் பெரும்பாலான பகுதிகளில் இது 'ரக்ரி' என்று அழைக்கப்படுகிறது. சகோதரி தனது சகோதரனின் மணிக்கட்டில் புனித நூலைக் கட்டி, அன்பை பரிமாறிக் கொள்வார்கள்.

சேர்: இது புதிய இமாச்சலில் செப்டம்பர் மாதத்தில் மலைவாழ் மக்களின் பெரிய நாளாக கொண்டாடப்படுகிறது. மாதத்தின் முதல் நாளில் வளமான உணவு தயாரிக்கப்படுகிறது.

தசரா: தசரா கொண்டாட்டங்கள் இந்தியாவின் எல்லா இடங்களிலும் ஒரே மாதிரியாக இருக்கும். இது செப்டம்பர் அல்லது அக்டோபர் மாதத்தில் கொண்டாடப்படுகிறது. தசரா 10 வது நாள் கொண்டாட்டத்தில், ரவ்னா, கும்பகர்ணன் மற்றும் மேகநாதரின் உருவ பொம்மைகளை எரிக்கிறார்கள். இது தீமைக்கு எதிராக நல்ல வெற்றியை குறிக்கிறது.

ஹால்டா: ஹால்டா டிசம்பர் அல்லது ஜனவரி மாதங்களில் சந்திரா மற்றும் பாகா பள்ளத்தாக்குகளின் மக்களால் கொண்டாடப்படுகிறது.

கலை மற்றும் கைவினை: கலை மற்றும் கைவினைப் பொருட்களில் தரைவிரிப்புகள், தோல் வேலைகள், சால்வைகள், உலோகப் பொருட்கள், மரவேலைகள் மற்றும் ஓவியங்கள் உள்ளன. பஷ்மினா சால்வை இமாச்சலத்தில் மட்டுமின்றி நாடு முழுவதும் அதிக தேவை உள்ளது. வண்ணமயமான இமாச்சலி தொப்பிகளும் மக்களின் புகழ்பெற்ற கலைப் படைப்புகளாகும். மேலும், பெண்கள் மட்பாண்டங்களிலும், ஆண்கள் தச்சு வேலைகளிலும் தீவிரமாக பங்கேற்கிறார்கள்.

சன்ம-ருமால்/சம்பா ரூமல்: சம்பா ருமல் அல்லது சம்பா கைக்குட்டை என்பது ஒரு காலத்தில் எம்பிராய்டரி செய்யப்பட்ட கைவினைப் பொருளாகும். "ஊசி அதிசயம்" என்று அழைக்கப்படும் சம்பா ரூமல் இப்போது சதுர மற்றும் செவ்வக வடிவங்களில் தயாரிக்கப்படுகிறது. எம்பிராய்டரியை முடித்த பிறகு, துணி அனைத்து பக்கங்களிலும் சுமார் 2 முதல் 4 அங்குல எல்லைடன் தைக்கப்படுகிறது

கல் செதுக்குதல்: இமாச்சலப் பிரதேசத்தில் பல்வேறு வகையான கற்கள் உள்ளன, அவை கல் கைவினைகளுக்கு பயன்படுத்தப்படுகின்றன. படைஹ்ரா அல்லது படாடா மக்கள் கல் செதுக்குவதில் வல்லவர்கள். எல்லாவற்றிற்கும் மேலாக, மணற்கல் கைவினைப் பொருட்களில் பயன்படுத்தப்படுகிறது. நல்ல தரமான சுண்ணாம்பு கல் கூட அதிக அளவில் பயன்படுத்தப்படுகிறது.

3. உத்தரகாண்ட்:

உத்தரகாண்ட் இந்தியாவின் வட பகுதியில் உத்தராஞ்சலில் உள்ள ஒரு மாநிலமாகும். இது பெரும்பாலும் "தேவபூமி" என்று குறிப்பிடப்படுகிறது. வடக்கில் சீனாவின் திபெத் தன்னாட்சி பிராந்தியத்தின் எல்லையாக அமைந்துள்ளது. பண்டைய இந்தியாவின் வேத காலத்தில் இந்த பகுதி உத்தரகுரு ராஜ்யத்தின் ஒரு பகுதியாக உருவானது. அதன்பின் இடைக்காலத்தில், 'கூர்மஞ்சல் இராச்சியம்' என்று அழைக்கப்படும் குமோனின் கத்யுரி ஆட்சியாளர்களின் கீழ் ஒருங்கிணைக்கப்பட்டது.

இங்கு வசிக்கும் பூர்வீகவாசிகள் கர்வாலி, குமோனி என்று அவர்களின் தோற்றப் பகுதியால் அழைக்கப்படுகிறார்கள். இது இந்தியாவின் 20 வது அதிக மக்கள் தொகை கொண்ட மாநிலமாகும். மக்கள் எளிமையான வாழ்க்கை முறை, நேர்மை மற்றும் பணிவு

ஆகியவற்றால் இயற்கையுடனும், கடவுளுடனும் ஒரு உண்மையான பிணைப்பைப் பிரதிபலிக்கிறார்கள்.

உத்தரகாண்ட் மாநிலத்தில் உள்ள பழங்குடியினர்கள்: போடியாஸ், புக்சா, ஜான்சாரி, காஸ், ராஜி மற்றும் தாரு.

மொழி: உத்தரகண்ட் ஒரு பல மொழி மாநிலமாகும். இது பல்வேறு சமூகங்களைச் சேர்ந்த மக்களைக் கொண்டுள்ளது. உத்தரகாண்டின் முக்கிய மொழிகள் கர்வாலி மற்றும் குமோனி என்றாலும், இவை மாநிலத்தின் அதிகாரப்பூர்வ மொழிகள் அல்ல. உத்தரகாண்டில் பேசப்படும் ஆறு உள்ளூர் மொழிகள் இந்தி, சமஸ்கிருதம், கர்வாலி, குமோனி, ஜான்சாரி மற்றும் உருது. அவற்றை பற்றி விரிவாக இங்கு காண்போம்.

1. **இந்தி:** இந்தி உத்தரகாண்டின் முக்கிய மொழிகளில் ஒன்றாகும், இது பெரும்பான்மையான மக்களால் பேசப்படுகிறது. தொலைதூரப் பகுதிகளில் அமைந்துள்ள பள்ளிகளில் கூட, இந்தி மொழி பயன்பாட்டில் உள்ளது.

2. **சமஸ்கிருதம்:** சமஸ்கிருதம் பெரும்பாலும் உரைகளில் படிக்கப்படுகிறது. இதற்கு இரண்டாவது அதிகாரப்பூர்வ மொழியின் அந்தஸ்து வழங்கப்பட்டுள்ளது. குழந்தைகள் கூட இந்த மொழியை பள்ளிகளில் படிக்கவும், எழுதவும் கற்றுக்கொள்கிறார்கள்.

3. **கர்வாலி:** கர்வாலி என்பது உத்தரகண்டின் பிராந்திய மொழியாகும். இது வடமேற்கு கார்வால் பகுதியில் பேசப்படுகிறது. கர்வாலிக்கு ஸ்ரீநகரியா, பதானி, தெஹ்ரி, லோஹ்பியா, ஜவுன்சாரி போன்ற பல கிளைமொழிகள் உள்ளன. கர்வாலி பெரும்பாலும் பேசும் மொழியாக இருந்து வருகிறது. இது ஒரு தலைமுறையிலிருந்து இன்னொரு தலைமுறைக்கு, வாய்மொழியாக அனுப்பப்பட்டது.

4. **குமோனி:** உத்தரகாண்டின் மற்றொரு முக்கிய பிராந்திய மொழி குமோனி. இது குமான் பகுதியைச் சேர்ந்த மக்களால் பேசப்படும் மொழியாகும். இந்த மொழி தேவநாகரி எழுத்துக்களைப் பயன்படுத்துகிறது.

பொருளாதாரம்: உத்தராகண்ட் பொருளாதாரம் முக்கியமாக சுற்றுலாத் தொழிலை நம்பியுள்ளது. இது இமயமலையின் அடிவாரத்தில் அமைந்துள்ளதால் ஏராளமான மலைப்பகுதிகளை உள்ளடக்கியுள்ளது. மேலும் உலகம் முழுவதிலுமிருந்து சுற்றுலாப்

பயணிகளை ஈர்க்கிறது. மலைப்பகுதிகளைத் தவிர, கார்பெட் தேசிய பூங்கா மற்றும் புகழ்பெற்ற புலிகள் சரணாலயம் போன்ற வனவிலங்கு சரணாலயங்களுக்கு சுற்றுலா பயணிகள் வருவதால், வனவிலங்குகளும் சுற்றுலாவுக்கு முக்கிய ஈர்ப்பாக அமைந்துள்ளன.

கலாச்சாரம்: தேவர்களின் தேசம் அதன் பழங்கால கலாச்சாரத்திற்கு பெயர் பெற்றது. வண்ணமயமான சமூகம் கர்வால் மற்றும் குமான் ஆகிய இரண்டு முக்கிய பகுதிகளாகப் பிரிக்கப்பட்டுள்ளது. மேலும் வெவ்வேறு பாரம்பரியத்தின் அழகான ஒருங்கிணைப்பு உள்ளூர் மக்களுக்கு ஒரு அற்புதமான கலாச்சாரம் மற்றும் வாழ்க்கை முறையை உருவாக்குகிறது.

உணவு: உணவு அதன் முக்கிய பகுதிகளான கர்வாலி மற்றும் குமோனி பகுதிகளில் ஆதிக்கம் செலுத்துகிறது. உத்தரகண்டின் மிகவும் பிரபலமான சில உணவுகள் மெதுவான தீயில் சமைக்கப்படுகின்றன மற்றும் பருப்புகளைக் கொண்டுள்ளன. பூரி மாவட்டங்களில் ரோட்டனும், குமுனி பிரிவில் குகுட்டியும் பிரபலமானது. பால் மித்தாய் ஒரு பிரபலமான இனிப்பு என்றாலும் மற்ற இனிப்புகள் ஸ்வால், கஜூர், அர்சா, மிஸ்ரி, கட்டா மற்றும் குல்குலாஸ்.

உடை: ஆண்கள் குர்தா, பைஜாமா மற்றும் குர்தாவின் மேல் கோட்டி அணிவார்கள். கோட்டி என்பது குளிர்ந்த காற்றைத் தடுப்பதற்காக கர்வாலில் செய்யப்பட்ட கம்பளி கோட் வடிவமாகும். பெண்கள் தங்கள் முகங்களை வெயிலிலிருந்து பாதுகாக்க வண்ணமயமான தலைக்கவசம் அணிவார்கள். இந்த நிகழ்வுகளின் போது கம்பளி, பருத்தியால் செய்யப்பட்ட காக்ரா அல்லது லெஹெங்காவும் அணியப்படுகிறது.

ஏறக்குறைய அனைவரும் ஒரே மாதிரியான ஆடை முறையை பின்பற்றுகிறார்கள். பொதுவாக அணியும் கீழ் ஆடை தோதி அல்லது லுங்கி எனப்படும். பல்வேறு வண்ண குர்தாக்கள் மேல் ஆடையாக அணியப்படுகின்றன. காக்ரி என்பது ஒரு நீண்ட பாவாடை ஆகும். இது பெரும்பாலும் உத்தரகாண்டின் அனைத்து பெண்களாலும் அணியப்படுகிறது.

நடனம் மற்றும் இசை: உத்தரகாண்ட் மக்களின் வாழ்க்கை இசை மற்றும் நடனத்தால் நிரம்பியுள்ளது. நடனம் அவர்களின் பாரம்பரியத்தின் முக்கிய பகுதியாக கருதப்படுகிறது. மேலும் இந்த மாநிலத்தில் மிகவும் பிரபலமான நடனம் சஞ்சாரி. நாட்டுப்புற நடனங்களில் சில:

டேராடூன் மாவட்டத்தில் உள்ள ஜான்சர் பவார் பகுதியின் பிரபலமான நடனம் பரடா நாடி

லாங்வீர் நிருத்யா என்பது ஆண்களால் நிகழ்த்தப்படும் ஒரு அக்ரோபாட்டிக் நடன வடிவம்

பாண்டவர் நிருத்யா என்பது இசை மற்றும் நடன வடிவில் மகாபாரதத்தின் கதை

துரங் & துரிங் என்பது போத்திய பழங்குடியினரின் பிரபலமான நாட்டுப்புற நடனங்கள்.

ஆபரணங்கள்: குமோனி மற்றும் கர்வாலி பெண்கள் இருவரும் நீண்ட 'நாதங்கள்' அணிந்துள்ளனர். அவை தங்கம், சிவப்பு மற்றும் வெள்ளை மணிகளால் ஆனவை. மேலும் கர்வாலி பெண்கள் நவீன கால சோக்கர் போன்ற நெக்லஸை அணிவார்கள். இது 'குல் பேண்ட்' என்று அழைக்கப்படுகிறது. பஹாரி பெண்கள் வெள்ளியிலோ அல்லது தங்கத்திலோ சிறப்பாக வடிவமைக்கப்பட்ட நகைகளை அணிய விரும்புகிறார்கள்.

நாதுலி: நாதுலி அல்லது நாத் என்பது பஹாரி பெண்களின் நகையாகும். இது அதன் நேர்த்தியான பாணியால் போற்றப்படுகிறது. மணப்பெண்ணின் நாத் அல்லது மூக்கு வளையம் திருமணத்தின் போது நட்சத்திர ஈர்ப்பாகும்.

ஹன்சுலி: கர்வாலியில் 'கக்வாலி' என்று அழைக்கப்படும் ஹன்சுலி, கழுத்தில் பிடிபட்ட ஒரு பிரபலமான ஆபரணம். ஹன்சுலியை கர்வாலி, குமோனி, ஜவுன்சாரி மற்றும் போதியா பெண்கள் அணிவார்கள். ஹன்சுலி பஹாரி பெண்களின் அழகை வெளிப்படுத்தும் ஒரு உன்னதமான நகையாக கருதப்படுகிறது.

புலாக் மற்றும் தகுலு: புலாக் என்பது நாசி செப்டத்தில் அணியும் ஒரு நேர்த்தியான நகை. இது சிக்கலான உருவ வடிவமைப்புகளை செதுக்கும் திறமையான தங்கக் கலைஞர்களால் வடிவமைக்கப்பட்டுள்ளது.

திருவிழாக்கள்: உத்தரகாண்ட் மக்களிடையே நன்றியுணர்வின் ஆவி மிகுதியாகக் காணப்படுகிறது. அவர்களின் கண்காட்சிகள் மற்றும் திருவிழாக்கள் நன்றியுள்ள இதயங்களையும், சுற்றுப்புறத்தைப் பாதுகாக்கும் ஆர்வத்தையும் தெளிவாகக் காட்டுகின்றன. மாநிலம் முழுவதும் பல பெரிய அளவிலான விழாக்களை ஏற்பாடு செய்கிறார்கள். எந்தவொரு சந்தேகத்திற்கும் இடமின்றி, உத்தரகாண்டில் பல்வேறு

கொண்டாட்டங்கள் தூய்மையான இதயங்கள் மற்றும் தன்னலமற்ற நோக்கங்களுடன் கொண்டாடப்படுகின்றன.

பசந்த் பஞ்சமி: பசந்த் பஞ்சமி என்பது பசந்த் அல்லது வசந்த காலம் வருவதை கொண்டாடும் பண்டிகையாகும். இது மே அல்லது ஜனவரி/பிப்ரவரி மாதங்களில் கொண்டாடப்படுகிறது. உத்தரகாண்டில் இந்த பண்டிகை குளிர்காலத்தின் முடிவைக் குறிக்கிறது. இந்த விழாவில் அறிவு, செழிப்பு மற்றும் நிலத்தின் தெய்வமான சரஸ்வதியை வணங்குகிறார்கள்.

ஹரேலா: ஹரேலா என்பது மழைக்காலம் அல்லது பருவமழையின் தொடக்கத்தைக் குறிக்கும் பண்டிகை. குமான் சமூகத்தைச் சேர்ந்த மக்கள் இந்த விழாவை சிரவண மாதத்தில், அதாவது ஜுலை-ஆகஸ்ட்டில் கொண்டாடுகிறார்கள். புராணப்படி, இந்த நிகழ்வு சிவன் மற்றும் பார்வதியின் திருமண கொண்டாட்டத்தை கொண்டாடுகிறது.

கலை மற்றும் கைவினை: இந்தியாவின் உத்தரகண்ட் பகுதி அதன் தனித்துவமான கலை வடிவங்களைக் கொண்டுள்ளது. இந்த கலை வடிவங்கள் ஓவியம், கட்டிடக்கலை, சிற்பம் மற்றும் பிற அழகியல் முயற்சிகளை உள்ளடக்கியது. குமாவோன் மற்றும் கார்வால் பகுதிகள் இரண்டும் கலை பாரம்பரியத்திற்கு பெரிதும் பங்களித்துள்ளன. குமான் ஒரு குறிப்பிட்ட கட்டிடக்கலை வடிவத்தைக் கொண்டுள்ளது. இது பொதுவாக 'ஹிமாத்ரி' பாணி என்று அழைக்கப்படுகிறது.

ஐபன்: ரங்கோலி, வீட்டின் முன் காட்டப்படும் ஒரு பாரம்பரிய இந்திய கலை. இது புனிதமான மற்றும் பழமையான நடைமுறையை உருவாக்குகிறது. ஐபன் என்பது ரங்கோலியின் பாரம்பரிய வடிவங்களில் ஒன்றாகும்.

ஓவியங்கள்: சுவர் ஓவியங்கள் கர்வால் மற்றும் குமாவுன் பகுதிகளில் பரவலாக நடைமுறையில் உள்ளன. முகலாய ஓவியங்கள் பல்வேறு தாக்கங்களின் கலவையை வெளிப்படுத்துகின்றன. அதே நேரத்தில், அது ஒரு தனி மற்றும் புத்திசாலித்தனமான கலை வடிவமாக தனது சொந்தத்தை நிர்வகிக்கிறது.

பீத்: இது மாநிலத்தில் அலங்கார மற்றும் சடங்கு கலைகளின் வடிவமாகும். குமான் மற்றும் கர்வாலின் பெண்கள் பீத்தின் முக்கிய கலைஞர்கள். பீத் வரைவதில் பயன்படுத்தப்படும் நுட்பங்கள் மற்றும் பொருட்கள் மிகவும் பாரம்பரியமானவை.

கல் வேலைப்பாடுகள்: கோவில்களில் உள்ள கற்கள் அலங்கார மற்றும் சிக்கலான செதுக்கல்களை வெளிப்படுத்துகின்றன. பாலேஷ்வர், கேதார்நாத், ஜாகேஷ்வர், பாகேஷ்வர், பஞ்ச கேதர் மற்றும் அல்மோரா ஆகியவை உத்தரகண்டின் சில அசாதாரண கல் வேலைப்பாடுகளை காட்சிப்படுத்துகின்றன.

4. உத்தரபிரதேசம்:

உத்தரபிரதேசம் என்பது வட இந்தியாவில் உள்ள ஒரு மாநிலம். 200 மில்லியனுக்கும் அதிகமான மக்களைக் கொண்டு, இது இந்தியாவில் அதிக மக்கள் தொகை கொண்ட மாநிலமாகவும் திகழ்கிறது. மேற்கில் ராஜஸ்தான், வடமேற்கில் ஹரியானா, இமாச்சலப் பிரதேசம் மற்றும் டெல்லி, வடக்கே நேபாளம், கிழக்கில் பீகார், தெற்கில் மத்தியப் பிரதேசம், ஜார்க்கண்ட் மற்றும் சத்தீஸ்கர் மாநிலங்களின் எல்லையாக அமைந்துள்ளது.

இம்மாநிலத்தில் வசிப்பவர்கள் அவதி, பாகேலி, போஜ்புரி, பிராஜி, பண்டேலி, கன்னோஜி அல்லது ரோகில்கண்டி என்று அழைக்கப்படுகிறார்கள். ஆக்ரா, அலகாபாத், அலிகார், அயோத்தி, குஷிநகர், வாரணாசி மற்றும் பிருந்தாவனம் போன்ற பல வரலாற்று, இயற்கை மற்றும் மத சுற்றுலாத் தலங்களை அடிப்படையாகக் கொண்டுள்ளது.

உத்தரபிரதேசம் மாநிலத்தில் உள்ள பழங்குடியினர்கள்: போடியா, புக்சா, ஜவுன்சாரி, கோல், ராஜி, தாரு, கோண்ட், கார்வார், சஹர்யா, பரஹியா, பைகா, அகரியா மற்றும் சேரோ.

மொழி: உத்தரப் பிரதேசத்தில் பேசப்படும் உச்சரிப்பு இந்தி மொழியின் நிலையான உச்சரிப்பு. இரண்டாவது அதிகம் பேசப்படும் மொழி ஹிந்துஸ்தானி. இன்றைய நாட்களில், இந்துஸ்தானி 'தேவநாகிரி' எழுத்தில் எழுதப்பட்டிருந்தால் அது இந்தி என்று அழைக்கப்படுகிறது. அதே போல் 'நாஸ்தாலிக்' எழுத்துக்களில் எழுதப்பட்டிருந்தால் உருது என்று அழைக்கப்படுகிறது. இது ஒரு எழுத்தறிவு வடிவத்தில் இந்தி மற்றும் உருது ஆகிய இரண்டையும் இணைத்துள்ளது. அத்துடன் அவதி மற்றொரு பிரபலமான மொழி. இந்த மொழி, குறிப்பாக கிராமப்புற மக்கள்தொகையின் லிங்குவா ஃப்ராங்காவால் பேசப்படுகிறது.

சமீபத்திய மக்களால் இந்திக்குப் பிறகு உத்திரபிரதேசத்தில் அதிகம் பேசப்படும் மொழி போஜ்புரி. இந்த மொழி பேசுபவர்கள் பெரும்பாலும் கிழக்கு உத்தரபிரதேசத்தின் 20 ஒற்றைப்படை மாவட்டங்களில் மட்டுமே உள்ளனர். 'பிரஜ் பாஷா' என்பது கிருஷ்ணரின் மொழி. மதுரா மற்றும் பிருந்தாவனத்தைச் சுற்றியுள்ள பகுதிகளில் பேசப்படுகிறது. குஜாரி, ஹரியான்வி மற்றும் பண்டேலி போன்ற பிற சிறிய மொழிகளும் இங்கு பேசப்படுகின்றன.

இந்தியாவின் பொருளாதாரத்தில் மூன்றாவது பெரிய மாநிலமாக உத்தரபிரதேசம் வரையருக்கப்படுகிறது. மேலும் இந்தியாவில் உணவு தாணிய உற்பத்தியில் 1950 களில் இருந்து மிகசிறந்த மாநிலமாக இருந்து வருகிறது. மாநிலத்தின் மற்ற பகுதிகளுடன் ஒப்பிடும்போது மேற்கு உத்திரப் பிரதேசம் விவசாயத்தைப் பொறுத்தவரை மிகவும் முன்னேறியுள்ளது. மாநிலத்தின் பெரும்பான்மையான மக்கள் விவசாய நடவடிக்கைகளை நம்பியுள்ளனர். கோதுமை, அரிசி, பருப்பு வகைகள், எண்ணெய் வித்துக்கள் மற்றும் உருளைக்கிழங்கு ஆகியவை முக்கிய விவசாய பொருட்கள் ஆகும். கரும்பு முக்கியமான பணப்பயிராகும்.

கலாச்சாரம்: உத்தரபிரதேசத்தின் கலாச்சாரம் உருதுவிலிருந்து அதன் வேர்களைக் கொண்டு வளமான வரலாற்று கடந்த காலத்தை நினைவு கூர்கிறது. இது தாஜ்மஹாலின் ராமர் மற்றும் புத்தரின் நவாப்களின் நிலம் என்று நம்பப்படுகிறது. ஒரு தெளிவான கலாச்சாரம் மற்றும் கட்டடக்கலை நுணுக்கங்களைக் கொண்டுள்ளது. அத்துடன் துடிப்பான சாயல்கள், இனிமையான உணவு, காலமற்ற மரபுகள், நினைவுச்சின்ன பாரம்பரியம் மற்றும் பிரமிக்க வைக்கும் இசை ஆகியவற்றைக் குறிக்கிறது.

உணவு: உத்தரபிரதேசத்தில் பலவகையான உணவு வகைகள் உள்ளன, அவற்றில் மிகவும் பிரபலமானவை அவதி சமையல். சில விரும்பப்படும் உணவுகளில் அடங்கும் தம் பிரியாணி, டம் கோஷ்ட் மற்றும் நிஹாரி, ஒரே இரவில் சமைக்கப்பட்டு பெரிய தொட்டிகளில் அடைக்கப்படுகிறது. வடக்கு உத்தரப்பிரதேச உணவில் கச்சோரி, ஆலு கறி மற்றும் மிகவும் வழக்கமான பருப்பு, ரொட்டி, அரிசி ஆகியவை அடங்கும். பாரம்பரிய இனிப்பு வகைகள் பர்பி, பலுஷாஹி, கெவார், காஜூ கட்லி, கஜர் கா ஹல்வா, குஜியா மற்றும் ஜலேபி. தண்டாய் என்பது உத்தரபிரதேசத்தின் பொதுவான பானமாகும்.

உடை: உத்தரபிரதேச மக்கள் பலவிதமான சொந்த மற்றும் மேற்கத்திய பாணியிலான ஆடைகளை அணிய விரும்புவார்கள். பெண்களின் பாரம்பரிய உடை புடவை, ரவிக்கை அல்லது சல்வார் கமீஸ் ஆகும். ஆண்கள் தோதி, குர்தா அல்லது பைஜாமாவை தேர்வு செய்கிறார்கள். அவர்கள் தலையில் பக்ரி அல்லது டோபியை அணிவார்கள். மேலும் பண்டிகை சமயங்களில், ஆண்கள் ஷெர்வானிக்கு செல்கிறார்கள். இது சுரிதார் கொண்ட எம்பிராய்டரி குர்தா. பெண்கள் சாதாரண சந்தர்ப்பங்களில் லெங்கா சோலி அணிவார்கள். ரவிக்கை மற்றும் ஓதானி எனப்படும் நீண்ட தாவணியுடன் கூடிய எம்பிராய்டரி பாவாடை ஆகும். இதுதான் உத்தரபிரதேச பெண்களின் தனித்துவமான ஆடை.

நடனம் மற்றும் இசை: நடனம் மற்றும் இசையில் இந்த மாநிலம் மிகவும் பழைய பாரம்பரியத்தைக் கொண்டுள்ளது. கதக் என்பது உத்தரபிரதேசத்தின் உன்னதமான வடிவமாகும். இது முழு உடலுடன் கால்களின் ஒருங்கிணைந்த இயக்கங்களை உள்ளடக்கியது. ராசியா என்பது ராதா மற்றும் கிருஷ்ணரின் தெய்வீக அன்பைக் கொண்டாடும் ஒரு நடன வடிவமாகும். குப்தர்கள் மற்றும் ஹர்ஷ வர்தன் காலத்தில், இசை கண்டுபிடிப்புகளுக்கான முக்கிய மையமாக இருந்தது. பிற நாட்டுப்புற நடனங்கள் ரஸ்லீலா, ஸ்வாங், ராம்லீலா, நவுடங்கி, நகல் (மிமிக்ரி) மற்றும் கவாலி ஆகியவை அடங்கும்.

திருவிழாக்கள்: உத்தரப்பிரதேசம் அதன் அற்புதமான யாத்ரீக இடங்கள் மற்றும் அழகிய சுற்றுலாத் தலங்களுக்கு புகழ்பெற்ற ஒரு மாகாணம் ஆகும். பாரம்பரிய, கலாச்சார மற்றும் வரலாற்று முக்கியத்துவம் வாய்ந்த நிலமாக அறியப்படுகிறது. மதுரா, பிருந்தாவனத்தின் இரட்டை கோவில் நகரங்கள், ராம ஜென்மபூமி, மற்றும் வாரணாசி போன்ற பல கோவில் நகரங்கள் மாநிலத்தின் முக்கிய யாத்திரை இடங்களாகும். 40 பிரம்மாண்ட விழாக்கள் மற்றும் சுமார் 2,250 கண்காட்சிகளுடன், உத்தரபிரதேசம் நாட்டின் வண்ணமயமான மாநிலமாக கருதப்படுகிறது. இங்கு நடத்தப்படும் அனைத்து நிகழ்வுகளும் உற்சாகத்துடன் கொண்டாடப்படுகின்றன. அவற்றில் ஒரு சில விழாவை பற்றி விரிவாக இங்கு காண்போம்.

புத்த பூர்ணிமா: இந்த விழா கௌதம புத்தர் மற்றும் அவரது போதனைகளை நினைவுகூரும் நாள். அவரது வாழ்க்கை முறை குறிப்பாக பொறுமை மற்றும் அமைதிக்காக நிற்பது போன்றவை

பாராட்டப்பட்ட ஒன்று. பகவான் கௌதம புத்தர் இந்தியாவின் மிகவும் பிரபலமான மற்றும் முக்கியமான சமூக ஆளுமைகளில் ஒருவர். யாத்ரீக இடங்கள் பகவான் கௌதம புத்தரின் வாழ்க்கையுடன் நெருங்கிய தொடர்புடையது.

கங்கா தசரா: புராண நூல்களின்படி, சிவ புராணம் மற்றும் பல கதைகளில் கங்கா நதி முக்கிய பங்கு வகிக்கிறது. கங்கா நதி ஒரு பெண்ணாக சித்தரிக்கப்பட்டு சிவபெருமானின் மனைவிகளில் ஒருவராகவும் அறியப்படுகிறார். அவள் சிவபெருமானின் தலையில் இருந்து தோன்றி நிலம் வழியாக பாய்ந்து, மனித உயிர்கள் செய்த அனைத்து பாவங்களையும் கரைத்து, அவர்களின் வாழ்க்கையை மீண்டும் தூய்மையாக்குவதாகவும் நம்பப்படுகிறது.

கங்கை நதி ஒவ்வொரு நாளும் உத்தரபிரதேசத்தின் மலைகளில் வழிபடப்படுகிறது. மேலும் கங்கா ஆர்த்தியின் சடங்கு சூரிய அஸ்தமனத்தின் போது தினமும் இரண்டு முறை நடைபெறும். கங்கை தசரா கங்கா தேவியின் ஆசீர்வாதத்திற்காக வழிபடும் ஒரு பகுதியாகவும் கொண்டாடப்படுகிறது. இது கிட்டத்தட்ட பத்து நாட்கள் நீடிக்கும் மற்றும் ஜூன் மாதத்தில் கொண்டாடப்பட்டு நிறைவடைகிறது.

மகர சங்கராந்தி: மகர சங்கராந்தி மரபுகளின்படி, புனிதமான நிகழ்வு குளிர்கால சங்கிராந்தி நாளைக் குறிக்கிறது. இங்கு மகர சங்கராந்தி டிசம்பர் இறுதியில் அல்லது ஜனவரி தொடக்கத்தில் ஒரு அற்புதமான முறையில் கொண்டாடப்படுகிறது. இந்த நாட்களில், வானத்தில் குழுக்களாக காத்தாடி பறக்க விடுவது ஒரு மரபு. இது சூரியனின் வருகையை கொண்டாடுவதற்காக மேற்கொள்ளப்படும் ஒத்த மரபுகளுடன் தொடர்புடையது.

ஆயுத பூஜை: ஆயுத பூஜை ஸ்ரீராமரின் வழிபாட்டிற்காக அர்ப்பணிக்கப்பட்டுள்ளது. ஆயுதம் என்ற சொல் கருவி என்று மொழிபெயர்க்கப்பட்டுள்ளது. இது அவர்கள் வாழ்வதற்கு சம்பாதிக்கும் தனிநபர்களுக்குச் சொந்தமான உபகரணங்களைக் குறிக்கிறது. பகவான் ஸ்ரீராமனுடன் சேர்ந்து, வாழ்வாதாரத்திற்காக அவர்கள் பயன்படுத்தும் கருவிகளை வணங்குகிறார்கள்.

லத் மார் ஹோலி: இந்த விழா குறிப்பாக மதுரா நகரின் புறநகரில் அமைந்துள்ள பர்சானா கிராமத்தில் மட்டுமே கொண்டாடப்படுகிறது. இதன் நிகழ்வு உண்மையான ஹோலிக்கு சில நாட்களுக்கு முன்பு

நடைபெறுகிறது. இது பெரும்பாலும் மார்ச் மாதத்தில் வருகிறது. பகவான் கிருஷ்ணரின் புராணக் கதைகளில் அவரது இளமைப் பருவத்தில் நிகழ்ந்த நிகழ்வினை நினைவாகக் கொண்டாடப்படுகிறது.

துர்கோத்ஸவ்: துர்கோத்ஸவ் திருவிழா, இந்தியாவின் பல்வேறு பகுதிகளில் பல்வேறு பெயர்களில் அறியப்படுகிறது. தசரா, துர்கா பூஜை, நவராத்திரி ஆகியவை பண்டிகையின் பிரபலமான மாற்று பெயர்களில் சில. இது தீமைக்கு எதிராக நல்ல வெற்றியை நமக்கு நினைவூட்டுகிறது. ஒன்பது இரவுகளில் நாம் வழிபடும் தெய்வங்களின் தெய்வீக குணங்களைப் பார்க்கும் ஒரு பெண் மரியாதையுடன் நடத்தப்பட வேண்டும் என்ற செய்தியை இது நமக்கு வலியுறுத்துகிறது.

கலை மற்றும் கைவினைப்பொருட்கள்: 'இந்தியாவின் இதயப்பகுதி' என்று அன்போடு அழைக்கப்படும், அதன் நீண்டகால கலைத்திறனுக்காக இது பாராட்டப்படுகிறது. கல்-கைவினை, மட்பாண்டங்கள், சிக்கன்கரி, ஜாரி எம்பிராய்டரி, கண்ணாடி பொருட்கள், ஜவுளி அச்சிடுதல் மற்றும் தரைவிரிப்பு ஆகியவை உத்தரபிரதேசத்தின் சிறப்பு கைவினைகள். கூடுதலாக இந்த கலை முயற்சிகளுக்கு பல வருட வரலாறு உள்ளது. உதாரணமாக, கை அச்சிடுதல் என்பது உத்தரபிரதேசத்தின் பழமையான கைவினை.

கல் கைவினை: முகலாயர்களால் கல் கைவினை செழித்து வளர்ந்தது என்று கூறப்படுகிறது. ஆக்ராவில் உள்ள தாஜ்மஹால் இந்த கைவினைக்கு ஒரு சிறந்த உதாரணம். மற்ற முக்கிய நகரங்களில் வாரணாசி மற்றும் ஃபதேபூர் சிக்ரி ஆகியவை அடங்கும். மெல்லிய பளிங்கு அடுக்குகள்/கற்கள் மணிக்கணக்கில் பொறிக்கப்பட்டு அர்த்தமுள்ள வடிவத்தையும், வடிவமைப்பையும் கொடுக்கின்றன. சிக்கலான செதுக்கல்கள் மணிநேர உளி வெட்டுவதன் மூலம் செய்யப்படுகின்றன.

மட்பாண்டம்: குர்ஜா மட்பாண்டங்களின் வரலாறு கிட்டத்தட்ட 600 ஆண்டுகள் பழமையானது. சுராஹி, நீண்ட கழுத்து கொண்ட ஒரு பாத்திரம் மட்பாண்டங்கள் மூலம் உருவாக்கப்பட்ட மிகவும் பிரபலமான உருப்படி. கோடையில் தண்ணீரை குளிர்ச்சியாக வைத்திருக்க இது பயன்படுத்தப்படுகிறது.

சிக்கன்கரி: சிக்கன்கரி அல்லது சிக்கன் வேலை லக்னோ நகரத்திற்கு ஒத்ததாகும். இது அடிப்படையில் வெள்ளை நூலைப்

பயன்படுத்தி துணி மீது செய்யப்பட்ட திறமையான எம்பிராய்டரி ஆகும். இந்த சிக்கலான ஊசி வேலை அதன் இருப்புக்கு பேரரசர் ஜஹாங்கிரின் மனைவி நூர் ஜஹானுக்கு கடன்பட்டிருக்கிறது. சிக்கன் எம்பிராய்டரியில் இரண்டு முக்கிய வகைகள் உள்ளன. தட்டையான மற்றும் புடைப்பு. தட்டையான எம்பிராய்டரி நூல்களில் எந்த சுழல்களும் அல்லது முடிச்சுகளும் இல்லாமல் எளிய தையலை உள்ளடக்கியது. புடைப்பு எம்பிராய்டரி என்பது வி-வடிவத்தில் செய்யப்பட்ட தையல்கள் ஆகும்.

ஜாரி எம்பிராய்டரி: ஜாரி அல்லது சர்தோசி எம்பிராய்டரி வாரணாசியில் பிரபலமானது. புடவைகள் மற்றும் பிற ஆடை பொருட்களில் அழகான வடிவமைப்புகள் மற்றும் தங்க நூல்களை பயன்படுத்தப்படுகின்றன. பனாரசி புடவைகள் ஜாரி வேலைக்கு புகழ் பெற்றவை. தங்கம் மற்றும் வெள்ளியின் உண்மையான நூலைப் பயன்படுத்தி பாரம்பரிய நூல் வேலை செய்யப்படுகிறது. சில கைவினைஞர்கள் தங்கம் மற்றும் வெள்ளிக்குப் பதிலாக செயற்கை நூலைப் பயன்படுத்துகின்றனர்.

கண்ணாடி பொருட்கள்: பாத்திரங்கள், பானைகள் மற்றும் எண்ணற்ற பொம்மைகள் போன்ற பொருட்களை உருவாக்க பெரிய இயந்திரங்கள் பயன்படுத்தப்படுகின்றன. 'ஃபிரோசாபாத் 'வளையல்களின் நகரம்' என்றும் அழைக்கப்படுகிறது. கண்ணாடியைப் பயன்படுத்தி அழகான சரவிளக்குகள், நகைகள், டிகண்டர்கள், கட்லரி செட்டுகள் மற்றும் சிறிய டிரிங்செட்டுகள் உருவாக்கப்படுகின்றன. இந்த செயல்முறை அடிப்படையில் அதிக வெப்பநிலையில் கண்ணாடியை சூடாக்குவதை உள்ளடக்கியது.

7. கிழக்கு இந்தியாவில் பழங்குடிகள்

1. ஜார்க்கண்ட்:

ஜார்க்கண்ட் என்பது கிழக்கு இந்தியாவில் உள்ள ஒரு மாநிலம். வடக்கில் பீகார், வடமேற்கில் உத்தரபிரதேசம், மேற்கில் சத்தீஸ்கர், தெற்கில் ஒடிசா மற்றும் கிழக்கில் மேற்கு வங்கம் ஆகிய மாநிலங்களுடன் தனது எல்லையைப் பகிர்ந்து கொள்கிறது. முதன்மையாக இது ஒரு கிராமப்புறமாகும், அதன் மக்கள்தொகையில் சுமார் 24% மக்கள் நகரங்களில் வாழ்கிறார்கள். இது பரப்பளவில் 15 வது பெரிய மாநிலமாகவும், மேலும் மக்கள் தொகை அடிப்படையில் 14 வது பெரிய மாநிலமாகவும் திகழ்கிறது. ராஞ்சி நகரம் அதன் தலைநகரம் மற்றும் டும்கா அதன் துணை தலைநகரம் என்று கூறப்படுகிறது.

ஜார்க்கண்ட் மாநிலத்தில் உள்ள பழங்குடியினர்கள்: ஜார்க்கண்ட் மாநிலத்தில் 32 பழங்குடியினர் உள்ளனர். அவர்களில் 91.7% பேர் கிராமங்களில் வாழ்கின்றனர்.

விவசாயத்தை மாற்றுவது - சவுரியா பஹாரியா

எளிய கைவினைஞர்கள் - மஹ்லி, லோஹ்ரா, கர்மாலி, சிக் பரைக்

வேட்டைக்காரர் வகை - பிர்ஹோர், கோர்வா, மலை கரியா

குடியேறிய விவசாயிகள் - சந்தால், முண்டா, ஓரான், ஹோ, பூமிஜ், முதலியன

மொழி: ஜார்க்கண்டின் அனைத்து முக்கிய மொழிகளும் இந்தோ-ஆரிய மொழிகளுடன் இணைக்கும் ஒரு தொடர்பைக் கொண்டுள்ளன. உண்மையில், ஜார்கண்டின் மொழி மூன்று முக்கிய குடும்ப மொழிகளிலிருந்து வந்திருக்கிறது. முதன்மையான மொழிகளில் ஓரியா, உருது, நாக்புரி, பெங்காலி, போஜ்புரி, கோர்த்தா, சத்ரி மற்றும் அங்கிகா ஆகியவை அடங்கும். தேர்ச்சி பெற மிகவும் எளிதானது மற்றும் முழுமையான சரளமாக பேசுவதற்கு வசதியானது. மேலும், போஜ்புரி என்று அழைக்கப்படும் மொழி உருது, இந்தி மற்றும் சமஸ்கிருதம் போன்ற மொழிகளுடன் நிறைய ஒற்றுமையைக் கொண்டுள்ளது.

சில மொழிகளை பற்றி விரிவாக இங்கே காண்போம்;

சந்தாலி: சந்தாலி என அழைக்கப்படும் மொழி முண்டாரி, கோர்டா மொழிகளுடன் வலுவான ஒற்றுமையைக் கொண்டுள்ளது. அசாம், திரிபுரா, மேற்கு வங்கம், ஒரிசா மற்றும் பீகார் போன்ற

பிற மாநிலங்களில் வசிப்பவர்களால் இம்மொழி பேசப்படுகிறது. ஜார்கண்டில் வசிக்கும் ஆஸ்ட்ரோ-ஆசியடிக் நபர்களால் சந்தாலி மொழி மிக சரளமாக பேசப்படுகிறது.

வங்காளம்: இந்தியாவின் முழு ஜார்கண்ட் மாநிலத்திலும் வங்காளம் அல்லது பங்களா மிக முக்கியமான மொழிகளில் ஒன்றாகும். வங்காள மொழி என்பது அபபிரம்சா-அவஹட்டாவின் மாற்றியமைக்கப்பட்ட பதிப்பாகும். மேலும், வங்காள மொழியின் இந்த பண்பு ஸ்லாவோனிக் மொழிகளுக்கு ஒத்ததாக இருக்கிறது.

கர்மாலி: கர்மாலி மொழியைப் பேசும் மக்கள் அடிப்படையில் பழங்குடியினரைச் சேர்ந்தவர்கள். கர்மாலியின் மொழி 'கோலே' என்றும் அழைக்கப்படுகிறது. இந்திய துணைக் கண்டத்தில் மிக முக்கியமான பழங்குடி மொழிகளில் கர்மாலி ஒன்றாகும். கர்மாலியுடன் நெருங்கிய தொடர்பு கொண்ட சில மொழிகள் உள்ளன. அவை லோஹரி-சாந்தாலி, கமாரி-சந்தாலி, பஹரியா, மாஞ்சி, மஹாலி மற்றும் மஹ்லி. இந்த மொழிகள் அனைத்தும் சந்தாலி மொழி வகைக்குள் வருகின்றன.

கரியா: ஜார்கண்ட் இன மக்களால் பேசப்படும் பழங்குடி மொழிகளில் ஒன்று கரியா. கரியா ஒரிசாவின் சில பகுதிகளிலும் பேசப்படுகிறது மற்றும் ஆஸ்ட்ரோ-ஆசிய மொழிகளின் குழுவிற்கு சொந்தமானது. காலனித்துவ செல்வாக்கு இருந்தபோதிலும், கரியா மொழி பல ஆண்டுகளாக நடைமுறையில் மாறாமல் உள்ளது. கரியா பழக்கவழக்கங்கள் மொழியுடன் தொடர்புடையவை மற்றும் ஹிந்தி, பெங்காலி போன்ற மொழிகளைப் பயன்படுத்துவதில் மிகவும் திறமையானவர்களாக கருதப்படுகிறார்கள்.

முண்டாரி: முண்டாரி, கிழக்கு மற்றும் மத்தியப் பகுதிகளில் வசிக்கும் முண்டா பழங்குடியினரைச் சேர்ந்த தனிநபர்களின் தாய் மொழியாக கருதப்படுகிறது. முண்டாரி என்று அழைக்கப்படும் பேச்சுவழக்கு சமஸ்கிருதம் மற்றும் திராவிடம் போன்ற பிற மொழிகளுடன் ஒற்றுமையைக் கொண்டுள்ளது.

வணிகம் மற்றும் பொருளாதாரம்: ஜார்க்கண்ட் மாநிலத்தின் வணிக மற்றும் பொருளாதார மையங்கள் இப்பகுதியில் அமைந்துள்ள பல்வேறு தொழில்களைச் சுற்றி உள்ளன. வணிகம் மற்றும் பொருளாதாரம் இரண்டு பெரிய எஃகு ஆலைகளைக் கொண்டுள்ளது என்று கூறலாம். பொக்காரோவில் உள்ள எஃகு ஆலைகள் மற்றும்

டாடா அயர்ன் அண்ட் ஸ்டீல் கம்பெனி ஆகியவை இரண்டு முக்கிய ஆலைகள் ஆகும்.

வணிகம் மற்றும் பொருளாதாரத்தின் ஒருங்கிணைந்த பகுதியாக இருக்கும் மற்ற முக்கியமான எஃகு ஆலைகளின் பெயர்களில் சில:

- ஸ்ரீராம் தாங்கி
- இந்திய குழாய் நிறுவனம்
- உஷா மார்டின்
- டாடா பொறியியல் மற்றும் லோகோமோட்டிவ் நிறுவனம்

ஜார்க்கண்டின் நிலப்பரப்பில் தாதுக்கள் நிறைந்துள்ளன. அதில் உள்ள கனிமங்களின் மிகுதியும் தொழில்களின் வாய்ப்புகளை அதிகரிக்க உதவுகிறது. ஜார்கண்டில் காணப்படும் சில முக்கியமான தாதுக்கள்:

- இரும்பு
- குரோமைட்
- சுண்ணாம்புக்கல்
- மைக்கா
- சில்லிமானைட்
- செம்பு
- தங்கம்
- கல்நார்
- வெள்ளி
- பாக்சைட்
- யுரேனியம்
- மாங்கனீசு
- நிலக்கரி, முதலியன

ஜார்க்கண்ட் ஒரு தொழிற்சாலையாக இருந்தாலும், கோதுமை, நெல், பருப்பு, மக்காச்சோளம் போன்ற பயிர்களை சாகுபடி செய்ய போதுமான வாய்ப்பை வழங்குகிறது. இதில், உள்ள பெரும்பாலான பழங்குடி சமூகத்தினர் தங்கள் வாழ்வாதாரத்தை விவசாயத்தின் மூலம் நடத்துகின்றனர். இந்த சூழலில் கவனிக்க வேண்டிய

விஷயம் ஜார்க்கண்ட் ஒரு பணக்கார பிரதேசமாகும். ஆனால், இது ஏழை மக்களைக் கொண்டுள்ளது. ஜார்க்கண்ட் மக்களின் சமூக-பொருளாதார நிலை பரிதாபகரமானது. எனவே, வியாபாரம் மற்றும் பொருளாதாரம் ஒரு சிக்கலான கலவையில் உள்ளது.

நிதிச் சேவைகள்: ஜார்க்கண்டில் நிதி சேவைகளை வழங்கும் வணிகத்தில் ஈடுபட்டுள்ள பல நிறுவனங்கள் இப்போது செயல்பாட்டில் உள்ளன. நிறுவனங்கள் தங்கள் வாடிக்கையாளர்களுக்கு அவர்களின் தேவைக்கேற்ப சரியான நிதி தயாரிப்பைத் தேர்ந்தெடுக்க உதவுகின்றன. மேலும் நிதி தயாரிப்புகள் மற்றும் நிதி சேவைகள் பின்வரும் நான்கு பிரிவுகளாகப் பரவலாக வகைப்படுத்தலாம். அவை;

➢ கடன்கள்
➢ காப்பீடு
➢ முதலீடுகள்
➢ வங்கி சேவைகள்

நிதி தயாரிப்புகளின் அதிகரிப்பு காரணமாக நிதி சேவைகளுக்கான தேவை அதிகரித்துள்ளது. இதில் எது அவரது மற்ற தேவையை பூர்த்தி செய்யும் என்பதை ஒருவர் சொந்தமாக முடிவு செய்ய முடியாது. இதுபோன்ற சந்தர்ப்பங்களில், இந்த நிதி சேவை வழங்குநர்கள் அனைத்து மதிப்பீடுகளையும் செய்து அவர்களுக்கு மிகவும் பொருத்தமான தயாரிப்பையும் வழங்குகிறார்கள்.

தொழில்: ஜார்க்கண்ட் பிரதேசத்தில் விவசாயம் என்பது மிக முக்கிய தொழிலாக உள்ளது. பெரும்பாலான பழங்குடி சமூகங்களுக்கு விவசாயம் முக்கிய ஆதாரமாக உள்ளது. உண்மையில், மொத்த மக்கள் தொகையில் சுமார் 80% பேர் விவசாயம் செய்கிறார்கள். ஜார்க்கண்டில் விவசாய நிலங்களின் மொத்த பரப்பளவு சுமார் 2.57 ஹெக்டேர் ஆகும். இது மொத்தம் 37.85 டன் உணவு தானியங்களை உற்பத்தி செய்கிறது. ஜார்க்கண்ட் விவசாயத்தின் முக்கியமான பயிர்கள் சில:

➢ பருப்பு வகைகள்
➢ நெல்
➢ சோளம்

- **கோதுமை**
- **கரும்பு**
- **எண்ணெய் வித்துக்கள்**
- **பஜ்ரா, முதலியன**

சுரங்கங்கள் மற்றும் கனிமத் தொழிற்துறை. மா, லிச்சி, கொய்யா, வாழைப்பழம், பப்பாளி, எலுமிச்சை, ஆம்லா முதலிய பழங்களை வளர்க்கின்றனர். மேலும், கிராமங்களில் உள்ள மக்களால் நிறைய பசு வடிவங்கள், ஆடு வடிவங்கள், பன்றி வடிவங்கள் போன்ற கால்நடை வளர்ப்புகள் இன்றும் நடைமுறையில் உள்ளதாக கருதப்படுகிறது.

உணவு: ஜார்க்கண்டின் முக்கிய உணவு அரிசி, பருப்பு, காய்கறி மற்றும் கிழங்குகளாகும். அரிசியிலிருந்து தயாரிக்கப்படும் துஸ்கா பழங்குடி வீடுகளில் பரவலாக காணப்படுகிறது. முஜ்வா குஸ்ஸி இறைச்சி, வாத்து இறைச்சி, தேஷி சிக்கன் மற்றும் தேங்கரா கட்டணம் ஆகியவை அசைவ உணவுகளில் சில. லிட்டி என்பது புகழ்பெற்ற உணவான பைகன் பர்தா மற்றும் ஆலு பர்தாவுடன் பரிமாறப்படுகிறது. இதுபோன்ற பாரம்பரிய உணவுகள் உணவகங்களில் இல்லாதபோதில் உள்ளூர் கிராமத்திற்குச் சென்று, அவற்றை ருசிக்க நமக்கு ஒரு வாய்ப்பு கிடைக்கும்.

உடை: ஜார்கண்டில் உள்ள மக்கள் தங்கள் பாரம்பரியம் மற்றும் கலாச்சாரத்தை மிகவும் மதிக்கிறார்கள். பழங்குடி பெண்கள் பொதுவாக பார்த்தன் மற்றும் பஞ்சியை அணிவார்கள். பழங்குடியினர் அல்லாத பெண்கள் நவீன ஆடைகள் அல்லது புடவையை ரவிக்கையுடன் அணிவார்கள். ஆண்கள் மிகவும் எளிமையானவர்கள், அவர்கள் ஒற்றை துணியை அணிவார்கள். ஒற்றை துணி 'துணி பகவான்' என்று அழைக்கப்படுகிறது. சந்தால் பர்கானா பழங்குடியினர் சந்தல்கள் மற்றும் பஹாரிகள் எனப்படும் பல்வேறு ஆடைகளை அணிந்து மகிழ்கிறார்கள்.

ஆபரணங்கள்: கடந்த காலங்களில், அனைத்து உடல் உறுப்புகளையும் அழகுபடுத்த அலங்காரங்கள் இருந்தன. பழங்குடியினர் ஒவ்வொரு நம்பகமான நகை அலங்காரங்களைப் பயன்படுத்தினர். நிலையான நெக்லஸ்கள், வளையல்கள் மற்றும் காதணிகள் போன்றவை ஆகும்.

பண்டிகைகள்: ஜார்க்கண்டின் பல்வேறு பண்டிகைகள் வியக்கத்தக்க வகையில் பழமை மற்றும் ஏராளமானவற்றை ஒருங்கிணைக்கிறது.

எனவே பண்டிகை கொண்டாட்டங்கள் மிகுந்த உற்சாகமும், பாரம்பரிய ஆர்வமும் கொண்டவை. இதில் கொண்டாடப்படும் பண்டிகைகள் நம் நாட்டின் வலுவான மற்றும் கலப்பு கலாச்சார பாரம்பரியத்தை உள்ளடக்கியது. சில பண்டிகைகளை பற்றி விரிவாக இங்கே காண்போம்;

ஹோலி: ஹோலி ஒரு வசந்த விழா ஆகும். இது பிப்ரவரி/மார்ச் மாதங்களில் ஆங்கில நாட்காட்டியின்படி கொண்டாடப்படுகிறது. தன்பாத்தில் ஹோலி கொண்டாட்டத்தின் சிறப்பு அம்சமாக தீபத்தை ஏற்றுவது அதுபோல இங்குள்ள பண்டிகை கொண்டாட்டங்களில் வேடிக்கை மற்றும் உல்லாசம் பல்வேறு வடிவங்களில் மறுவரையறை செய்யப்பட்டுள்ளது. மக்கள் ஒருவருக்கொருவர் வண்ணங்களால் வாழ்த்துகிறார்கள். இதனால் நல்லிணக்க உணர்வு அதிகரிக்கிறது. இதன் காரணமாக மகிழ்ச்சி நிலவுகிறது.

தன்வந்திரி திருவிழா ஜார்கண்ட் மக்களால் உற்சாகதுடன் கொண்டாடப்படுகிறது. இது தனவந்திரி தீபாவளி என்று அழைக்கப்படுகிறது. கடவுளின் மருத்துவர் என்று அழைக்கப்படும் தன்வந்திரியின் நினைவாக கொண்டாடப்படுகிறது. தெய்வங்களை கௌரவிக்கும் பாடல்கள், ஆர்த்தி நிகழ்ச்சி, எண்ணெய்/நெய் தீபங்கள் ஏற்றுவது, பட்டாசுகள் வெடிப்பது போன்றவை தீபாவளி பண்டிகையின் சிறப்பம்சமாகும். பழங்குடி மக்கள் இந்த நாளில் காளி தேவியை வழிபடுகிறார்கள்.

ராமநவமி: ராமநவமி ஜார்க்கண்ட் மாநிலத்துடன் சேர்ந்து முழு நாட்டிலும் கொண்டாடப்படுகிறது. ராமரின் பிறப்பைக் குறிக்கும் வகையில் இந்த நாள் அனுசரிக்கப்படுகிறது. மக்கள் இந்த புனிதமான பண்டிகையை விரதங்கள் மற்றும் பிரார்த்தனைகளை கடைபிடித்து அவரது நினைவாக கொண்டாடுகின்றனர். பண்டிகையின் போது, ஜார்க்கண்ட் மக்கள் ராமரின் பெயரைப் பாடுகின்றனர். மேலும் பக்தர்கள் மிகவும் வண்ணமயமான விழாவாக இதைக் கொண்டாடுகிறார்கள்.

தசரா: தசரா, ஜார்க்கண்டின் மிகவும் எதிர்பார்க்கப்பட்ட பண்டிகைகளில் ஒன்றாகும். பத்து நாள் நிகழ்வாக துர்கா தேவியை வழிபடுவதன் மூலம் தசரா விழா கொண்டாடப்படுகிறது. தசரா கொண்டாட்டங்களில் ராம்லீலாவும் முக்கிய பங்கு வகிக்கிறது. இவ்விழாவில் அரக்கன் இராவணனின் பெரிய உருவங்கள்

வண்ணமயமான ஆடைகளை அணிந்து பின்னர் தீ வைக்கப்பட்டு தசராவை கொண்டாடுகின்றனர்.

பசந்த் பஞ்சமி: ஜார்க்கண்டின் மற்றொரு பிரபலமான பண்டிகை பசந்த் பஞ்சமி ஆகும். இந்த திருவிழா ஜார்க்கண்டில் நாடு முழுவதும் கொண்டாடப்படும் அளவுக்கு மிகச் சிறப்பாகக் கொண்டாடப்படுகிறது. வசந்த காலத்தை வரவேற்க உள்ளூர்வாசிகள் இந்த மகிழ்ச்சியான விழாவை மிகவும் உற்சாகத்துடன் கொண்டாடுகிறார்கள்.

சாத் பூஜை: சாத் பூஜையின் போது சூரிய அஸ்தமனம் மிகவும் நேர்மையுடனும், பக்தியுடனும் வழிபடப்படுகிறது. வருடத்தில் இரண்டு முறை சைத்ரா அல்லது மார்ச் மாதத்தில் கொண்டாடப்பட்டு வருகிறது.

ஜித்தியா பயையா தூஜ்: இந்த விழாவானது சகோதர சகோதரிகளுக்கிடையேயான அன்பு மற்றும் பாசத்திற்கு முற்றிலும் அர்ப்பணிக்கப்பட்ட ஒரு பண்டிகை ஆகும். சகோதரர்கள் தங்கள் சகோதரிகளை ஆசீர்வதிக்கிறார்கள், மேலும் அவர்களை அனைத்து கஷ்டங்களிலிருந்தும் பாதுகாப்பதாக உறுதியளிக்கிறார்கள். பய்யா தூஜ் கொண்டாட்டம் உணர்திறன் மற்றும் செயல்திறனை ஒரு பிணைப்பாக கொண்டு மறுவரையறை செய்யப்பட்டுள்ளது.

சர்ஹுல்: சர்ஹுலின் வாய்மொழி பொருள் சால் மரத்தின் வழிபாடு ஆகும். உள்ளூர் மக்கள் ராமரின் மனைவி சீதையை 'தார்த்திமாதா 'என்று வழிபடுகிறார்கள். இயற்கை பேரழிவுகளிலிருந்து கிராமத்தை பாதுகாக்க சர்னா தேவியின் சால் மரத்தை அவர்கள் வணங்குகிறார்கள்.

பக்தா பராப்: பக்தா பராப் அதாவது பக்தர்களின் பண்டிகை. வசந்த காலத்தின் இறுதியில் மற்றும் கோடை காலத்தின் தொடக்கத்தில் வருகிறது. பழங்குடியினரிடையே, புத பாபாவின் வழிபாடு என்று பிரபலமாக அறியப்படுகிறது.

கலை மற்றும் கைவினை: ஜார்க்கண்டில் தயாரிக்கப்படும் கைவினைப்பொருட்கள் பல்வேறு பழங்குடியினரால் உருவாக்கப்பட்டவை. மூலப்பொருள் ஏராளமாக கிடைப்பதால் மூங்கில் வேலை இங்கு பிரபலமானது. ஜார்க்கண்டின் பல்வேறு கைவினைப்பொருட்களில் மரக்கலங்கள், பிட்கர் ஓவியங்கள், பழங்குடி ஆபரணங்கள் மற்றும் கல் செதுக்குதல் ஆகியவை அடங்கும். பிட்கர்

ஓவியங்கள் மற்றும் கல் செதுக்குதல் ஆகியவை நாடு முழுவதும் உள்ள மக்களுக்கு ஆர்வமுள்ள பிற கைவினைப்பொருட்கள் ஆகும்.

மர கைவினைப்பொருட்கள்: ஜார்க்கண்ட் முழுவதும் காடுகளால் சூழப்பட்டிருப்பதாலும், மரம் இங்கு ஏராளமாக கிடைப்பதாலும், மர கைவினை மாநிலத்தில் மிகவும் பிரபலமாக உள்ளது. இந்த மரமானது கைவினைஞர்களால் தயாரிப்புகளை உருவாக்கவும், அலங்காரம் மற்றும் பிற நோக்கங்களுக்காகவும் பயன்படுத்தப்படுகிறது. அத்தகைய சில பொருட்களில் ஜன்னல்கள், கதவு பேனல்கள், பெட்டிகள், மர கரண்டிகள் போன்றவை அடங்கும்.

மூங்கில் வேலை: ஜார்க்கண்டின் மூங்கில் வேலைகள் அனைவராலும் பாராட்டப்படும் மற்றொரு புகழ்பெற்ற கைவினைத் தொழில் ஆகும். மூங்கில் மீன்பிடி உபகரணங்கள், கூடைகள், பெட்டிகள் மற்றும் அலங்கார பொருட்கள் போன்ற பொருட்களை தயாரிக்க பயன்படுகிறது.

உலோக கைவினைப்பொருட்கள்: இது டென்ட்ரி மற்றும் மல்ஹார் சமூகத்தினரிடையே பிரபலமாக உள்ளன. அவர்கள் பல்வேறு வீட்டுப் பொருட்கள் மற்றும் அலங்காரப் பொருட்களை உலோகத்தால் தயாரிக்கிறார்கள்.

கல் வேலைப்பாடுகள்: இங்குள்ள மற்றொரு கைவினை, பாரம்பரிய கைவினைப்பொருளான கல் வேலைப்பாடுகள் ஆகும். ஒருமுறை செழித்து வளர்ந்த பிறகு, இந்த கைவினைப்பொருட்கள் பல வருடங்களாக நிலத்தை இழந்து கொண்டிருக்கின்றன, ஒரு சில கல் செதுக்கும் கலைஞர்கள் மட்டுமே எஞ்சியுள்ளனர்.

டோக்ரா ஆர்ட்: டோக்ரா உலோகக் கலை வாழ்க்கையின் படைப்பாற்றலை அதன் பல்வேறு வடிவங்களில் பிரதிபலிக்கிறது. டோக்ரா உலோக உருவங்கள் மற்றும் ஆபரணங்கள் முன்பு செய்யப்பட்டதைப் போலவே செய்யப்படுகின்றன. பின்னர் தங்கள் கற்பனைகளை களிமண்ணில் வழக்கமான வடிவமைப்பு மற்றும் வடிவங்களுடன் உருவாக்குகிறார்கள்.

கேன் & மூங்கில் கைவினை: மூங்கில் நாளுக்கு நாள் கூடைகள், குவளை, டோக்ரி மற்றும் பிற கைவினைப்பொருட்கள் தயாரிக்கப் பயன்படுகிறது. மேலும், அடிப்படையிலான தயாரிப்புகளை ஒழுங்கமைக்கப்பட்ட முறையில் தயாரிப்பதில் தன்னை ஈடுபடுத்திக் கொண்டுள்ளது.

2. பீகார்:

பீகார் கிழக்கு இந்தியாவில் உள்ள ஒரு மாநிலம். மேற்கில் உத்தரபிரதேசம், வடக்கே நேபாளம், கிழக்கில் மேற்கு வங்கத்தின் வடக்கு பகுதி மற்றும் தெற்கே ஜார்க்கண்ட் ஆகியவற்றுடன் இணைந்திருக்கிறது. மக்கள்தொகை அடிப்படையில் மூன்றாவது பெரிய மாநிலமாகவும், நிலப்பரப்பின் அடிப்படையில் பன்னிரண்டாவது பெரிய மாநிலமாகவும் அமைந்துள்ளது. பீகார் சமவெளி மேற்கிலிருந்து கிழக்கு நோக்கி பாயும் கங்கை நதியால் பிரிக்கப்பட்டுள்ளது.

பீகார் மாநிலத்தில் உள்ள பழங்குடியினர்கள்: அசுர், பைகா, பிர்ஹோர், பிர்ஜியா, செரோ, கோண்ட், பர்ஹையா, சந்தால், சவர், கார்வார், பஞ்சாரா, ஓரான், சாந்தல், தாரு.

மொழிகள்: பீகாரில், இந்தி மொழி அதன் தனித்துவமான பிஹாரி உச்சரிப்புடன் பயன்படுத்தப்படுகிறது. பஜ்ஜிகா மற்றும் அங்கிகாவின் கிளைமொழிகளுடன் அதிகம் பேசப்படும் பிராந்திய மொழி மைதிலி ஆகும். பீகாரில் அதிகம் பயன்படுத்தப்படும் இரண்டாவது மொழி மாகாஹி. மேலும், உபி, ஜார்க்கண்ட், மேற்கு வங்கம் மற்றும் நேபாளத்தின் சில பகுதிகளில் உள்ள மக்கள் பிஹாரி மொழிகளைப் பேசுகிறார்கள்.

கலாச்சாரம்: பீகார் ஒரு வளமான கலாச்சார பாரம்பரியத்தைக் கொண்டுள்ளது, அது புத்த மற்றும் சமணத்தின் நிலம். இது கலாச்சார ரீதியாக மிகவும் கலப்பு மக்கள்தொகை கொண்ட மாநிலமாகும். பீகாரில் உள்ள பெரும்பாலான நினைவுச்சின்னங்கள் சிறந்த வரலாற்று உறவுகளைக் கொண்டுள்ளன.

உடை: பீகாரில் ஆண்களுக்கு தோதி-குர்தா மற்றும் பெண்களுக்கு சேலை. இளைஞர்கள் மேற்கத்திய ஆடைகளை விரும்புகிறார்கள், ஏனெனில் அவர்கள் நவீனமாகத் தோன்றுகிறார்கள். ஆனால் வயதானவர்கள் இன்னும் ஒரு தோதி அல்லது லுங்கியை விரும்புகிறார்கள். பீகார் அதன் கையால் நெய்யப்பட்ட ஜவுளிகளுக்கு பிரபலமானது. இங்குள்ள பெண்களுக்கான ஆடை பாணிகளில் ஒன்று துசார் பட்டு புடவை, இது ஒரு இந்திய பெண்ணின் மிகவும் சிற்றின்ப உடையாக கருதப்படுகிறது.

உணவு: பிஹாரியில் மூன்று வகையான உணவு வகைகள் உள்ளன. அவை போஜ்புரி, மைதில் மற்றும் மாகாஹி உணவு. தனித்துவமான சுவை மற்றும் மசாலாப் பொருட்களின் கலாச்சாரத் தொடுதலுக்காக பீகாரில் ஏராளமான இறைச்சி உணவுகள் பிரபலமாக உள்ளன. சில நகரங்கள் அதன் சிறப்பு உணவுகளுக்கு புகழ்பெற்றவை, சம்பரன் இறைச்சிக்கு புகழ்பெற்றது, பகிரிபரவன் வர மித்தாய் என்ற இனிப்பு உணவுக்குப் புகழ்பெற்றது. இவ்வகையான உணவுகள் பீகாரில் மட்டுமே காணப்படுகின்றன மற்றும் சுவை மற்றும் கலாச்சாரம் நிறைந்தவை.

திருவிழாக்கள்: மக்கள் பண்டிகைகளை நண்பர்கள் மற்றும் குடும்பத்தினருடன் ஒன்றிணைந்து மகிழ்ச்சியாக கொண்டாடுகிறார்கள். பீகார் துர்கா பூஜை, பயா தூஜ், ஹோலி, சரஸ்வதி பூஜை இது போன்ற பல பண்டிகைகளை முழு மனதுடன் கொண்டாடுகிறது.

1. **சாம சாகேவா**: குளிர்காலத்தில் இமயமலையில் இருந்து சமவெளிகளை நோக்கி பறவைகள் இடம்பெயரும் போது, சம-சாகேவா கொண்டாட்டம் நடை பெறுகிறது. இது சகோதர சகோதரி உறவைக் குறிக்கிறது. சிறுமிகள் பறவைகளின் சிலையை உருவாக்கி அவற்றை தங்கள் பாரம்பரிய முறையில் அலங்கரிக்கின்றனர். இதற்குப் பிறகு, இந்த விழாக்கள் முழு சிறப்போடு நடை பெறுகின்றன.

2. **ஷ்ரவாணி மேளா**: ஷ்ரவாணி ஜூலை அல்லது ஆகஸ்ட் மாதங்களில் கொண்டாடப்படுகிறது. இது தியோகர் மற்றும் சுல்தாங்கஞ்ச் நகரங்களை இணைக்கும். இத்திருவிழாவில் கன்வாரியாஸ் என்றழைக்கப்படும் பக்தர்கள், காவி நிற ஆடைகளை அணிந்து, புனித மலைகளில் இருந்து தண்ணீரை சேகரிக்கின்றனர். பின்னர் அவர்கள் 108 கிலோமீட்டர் நீளமுள்ள தியோகர் வரை பாதங்களில் நடந்து சென்று புனித சிவலிங்கத்தை குளிப்பாட்டினர். அதை செய்வதன் மூலம் இப்பண்டிகை முழுமையாக நிறைவடைகிறது.

3. **சோனேபூர் கால்நடை கண்காட்சி**: பீகாரின் இந்த கண்காட்சி பழங்கால புராணங்களிலும், நாட்டுப்புறக் கதைகளிலும் வேரூன்றியுள்ளது. தீபாவளி பண்டிகைக்குப் பிறகு வரும் முதல் கார்த்திகை பூர்ணிமா அன்று நடைபெறுகிறது.

4. **பித்ரபக்ஷ மேளா**: மேளா ஒவ்வொரு வருடமும் செப்டம்பர் மாதத்தில் கயாவில் நடைபெறுகிறது. இது இறந்தவரின் ஆன்மாவுக்கு

இரட்சிப்பைத் தரும் என்று நம்பப்படுகிறது. இந்த பாரம்பரியம் புத்தருக்கு முந்தையது. மேலும், இந்த கண்காட்சியில், நாட்டின் எல்லாப் பகுதிகளிலிருந்தும் மக்கள் தங்கள் முன்னோர்களை ஷ்ரத்தா சடங்கின் ஒரு பகுதியாக வழிபட வருகிறார்கள்.

5. **ராஜ்கிர் மஹோத்ஸவ்**: ராஜ்கிர் மஹோத்ஸவ் நடனம் மற்றும் இசையின் வண்ணமயமான விழா. அக்டோபர் கடைசி வாரத்தில் நடைபெறும் திருவிழாவுக்கு உலகம் முழுவதிலுமிருந்து ஏராளமான சுற்றுலாப் பயணிகள் வருகை தருகின்றனர்.

கலை மற்றும் கைவினை: இயற்கையாகவே பீகாரில் பல்வேறு கலை மற்றும் கைவினைப்பொருட்களால் நிறைந்துள்ளது. தலைமுறை முழுவதும் கலை மற்றும் கைவினைப்பொருட்களின் வளமான பாரம்பரியம் பாதுகாக்கப்பட்டு வருகிறது. இருப்பினும் நவீன தொழில்நுட்பங்களை அறிமுகப்படுத்துவதால் சிறிய வேறுபாடுகள் உள்ளன. மட்பாண்டங்கள், மர பொருட்கள், உலோக பொருட்கள், கல் பொருட்கள், நகைகள், அரக்கு வேலைகள், காஷிதா, சிக்கி மற்றும் துணிகளில் அச்சிடுதல் ஆகியவை பீகாரின் சமகால கைவினைப்பொருட்கள் ஆகும்.

பாறை ஓவியம்: பாறை ஓவியங்கள் என்பது பழங்கால மனிதனின் குகை தங்குமிடத்தின் சுவர்கள் மற்றும் கூரைகளில் வரையப்பட்ட ஓவியங்களின் ஒரு குறிப்பிட்ட வடிவமாகும். இந்த ஓவியங்கள் பாறை அல்லது உலோகத் துண்டுகள் போன்ற சில கூர்மையான பொருட்களின் உதவியுடன் பாறை முகாம்களின் சுவர்கள் மற்றும் கூரைகளில் பொறிக்கப்பட்டுள்ளன.

மர வேலை: அசோகரின் ஆட்சிக்காலத்தில் இருக்கும் அழகிய அரச சிம்மாசனம், அரச கதவுகள், கோவில்களின் கதவுகள் மற்றும் பேனல்கள் மரக் கலைஞர்களால் தயாரிக்கப்பட்டவை. மர வேலைகளின் இந்த பழமையான பாரம்பரியம் இப்போது ஒரு பெரிய தொழிலாக மாற்றப்பட்டுள்ளது. மரச் செதுக்குதல், உட்செலுத்துதல் வேலைகள், சுவர் தகடுகள், மேஜை டாப்ஸ், பேனாக்கள் மற்றும் காகித வெட்டிகள் போன்றவை மரத்திலிருந்து செய்யப்பட்டவை.

மட்பாண்ட வேலைகள்: மட்பாண்டங்கள் களிமண்ணில் செய்யப்படுகின்றன. அழகிய மண் பாத்திரங்கள் மற்றும் ஓடுகள் பீகாரின் குயவர்களால் தயாரிக்கப்படுகின்றன. அவர்கள் மண்

பானைகளில் கலை மற்றும் அழகான ஓவியங்களைச் செய்யும் திறன்களும், திறமையும் கொண்டவர்கள்.

சிக்கி வேலைகள்: சிக்கி வேலை என்பது கைவினைஞர்கள் ஒரு காலத்தில் தேவையற்ற ஆற்றங்கரைகளை அழகான அலங்காரப் பொருட்களாக மாற்றிய ஒரு கைவினையாகும். இந்த கைவினை குறிப்பாக பெண் கைவினைஞர்களால் பயிற்சி செய்யப்படுகிறது.

டிகுலி வேலைகள்: டிகுலி என்பது உடைந்த கண்ணாடியிலிருந்து தயாரிக்கப்பட்ட ஒரு வகை கைவினை. கைவினைஞர்கள் முதலில் உடைந்த கண்ணாடியை உருக்கி, பின்னர் வடிவத்தையும் வடிவமைப்பையும் கொடுக்கிறார்கள்.

காசிதா வேலைகள்: காசிடா எம்பிராய்டரி தங்கம், வெள்ளி, உலோக நூல் மணிகள், பட்டு, சீக்வின்ஸ், சாடின் அல்லது இலை போன்ற பலவற்றின் அம்சங்களைக் கொண்டுள்ளது. வடிவியல் வடிவங்களுடன் கூடிய காசிடா எம்பிராய்டரி பீகாரில் மிகவும் பிரபலமானது.

3. ஒடிசா:

ஒடிசா முன்பு ஒரிசா என்று அழைக்கப்பட்டது. இது பண்டைய கலிங்காவின் நிலமாகும். வடக்கே மேற்கு வங்காளம் மற்றும் ஜார்கண்ட், மேற்கில் சத்தீஸ்கர், தெற்கில் ஆந்திர பிரதேசம், கிழக்கில் வங்காள விரிகுடா எல்லையாக அமைந்துள்ளது. ஒடிசாவின் தலைநகரம் புவனேஸ்வர். இது பரப்பளவில் 8 வது பெரிய மாநிலமாகவும், மேலும் மக்கள் தொகை அடிப்படையில் 11 வது பெரிய மாநிலமாகவும் உள்ளது.

ஒடிசா மாநிலத்தில் உள்ள பழங்குடியினர்கள்: கடபா, காரா, கரியா, காண்ட், மத்யா, ஓரான்ஸ், ராஜுவார், சந்தால்கள், பதுடி, பதூரி, போத்தாடா, பூமிஜ், கோண்ட், ஜுவாங், கிசான், கோல்ஹா, கோரா, கயாரா, கோயா, முண்டா, பரோஜா, சவுரா, ஷபர், மற்றும் லோதா.

மொழி: இந்த மாநிலத்தின் அதிகாரப்பூர்வ மொழி மற்றும் தாய் மொழி ஒடியா. ஒடியா மொழி ஆரிய மொழிகளின் குடும்பத்தைச் சேர்ந்தது. இந்த மொழி அஸ்ஸாமி, பெங்காலி மற்றும் மைதிலி மொழிகளுடன் மிக நெருக்கமாக தொடர்புடையது. பெரும்பான்மையான மக்கள் சுமார் 84% பேர் ஒடியாவில் பேசுகிறார்கள், மற்றவர்கள் இந்தி,

உருது, பெங்காலி மற்றும் தெலுங்கு போன்ற மொழிகளைப் பயன்படுத்துகின்றனர்.

பொருளாதாரம்: ஒரிசாவின் பொருளாதாரம் விவசாயம் மற்றும் தொழில்துறைகளின் சமச்சீர் கலவையாகும். நவீன உள்கட்டமைப்பு வசதிகளுடன் ஒரிசா பொருளாதாரம் மேம்படுத்தப்பட்டுள்ளது.

பொருளாதாரம் மற்றும் மாநிலத்தின் முன்னணி தொழில்களுக்கு முக்கிய பங்களிப்பாளர்களின் பட்டியல்:

- **கனிமங்கள்**
- **வேளாண்மை**
- **காகிதம்**
- **இரும்பு மற்றும் எஃகு**
- **சர்க்கரை**
- **தகவல் மற்றும் தொழில்நுட்பம்**
- **சிமெண்ட்**
- **உரம்**
- **கைத்தறி**

ஒரிசாவில் உள்ள எஃகு ஆலைகள் சமீபத்திய காலங்களில் மாநிலம் கண்ட தொழில்துறை ஏற்றத்திற்கு பெரும் பொறுப்பாகும். கைத்தறி மற்றும் கைவினைப்பொருட்கள் போன்ற சிறுதொழில்களின் முக்கியத்துவத்தை புறக்கணிக்க முடியாது, ஏனெனில் அவை மாநிலத்தின் பொருளாதாரத்திற்கு கணிசமான அளவு வருவாயை அளிக்கின்றன.

தொழில்: ஒரிசாவில் விவசாயம் முக்கிய தொழிலாகும். மொத்த உழைக்கும் மக்களில் 76% பேர் விவசாயம் தொடர்பான தொழில்களில் ஈடுபட்டுள்ளனர். சாதகமான காலநிலை மற்றும் வளமான மண்ணின் இருப்பு ஒரிசாவின் செழிப்பான விவசாயத்திற்கு காரணமாகும். மாநிலத்தில் பயிரிடப்படும் முக்கிய பயிர்கள்:

- **அரிசி**
- **சணல்**
- **தேங்காய்**

- எண்ணெய் விதைகள்
- மேஸ்தா
- பருப்பு வகைகள்
- ரப்பர்
- பருத்தி
- கரும்பு
- தேநீர்
- சோளம்
- கிராம்
- ராகி
- கடுகு
- எள்
- உருளைக்கிழங்கு
- சோயாபீன்

மீன்வளம் பொருளாதாரத்தின் ஒரு முக்கிய அங்கமாக உருவெடுத்துள்ளது. இது கணிசமான அளவு வெற்றியை அடைந்துள்ளது மற்றும் நிறுவனங்கள் மாநிலத்தில் தங்கள் ஆலைகளை அமைத்துள்ளன.

கலாச்சாரம்: ஒடிசா கலாச்சாரம் இந்தியா முழுவதும் மிகவும் வகைப்படுத்தப்பட்ட மற்றும் அற்புதமான ஒன்றாகும். இதன் வரலாற்று நினைவுச்சின்னங்கள், தொல்பொருள் இடங்கள், பாரம்பரிய கலைகள், சிற்பம், நடனம் மற்றும் இசையுடன் வளமான கலாச்சார பாரம்பரியத்தை ஆதரிக்கிறது.

உணவு: அரிசி என்பது ஒடிசாவின் பிரதான உணவாகும். மேலும், ஒவ்வொரு ஒடியா குடும்பமும் விரும்பி உண்ணும் உணவுகளில் ஒன்று பகலா (உப்பு சேர்த்து வெதுவெதுப்பான நீரில் சமைத்த அரிசி), மச்சா பாஜா (மீன் பொரியல்) மற்றும் பாடி சூரா. பஞ்ச் பூதானா என்பது பொதுவாகப் பயன்படுத்தப்படும் ஐந்து மசாலாப் பொருட்களின் கலவையாகும். இதில் முக்கியமாக கடுகு, சீரகம், வெந்தயம், சோம்பு மற்றும் கலோஞ்சி ஆகியவை அடங்கும். ஒடிசாவின்] பிரபலமான

உணவு லூச்சி (பிளாட்பிரெட்), கிச்ச்டி, சுங்டி மலை, சிக்கன் கீரை கறி முர்க் சாக்வாலா, சிக்கன் கலியா ஆலு, சேனா ஜலேபி, ராஸ்மலை மற்றும் மல்புவா.

உடை: ஒடிசாவில் ஒரியா புடவையை பெண்கள் பெரிதும் விரும்பி அணிகிறார்கள். இது பெரும்பாலும் 5-யார்டு பருத்தி இகத் துணியால் மூடப்பட்டிருக்கும். பாரம்பரியமாக, ஒடிசாவின் பெண்கள் நீலம், சிவப்பு, மெஜந்தா மற்றும் இதர ஆழமான நிறங்களின் புடவைகளை இகட் வடிவத்துடன் அணிவார்கள். மேற்கத்திய பாணியிலான ஆடைகள் இப்போது ஆண்கள் மத்தியில் ஏற்றுக்கொள்ளப்பட்டுள்ளன. அவை தோதி, குர்தா மற்றும் கமுச்சா.

இசை மற்றும் நடனம்: ஒடிசாவில் பல நடன வடிவங்கள் மற்றும் இசை பாணிகள் உள்ளன. குமுரா நடனம் முன்னணி நாட்டுப்புற நடன வடிவங்களில் ஒன்றாகும். தப் நடனம், கர்மா நாச், கீசாபாடி போன்ற பிற நடனங்களும் உள்ளன. இசை என்பது கிளாசிக்கல் வடிவமாகும். இது இந்துஸ்தானி மற்றும் கர்நாடக இசைக்கு தேவையான அனைத்து பொருட்களையும் உள்ளடக்கியுள்ளது.

ஆபரணங்கள்: ஒரிசாவின் பழங்குடி நகைகளுள் சில்வர் ஃபிலிகிரீ ஒன்று. இந்த வடிவிலான வெள்ளி நகைகள் ஒரிசாவில் இருந்து பிற பகுதிகளில் பரவியது. தொடர்ச்சியான சிறிய துளைகள் மூலம் வெள்ளி நூல்களின் நேர்த்தியான சரங்கள் தயாரிக்கப்படுகின்றன. விரும்பிய வடிவமைப்புகளை உருவாக்க வெள்ளி நூல்களுக்கு பல்வேறு வடிவங்கள் வழங்கப்படுகின்றன. இந்த கலை வடிவத்தால் செய்யப்பட்ட பாரம்பரிய நகை பொருட்களில் கை நகைகள், கழுத்தணிகள், மூக்கு வளையங்கள் மற்றும் கணுக்கால்கள் ஆகியவை அடங்கும்.

திருவிழாக்கள்: பண்டிகைகள் இந்திய கலாச்சாரம் மற்றும் பாரம்பரியத்தின் ஒரு பெரிய பகுதியாகும். ஒடிசாவிலும் இதே நிலைதான். ஒடிசா என்பது ரதயாத்திரை மட்டுமே என்று பலர் நினைக்கும் அதே வேளையில், அந்த மாநிலம் அதை விட அதிகமாகக் கொண்டாடுகிறது. ஒவ்வொரு ஆண்டும் ஆயிரக்கணக்கான பக்தர்கள் மற்றும் சுற்றுலா பயணிகள் இந்த நிகழ்வுகளில் பங்கேற்க வருகிறார்கள். இந்த மாநிலத்தின் பழங்குடியினரால் கொண்டாடப்படும் சில பண்டிகைகளை இங்கே காணலாம்.

துர்கா பூஜை: ஒடிசாவில் இது ஒரு பிரபலமான பண்டிகை ஆகும். இது சக்தி மற்றும் போரின் தெய்வமான துர்கா தேவியை வழிபடுவதற்கும் பெண்கள் சக்தியை கொண்டாடுவதற்கும் கொண்டாடப்படுகிறது. ஆங்கில நாட்காட்டியின் படி ஒவ்வொரு ஆண்டும் செப்டம்பர் அல்லது அக்டோபர் மாதத்தில் இந்த விழா நடைபெறுகிறது.

கலிங்க மஹோத்ஸவ்: இது ஒரு தற்காப்பு நடனத்தின் திருவிழாவாகும். இந்த விழா மயுரிய வம்சத்தின் தியாகிகளுக்கு அஞ்சலி செலுத்துகிறது. பல்வேறு தற்காப்புக் கலைச் சட்டங்களால் நடனம் மற்றும் இசை மூலம் கொண்டாடப்படுகிறது. விழாவின் நோக்கம் மக்கள் தங்களுக்குள் சண்டையிடுவதை விட, அமைதியின் பாதையை பின்பற்ற ஊக்குவிப்பதாகும்.

கோனார்க் நடன விழா: கோனார்க் நடன விழா என்பது டிசம்பர் 1 ஆம் தேதி தொடங்கி டிசம்பர் 5 ஆம் தேதி வரை ஐந்து நாள் கொண்டாட்டமாகும். இந்த ஐந்து நாட்களில், நாடு முழுவதிலுமிருந்து புகழ்பெற்ற நடனக் கலைஞர்கள் கோனர்க் நாட்டிய மண்டபத்தில் தங்கள் திறமையை வெளிப்படுத்த வருகிறார்கள். நடன விழாவை ஏற்பாடு செய்வதன் முக்கிய நோக்கம் பாரம்பரிய இந்திய நடன வடிவங்கள் மற்றும் அதன் மாறுபட்ட கலாச்சாரத்துடன் உலகை அறிமுகப்படுத்துவதாகும்.

ராஜாராணி இசை விழா: இது ஒவ்வொரு ஆண்டும் ஜனவரி 18 முதல் 20 வரை கொண்டாடப்படுகிறது. இந்த விழா கிழக்கு மாநிலத்தின் ஆன்மாவாக இருந்த கலை வடிவத்தை போற்றும் ஒரு வழியாகும். உலகெங்கிலும் உள்ள இசை ஆர்வலர்கள் மற்றும் கலைஞர்கள் ஒடிசி இசையின் இதயத் துடிப்பை அனுபவிக்க ஒடிசாவுக்கு வருகிறார்கள். ராஜராணி கோவிலின் பின்னணியைப் பயன்படுத்தி, இந்தியாவின் புவனேஸ்வரில் உள்ள கோவிலில் ஆன்மீக விடுமுறையில் பக்தர்கள் இங்கு வரவும், ஆசீர்வாதம் பெறவும் சிறந்த வழியாகும்.

சர்வதேச மணல் கலை விழா: இந்த விழா மணல் கலை மற்றும் சுற்றுலா தொடர்பான ஒரு பிரபலமான திருவிழா ஆகும். இது ஒடிசா சுற்றுலாவால் டிசம்பர் 1 முதல் டிசம்பர் 5 வரை ஒடிசாவின் கோனார்க்கில் ஏற்பாடு செய்யப்பட்டுள்ளது.

ஏகம்ரா உத்சவ்: ஏகம்ரா ஒவ்வொரு ஆண்டும் நவம்பர் முதல் வாரத்தில் புவனேஸ்வர் நகரின் ஜனதா மைதானத்தில் கொண்டாடப்படுகிறது. ஏகம்ரா உத்சவ் என்பது பல துறைகளை

மையமாகக் கொண்ட ஒரு நிகழ்வு ஆகும். இதனால் ஒடிசாவின் ஜவுளித் தொழில் மற்றும் கலாச்சார பாரம்பரியத்தை மிகவும் வண்ணமயமான முறையில் உயர்த்துவதை நோக்கமாகக் கொண்டுள்ளது.

கலை மற்றும் கைவினை: ஒடிசா செழிப்பான கலை மற்றும் கைவினைப்பொருட்களைக் கொண்டுள்ளது, இது நிச்சயமாக இதயங்களை வெல்லும். இந்த கலை மற்றும் கைவினைப்பொருட்கள் நல்ல திறன்களையும், கலாச்சாரத்தின் செல்வாக்கையும் காட்டுகிறது.

டெரகோட்டா & மட்பாண்டம்: இது ஒவ்வொரு மாவட்டத்திலும் அங்கீகரிக்கப்பட்ட கைவினைகளில் ஒன்றாகும். டெரகோட்டா கைவினைஞர்கள் பாரம்பரிய, அலங்கார மற்றும் பயன்பாட்டு அடிப்படையிலான பொருட்களை உற்பத்தி செய்கின்றனர். சோனெப்பூர், பரப்பள்ளி, ஹல்தர்பூர், நுவாகான், லுனுகுவா மற்றும் குசுமி முதலியன டெரகோட்டா கைவினைப் பைகளில் சில.

வெள்ளி படத்தொகுப்பு: ஒடிசாவின் வெள்ளி மற்றும் ஃபிலிகிரீ வேலைகள் குறிப்பாக இந்தியாவின் வேறு எந்தப் பகுதியிலும் அரிதாகக் காணக்கூடிய கலைச் சிறப்பிற்கான தனித்துவமான உதாரணங்கள். வெள்ளி கம்பிகள் மிகவும் மென்மையானவை மற்றும் சிக்கலாக வடிவமைக்கப்பட்டுள்ளன. இந்த தயாரிப்புகளை தயாரிக்கப் பயன்படுத்தப்படும் வெள்ளியின் தரம் உயர் தரமானது மற்றும் 90 சதவிகிதம் தூய்மையைக் கொண்டுள்ளது.

பித்தளை மற்றும் பெல் உலோக பொருட்கள்: உலோகத்தால் செய்யப்பட்ட கலைப்பொருட்கள் குறிப்பாக பித்தளை, ஒடிசாவின் வீடுகளில் பெருமையைப் பெறுகின்றன. பித்தளால் செய்யப்பட்ட அரிசி அளக்கும் கிண்ணங்கள் இன்றளவிலும் பல வீடுகளில் பயன்படுத்தப்படுகின்றன. கைவினைஞர்கள் யானைகளையும், குதிரைகளையும் பித்தளையில் இருந்து உருவாக்கி அவற்றை சிக்கலான வடிவமைப்புகளால் அலங்கரிக்கின்றனர். ஒடிசாவின் பித்தளை பாத்திரங்கள் கைவினைஞர்களின் உயர் வேலைத்திறனையும், புதுமைக்கான அவர்களின் திறமையையும் வெளிப்படுத்துகிறது.

தங்க புல் மற்றும் கரும்பு வேலை: ஒடிசாவில் தங்க புல் வேலை கூடைகள், கை விசிறிகள் மற்றும் மேஜை பாய்களை உள்ளடக்கியது. தரைப் பாய்களும் தங்கப் புல்லிலிருந்து நெய்யப்படுகின்றன. இது ஒரு உள்ளூர் தயாரிப்பாகும். இன்று இந்த பொருட்களுக்கான தேவை அதிகரித்துள்ளது.

ஜோதி, சிட்டா, முருஜா: ஜோதி சிட்டா என்பது ஒடிசாவின் கிராமப்புறங்களில் காட்டப்படும் ஒரு பாரம்பரிய ஒடியா வெள்ளை கலை. இது அரிசி பேஸ்ட்டிலிருந்து தயாரிக்கப்படுகிறது மற்றும் ஒரு குச்சியால் சூழப்பட்ட ஒரு துண்டு அழகான வடிவங்களை உருவாக்க பயன்படுகிறது. ஜோதி சிட்டா செய்ய மக்கள் தங்கள் வெற்று விரல்களை பயன்படுத்துகின்றனர். முர்ஜா என்பது உலர்ந்த அரிசி தூள் அல்லது வெள்ளை கல் தூள் ஆகும். இது அழகான படங்களை வரைய தரையில் பயன்படுத்தப்படுகிறது.

4. மேற்கு வங்காளம்:

மேற்கு வங்காளம் இந்தியாவின் கிழக்குப் பகுதியில் வங்காள விரிகுடாவில் அமைந்துள்ள ஒரு மாநிலமாகும். இது கிழக்கில் வங்காளதேசத்தையும், வடக்கில் நேபாளம் மற்றும் பூட்டானையும் எல்லையாகக் கொண்டுள்ளது. இந்திய சுதந்திரத்திற்குப் பின், மேற்கு வங்கத்தின் பொருளாதாரம் விவசாய உற்பத்தி மற்றும் சிறு, நடுத்தர நிறுவனங்களை அடிப்படையாகக் கொண்டுள்ளது.

மேற்கு வங்காளம் மாநிலத்தில் உள்ள பழங்குடியினர்கள்: அசுர், கோண்ட், ஹஜோங், ஹோ, பர்ஹையா, ரபா, சந்தால்ஸ், சவர், பூமிஜ், பூட்டியா, சிக் பராய்க், கிசான், கோரா, லோதா, கெரியா, கரியம், மஹாலி, மால் பஹாரியா, மற்றும் ஓரான்.

மொழி: மேற்கு வங்கத்தின் மொழிகள் சதவீதத்தின் அடிப்படையில்,

- பெங்காலி (86.22%)
- இந்தி (5.00%)
- சந்தாலி (2.66%)
- உருது (1.82%)
- நேபாளி (1.27%)
- மற்றவை (3.02%)

மாநிலத்தின் அதிகாரப்பூர்வ மொழிகள் பெங்காலி மற்றும் ஆங்கிலம். இந்தி, ஒடியா, பஞ்சாபி, சந்தாலி மற்றும் உருது மொழி பேசுபவர்கள் 10% உள்ளனர்.

உணவு: அரிசி இங்கு ஒரு பிரதான உணவாகும். ரொட்டி, கெட்டியான கறியுடன் கூடிய காய்கறிகள், மீன், முட்டை மற்றும்

இறைச்சி ஆகியவை அன்றாட வாழ்க்கையின் பிரதான உணவுகளாகும். மேற்கு வங்கத்தின் இனிப்புகளும் மிகவும் பிரபலமானவை, அவற்றில் பெரும்பாலானவை பாலில் செய்யப்பட்டவை.

உடை: பெங்காலி பெண்கள் பாரம்பரியமாக புடவை அணிந்து, மேற்கு வங்காள மாநிலத்திற்கு பிரத்யேகமான முறையில் 'பல்லு' அணிவார்கள். பழங்காலத்தில் ஆண்கள் வேட்டி குர்தாவை அணிந்தனர், ஆனால் இப்போது திருவிழாக்கள் அல்லது திருமணம் போன்ற சில சிறப்பு சந்தர்ப்பங்களில் மட்டுமே அவ்வாறு செய்கிறார்கள். மேற்கத்திய சட்டை பேண்ட்டைத் தவிர்த்து ஜீன்ஸுடன் குர்தாவை அணிவது அவர்களின் பாணி அடிப்படையில் இணைகிறது.

ஆபரணங்கள்: முகுட் என்பது பெங்காலி மணமகளின் கிரீடத்தில் அமர்ந்திருக்கும் ஒரு மினி தங்க இந்திய பாணி தலைப்பாகை ஆகும். இருப்பினும், இப்போதெல்லாம், பல மணப்பெண்கள் தூய தங்க முகுட்களைத் தவிர்த்து விடுகிறார்கள், மேலும் இந்த ஆபரணத்தின் மலிவான தங்க முலாம் பூசப்பட்ட பதிப்புகளை விரும்புகிறார்கள். கன்னர் துல் என்பது பெங்காலி ஆடம்பரத்தின் ஒரு உன்னதமான தலைசிறந்த படைப்பாகும். மேலும் இது பொதுவாக பெண்கள் பண்டிகை காலங்களில் மட்டுமே அணியப்படும்.

திருவிழாக்கள்: மேற்கு வங்கம் திருவிழாக்களின் பூமி. வங்காள மொழியில் ஒரு பிரபலமான பழமொழி உண்டு "பரோ மசே தேரோ பர்பன்": இது பன்னிரண்டு மாதங்களில் பதின்மூன்று பண்டிகைகளைக் குறிக்கிறது. ஏறக்குறைய அனைத்து சமூகத்தினரின் திருவிழாக்களும் சமமா உணர்வுடனும், ஆர்வத்துடனும் இங்கு கொண்டாடப்படுகின்றன.

டோல் பூர்ணிமா: மேற்கு வங்க பிராந்தியத்தில், ஹோலி "டோல் ஜாத்ரா", "டோல் பூர்ணிமா" அல்லது "ஊஞ்சல் திருவிழா" என்று அழைக்கப்படுகிறது. கிருஷ்ணர் மற்றும் ராதையின் உருவங்களை அழகாக அலங்கரிக்கப்பட்ட பல்லக்கில் வைப்பதன் மூலம் திருவிழா ஒரு கண்ணியமான முறையில் கொண்டாடப்படுகிறது.

துர்கா பூஜை: வங்காளிகளின் மிக முக்கியமான பண்டிகை துர்கா பூஜையாகும். இந்த விழா அக்டோபர் மாதம் மேற்கு வங்கம் முழுவதும் கொண்டாடப்படுகிறது.

சத் பூஜை: சத் என்பது ஒரு பண்டைய திருவிழா மற்றும் சூரிய கடவுள், சாத்தி மையா (பண்டைய வேத தெய்வம் உஷா) ஆகியோருக்கு அர்ப்பணிக்கப்பட்ட ஒரே வேத விழாவாகும். பூமியில் உயிர் வாழ்வதற்கு சூரியனுக்கு நன்றி தெரிவிப்பதற்காகவும், சில விருப்பங்களை வழங்குமாறு கோருவதற்காகவும் சத் பூஜை கொண்டாடப்படுகிறது.

பௌஷ் சங்கராந்தி: பௌஷ் சங்கராந்தி என்பது பெங்காலி மாதத்தின் பெயரால் பெயரிடப்பட்டு அறுவடைத் திருவிழாவாக கொண்டாடப்படுகிறது. பொதுவாக சங்கராந்தி தினத்தன்று லட்சுமி தேவியை வழிபடுவது வழக்கம். பாரம்பரியமாக, மக்கள் சூரிய உதயத்திற்கு முன் குளித்து பின்னர் தங்கள் பூஜையைத் தொடங்க ஆரம்பிக்கிறார்கள்.

குருநானக் ஜெயந்தி: குர்புரப் அல்லது குருநானக் ஜெயந்தி சீக்கிய சமூகத்தின் மிக முக்கியமான மற்றும் புனிதமான பண்டிகையாகும். இது குரு நானக்கின் பிரகாஷ் உத்சவ் என்றும் அழைக்கப்படுகிறது. மேலும், சீக்கிய குருவின் பிறந்த நாளைக் குறிக்கிறது. சந்திர நாட்காட்டியின் படி, அக்டோபர்-நவம்பர் மாதங்களில் வரும் கார்த்திகை மாதத்தில் முழு நிலவு நாளில் இத்திருவிழா கொண்டாடப்படுகிறது.

கலை மற்றும் கைவினை: மேற்கு வங்க பாங்குரா குதிரைகள் இந்தியாவில் பல திறமையான கைவினைஞர்களின் தாயகமாக விளங்குகிறது. வங்காள கைவினைகளின் தனித்துவமான கிராமிய மற்றும் மாய வசீகரம் உலகெங்கிலும் உள்ள கலை ஆர்வலர்களால் போற்றப்படுகிறது. எம்பிராய்டரி முதல் உலோக கைவினைப்பொருட்கள் வரை, பல வகையான கைவினைகளில் தனித்துவமான நிபுணத்துவத்தைக் கொண்டுள்ளது.

காந்தா எம்பிராய்டரி: காந்தா என்பது மேற்கு வங்காளத்தில் உருவான எம்பிராய்டரியின் மிக அழகான வடிவம். இது புடவைகள், வேட்டிகள், குர்தாக்கள், ஆண்கள் மற்றும் பெண்களுக்கான இன-உடைகள், படுக்கை துணி, குஷன் கவர்கள், குயில்கள் மற்றும் பிற பொருட்களில் பயன்படுத்தப்படுகிறது.

டெரகோட்டா கைவினை: மேற்கு வங்கத்தின் டெரகோட்டா கைவினை உலகம் முழுவதும் பிரபலமானது. இந்த கைவினைப்பொருளின் ஒரு பகுதியாக இருக்கும் களிமண் மாதிரியான பொருட்கள், இயற்கையான

வண்ணங்களைக் கொண்டு, பார்வையாளர்களை மகிழ்விக்கின்றன.

உருள் ஓவியம்: இந்த ஓவியம் இயற்கை வண்ணங்களின் உதவியுடன், அடர்த்தியான துணிகளில் செய்யப்படுகிறது. மேலும் இது வங்காளத்தில் பாட் சித்ரா என்று பிரபலமாக அழைக்கப்படுகின்றன. அவை நீளம் மற்றும் உயரத்தில் வேறுபடுகின்றன. இருப்பினும் ஒரு சராசரி சுருள் ஓவியம் சுமார் 15 அடி நீளம் கொண்டது.

சங்கு ஷெல் கைவினைப்பொருட்கள்: இந்த கைவினை மேற்கு வங்காளத்தில் நடைமுறையில் உள்ள கைவினைப்பொருட்களின் தனித்துவமான மற்றும் அழகான வடிவங்களில் ஒன்றாகும். இது உண்மையில் கடலில் இருந்து பெறப்பட்ட இயற்கை ஓடுகளினால் அலங்கார உருவங்களை பொறிக்கும் கலையாகும்.

டோக்ரா மெட்டல் கிராஃப்ட்: டோக்ரா களிமண், மெழுகு மற்றும் உருகிய உலோகத்தின் உதவியுடன் சிலைகள், நகைகள், மற்றும் பல அலங்கார துண்டுகளை உருவாக்கும் கலையாகும். டோக்ரா உலோக கைவினைப்பொருட்களின் சிறந்த அம்சம் என்னவென்றால், அவை முற்றிலும் அசல் மற்றும் எந்தவொரு பொருளின் நகலையும் உருவாக்க முடியாது.

மட்பாண்டங்கள்: வங்காளத்தின் பழமையான கைவினைகளில் ஒன்று மட்பாண்டம். மங்கல் காட், லக்ஷ்மி காட், மனஷா கட்டா மற்றும் துளசிமாஞ்சா போன்ற பல்வேறு வகையான பானைகள் இங்கு வடிவமைக்கப்பட்டுள்ளன. அவை அனைத்தும் அவற்றின் சொந்த முக்கியத்துவத்தையும், தனித்துவமான பாணியையும் கொண்டுள்ளன.

ஷோலாபித் கைவினை: ஷோலாபித் ஒரு பால்-வெள்ளை கடற்பாசி-மரமாகும், இது அழகான அலங்கார துண்டுகளை வடிவமைக்கப் பயன்படுகிறது. தந்தத்தால் செய்யப்பட்ட பால்-வெள்ளை பொருட்களைப் போல தோற்றமளிப்பதால், இது 'மூலிகை தந்தம்' என்றும் அழைக்கப்படுகிறது. மாலைகள், அலங்கார விசிறிகள், பொம்மைகள், தெய்வங்களின் உருவங்கள், யானைகள், மயில் படகுகள், பல்லக்குகள், மலர்கள் மற்றும் துர்கா பூஜையின் பின்னணியில் பலவிதமான கிரீடங்கள் ஆகியவற்றை வடிவமைக்க ஷோலாபித் பிரபலமாக பயன்படுத்தப்படுகிறது.

8. மேற்கு இந்தியாவில் பழங்குடிகள்

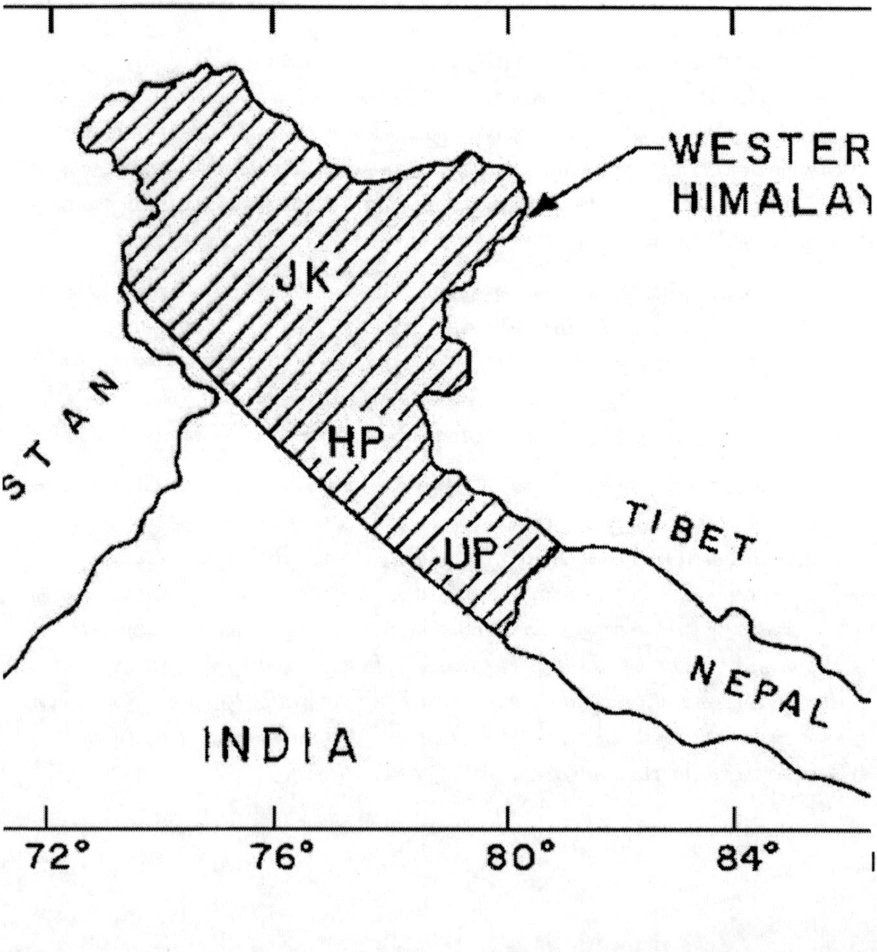

1. மகாராஷ்டிரா:

மகாராஷ்டிரா இந்தியாவின் மேற்கு மற்றும் மத்திய தீபகற்ப பகுதியில் டெக்கான் பீடபூமியின் கணிசமான பகுதியை ஆக்கிரமித்துள்ளது. இது இந்தியாவின் இரண்டாவது அதிக மக்கள் தொகை கொண்ட மாநிலமாக கருதப்படுகிறது. மகாராஷ்டிரா மேற்கில் அரபிக்கடல், தெற்கில் கர்நாடகா மற்றும் கோவா, தென்கிழக்கில் தெலங்கானா, கிழக்கில் சத்தீஸ்கர், வடக்கே குஜராத், மத்திய பிரதேசம், இந்திய யூனியன் பிரதேசமான தத்ரா மற்றும் நகர் ஹவேலி ஆகியவற்றுடன் எல்லையாக உள்ளது.

மகாராஷ்டிரா

மாநிலத்தில் உள்ள பழங்குடியினர்கள்: பைனா, புன்ஜியா, தோடியா, கட்கரி, காண்ட், ரதவா, வார்லிஸ், டாங்கா, ஹல்பா, கடோடி, கோக்னா, கோலி மகாதேவ், பார்தி, மற்றும் தாக்கூர்

மொழி: மகாராஷ்டிராவைப் பொருத்தவரை, மராத்தி மொழி தான் அதிகம் பேசப்படுகிறது. இந்தியாவில் அதிகம் பேசப்படும் மூன்றாவது மொழியாகவும், உலகில் அதிகம் பேசப்படும் 10 வது தாய் மொழியாகவும் உள்ளது. இதனுடன், மக்கள் குஜராத்தி மற்றும் உருது பேசுவதும் காணப்படுகிறது.

தொழில்: பாரம்பரியமாக, மகாராஷ்டிராவில் விவசாயம் செய்து வருகின்றனர். விவசாயத்தில் பயிர்கள், தோட்டக்கலை, கால்நடை வளர்ப்பு, மீன் வளர்ப்பு, மீன்பிடித்தல் மற்றும் பட்டு வளர்ப்பு போன்ற தொழில்களில் சிறந்து விளங்குகின்றனர். கடலோரப் பகுதிக்கு அருகில் உள்ள மக்கள் மீன்பிடி நடவடிக்கைகளில் ஈடுபட்டு வருகின்றனர்.

கலாச்சாரம்: மகாராஷ்டிரா மராத்வாடா, விதர்பா, கந்தேஷ் மற்றும் கொங்கன் போன்ற பல்வேறு பகுதிகளாகப் பிரிக்கப்பட்டுள்ளது. ஒவ்வொன்றும் மராத்தி மொழியின் வெவ்வேறு கிளைமொழிகள், நாட்டுப்புற பாடல்கள், உணவு மற்றும் இனத்தின் வடிவத்தில் அதன் சொந்த கலாச்சார அடையாளத்தை தனித்துவமாக கொண்டுள்ளன.

உணவு: மகாராஷ்டிரன் உணவு என்பது இந்திய மாநிலமான மராத்தி மக்களின் உணவு வகையாகும். இது தனித்துவமான பண்புகளைக் கொண்டுள்ளது. இந்த உணவு வகைகளில் லேசான

மற்றும் காரமான உணவுகள் உள்ளன. கோதுமை, அரிசி, ஜோர், பஜ்ரி, காய்கறிகள், பருப்பு மற்றும் பழங்கள் ஆகியவை உணவுப் பொருட்களை உட்கொள்கின்றனர். பொருளாதார நிலைமைகள் மற்றும் கலாச்சாரத்தின் காரணமாக இறைச்சி பாரம்பரியமாக அரிதாகவே பயன்படுத்தப்படுகிறது. தனித்துவமான உணவுகளில் உக்டிச்சே மோடக், அலுச்சி பாடல் பாஜி, கண்டே போஹே மற்றும் தாலிபீத் ஆகியவை அடங்கும்.

உடை: மகாராஷ்டிரா பாரம்பரிய உடை பண்டிகை காலங்களிலும், நிலவும் வானிலை நிலைகளுக்கும் ஏற்றது. துடிப்பான நிறங்கள் மற்றும் தனித்துவமான வடிவமைப்புகளில் பெண்கள் பொதுவாக 'நயுவாரி' என்று அழைக்கப்படும் பாரம்பரிய ஒன்பது-கெஜம் நீளமான புடவையை அணிவார்கள். மறுபுறம், ஆண்கள் 'தோதி' உடன் ஜோடியாக ஒரு சட்டை அல்லது குர்தா அணிவார்கள். இது பொதுவாக பருத்தியால் ஆனது. மேலும் இடுப்பைச் சுற்றிக் கணுக்கால் வரை நீண்டதாக இருக்கும். பண்டிகை காலங்களில் ஆண்கள் அக்கான், சுரிதார் மற்றும் பைஜாமா அணிவார்கள்.

அணிகலன்கள்: 'நாத்' ஒரு பாரம்பரிய மூக்கு வளையம், முத்துக்கள் பதிக்கப்பட்டவை, பெரும்பாலும் வெள்ளை மற்றும் இளஞ்சிவப்பு நிறத்தில் இருக்கும். திருமணங்கள், புனிதமான குடும்ப விழாக்களில் நாத் அணிவது வழக்கம். நாதங்கள் பொதுவாக 22 காரட் தங்கத்தால் செய்யப்படுகின்றன மற்றும் அவற்றில் மோட்டிகள் பதிக்கப்பட்டுள்ளன.

'துஷி' என்பது ஒரு சோகர் நெக்லஸ் ஆகும். இது பல்வேறு அளவுகளில் தங்க மணிகளால், சரங்களின் ஒரு அடுக்காக உருவாக்கப்பட்டது. இது பொதுவாக 22 காரட் தங்கத்திலிருந்து தயாரிக்கப்படுகிறது மற்றும் ஜோவர் விதைகளின் வடிவமைப்பைக் கொண்டுள்ளது. இது புதிதாக திருமணமான மணமகள் தனது புதிய வீட்டிற்கு செழிப்பைக் கொண்டுவரும் என்பதைக் குறிக்கிறது. வஜ்ரடிக் துஷிகள் பரந்த தடித்த மற்றும் ஆடம்பரமானவை ஆகும்.

கோலாப்பூரில் தோன்றிய சாஜ் திருமணமான மகாராஷ்டிரப் பெண்களால் அணியப்படுகிறது. இது மணமகனின் குடும்பத்தால் மணமகளுக்கு பரிசாக வழங்கப்படுகிறது. சாஜ் நகையில் 22 காரட் தங்கத்தில் 21 இலைகள் செதுக்கப்பட்டுள்ளன. நெக்லஸின் மையத்தில் உள்ள பதக்கமானது 'சாஜ் காட்' என்று அழைக்கப்படுகிறது.

21 இலைகளில் 10 இலைகள் விஷ்ணுவின் பத்து வெவ்வேறு அவதாரங்களைக் குறிக்கிறது. அவற்றில் 2 இலை மரகதம் மற்றும் மாணிக்கக் கற்களைக் கொண்டுள்ளன. மீதி இருக்கும் 8 பதக்கங்கள் அஷ்டமங்கலத்தைக் குறிக்கின்றன.

'புட்லி ஹார்' பொதுவாக லக்ஷ்மி ஹார் என்றும் அழைக்கப்படுகிறது. இது ஒரு லக்ஷ்மி தேவியின் அலங்காரங்களுடன் சில சுற்று நாணயங்களைக் கொண்டுள்ளது. லட்சுமியின் உருவங்கள் செல்வத்தைக் குறிக்கின்றன. இந்த நாணயங்கள் பட்டுடன் பின்னப்பட்ட ஒரு நூலால் ஒன்றாக வைக்கப்படுகின்றன. இந்த நகைகள் மணப்பெண்களால் மிகவும் விரும்பப்படுகின்றன.

'புக்டி' என்பது காதுகளின் ஹெலிக்ஸ் பகுதியில் அணியும் காதணிகள். புக்டிகள் பெரும்பாலும் முத்துக்களால் ஆனவை. புக்டிஸ் இப்போது நிறைய நவீன அழகான வடிவமைப்புகளில் வருகிறது. இதேபோன்ற காதணிகள் இந்தியாவின் வடக்குப் பகுதிகளில் மணப்பெண்களால் அணியப்படுகின்றன.

'சூடா' என்பது மகாராஷ்டிர மணப்பெண்கள் அணியும் பச்சை வளையல்களின் தொகுப்பாகும். வட இந்திய மணப்பெண்கள் அணியும் சிவப்பு சூடாவைப் போலல்லாமல் பச்சை நிறத்தில் உள்ளன. இந்த வளையல்கள் ஒற்றைப்படை எண்களில் இரு கைகளிலும் அணியப்படுகின்றன.

'அம்பாடா' என்பது திருமணத்தின் போது மகாராஷ்டிர மணப்பெண்கள் அணியும் ஒரு பாரம்பரிய முடி முள். இது வேணி பூல் என்றும் அழைக்கப்படும். அம்பாடாவின் மிகவும் பிரபலமான வடிவமைப்பு ஜோவர் விதைகளுடன் கூடிய சூரியகாந்தி ஆகும்.

'தன்மணி' என்பது முத்து இழைகளால் செய்யப்பட்ட சோக்கர் நெக்லஸ் ஆகும். இது ஒரு கல் பதிக்கப்பட்ட பதக்கத்தில் இணைக்கப்பட்டுள்ளது. 'ஜோத்வி' என்பது மகாராஷ்டிர மணப்பெண்கள் அணியும் கால் விரல் வளையம். இந்த கால்விரல் மோதிரம் மணமகளின் மாமியாரால் பரிசளிக்கப்பட்டது. இந்த மோதிரம் மணமகள் தனது புதிய வீட்டில் நுழைவதை குறிக்கிறது. ஒவ்வொரு மகாராஷ்டிர திருமணத்திலும் ஜோதிவி ஒரு முக்கியமான நகை என்பது குறிப்பிடத்தக்கது.

பண்டிகைகள்: மகாராஷ்டிர மக்கள் பண்டிகை உணர்வு கலாச்சாரத்தில் ஆழமாக வேரூன்றியுள்ளது. முக்கிய பண்டிகைகளைத்

தவிர, மகாராஷ்டிராவில் பல்வேறு பகுதிகளில் கொண்டாடப்படும் பல திருவிழாக்கள் உள்ளன. இந்த விழாக்கள் ஒவ்வொரு பண்டிகையிலும் பல்வேறு பாடல்கள், நடனங்கள் மற்றும் உணவு வகைகளுடன் வருகின்றன.

விநாயகர் சதுர்த்தி: விநாயகர் சதுர்த்தி மகாராஷ்டிராவில் மிக முக்கியமான பண்டிகையாக கருதப்படுகிறது. பத்து நாட்கள் நீடிக்கும் இத்திருவிழா வீடுகளிலும், மண்டபங்களிலும் (பெரிய கூடாரம் அமைத்தல்), அழகாக செதுக்கப்பட்ட மற்றும் வண்ணமயமாக அலங்கரிக்கப்பட்ட விநாயகர் சிலைகளை அமைப்பதன் மூலம் தொடங்குகிறது. திருவிழாவின் போது பல நிகழ்வுகளும் ஏற்பாடு செய்யப்பட்டுள்ளன. கடைசி நாள் மக்கள் அன்பான கடவுளுக்கு சிலைகளை ஊர்வலமாக எடுத்துச் சென்று, இசை மற்றும் நடனத்துடன், கடலில் மூழ்க அல்லது ஏரியின் அருகே மூழ்கி விடைபெற்று விழாவை நிறைவு செய்கின்றனர்.

நாக பஞ்சமி: மகாராஷ்டிராவில், பாம்பு வழிபாடு ஒரு முக்கியமான சடங்காகக் கருதப்படுகிறது மற்றும் நாக பஞ்சமி என்பது பாம்புகளை வழிபடும் பண்டிகையாகும். நாகப்பாம்புகளின் களிமண் படங்கள் தயாரிக்கப்பட்டு வீடுகளில் அமைக்கப்படுகின்றன. அதன்பின் பாம்பு தெய்வத்திற்கு பால் மற்றும் இனிப்புகளை வழங்குகிறார்கள்.

நரலி பவுர்ணிமா: இத்திருவிழா இந்து நாட்காட்டியின்படி ஷ்ரவன் மாதத்தின் பௌர்ணமி நாளில் கொண்டாடப்படுகிறது. இது மகாராஷ்டிராவின் பல்வேறு பகுதிகளில் வெவ்வேறு பெயர்களில் அறியப்படுகிறது. இந்த திருவிழாவில், கடல் கடவுளுக்கு தேங்காய் பிரசாதம் தருவார்கள். இந்த நாள் புதிய மீன்பிடி பருவத்தின் தொடக்கத்தையும் குறிக்கிறது. மேலும், மீனவர்கள் தங்கள் அலங்கரிக்கப்பட்ட படகுகளுடன் பயணம் செய்வதற்கு முன்பு கடல் கடவுளை மகிழ்வித்து பயணத்தை தொடங்குகிறார்கள்.

கோகுல் அஷ்டமி: கோகுல் அஷ்டமி அன்று, கிருஷ்ணரின் பிறப்பு கொண்டாடப்படுகிறது. பெரும்பாலானோர் நள்ளிரவு வரை உண்ணாவிரதம் இருந்து பண்டிகை உணவான அரிசி, தயிர், வெண்ணெய், பூரி மற்றும் உருளைக்கிழங்கு போன்றவற்றை உண்பார்கள். தஹி-ஹண்டி என்பது இந்த நாளில் செய்யப்படும் மற்றொரு சடங்கு ஆகும். களிமண் பானைகளில் தயிர், அரிசி மற்றும் பால் நிரப்பப்பட்டு தெருக்களுக்கு மேலே உயரமாக

தொங்கவிடப்படுகிறது. ஆற்றல்மிக்க இளைஞர்கள் மற்றும் பெண்களின் பல்வேறு குழுக்கள் மனித பிரமிடுகளை உருவாக்கி தாஹி-ஹந்தியை அடைந்து அவற்றை உடைக்கின்றனர். இவ்வாறு கோகுல அஷ்டமி பண்டிகை கொண்டாடப்பட்டு வருகின்றது.

கலை மற்றும் கைவினை: மகாராஷ்டிரா நாட்டின் முன்னணி பருத்தி உற்பத்தி செய்யும் மாநிலங்களில் ஒன்றாகும். இத்தகைய வளமான வளங்களைக் கொண்டு, மகாராஷ்டிராவில் தயாரிக்கப்படும் பெரும்பாலான பாரம்பரிய துணி அடிப்படையிலான கலை மற்றும் கைவினைப்பொருட்கள் மூலம் தயாரிக்கப்படுகிறது. புகழ்பெற்ற மஷ்ரூ மற்றும் ஹிம்ரூ ஆகியவை ஒரு சிறப்பு தறியின் உதவியுடன் பருத்தி மற்றும் பட்டு நெசவு மூலம் தயாரிக்கப்பட்ட ஆடம்பரமான துணிகளில் ஒன்றாகும்.

நாராயண் பேத் சாரிஸ்: நாராயண் பேத் புடவைகள் மகாராஷ்டிராவின் சோலாப்பூர் மாவட்டத்தில் இருந்து வருகின்றன. பரந்த எல்லைகள் மற்றும் துடிப்பான வண்ணங்களால் வகைப்படுத்தப்பட்ட புடவையின் உடலில் ருத்ராட்சங்களின் வடிவத்தில் சிறிய உருவங்களாக அலங்கரிக்கப்பட்டுள்ளன.

பைதானி புடவை: இந்த யுரங்காபாத் மாவட்டத்தில் உள்ள பைதான் பகுதியிலிருந்து தோன்றுகிறது. இப்புடவைகளின் சிறப்பு என்னவென்றால், புடவையில் வடிவமைப்புகளை உருவாக்கும் போது ஜாகார்ட் போன்ற இயந்திர வழிமுறைகள் பயன்படுத்தப்படுவதில்லை. வடிவமைப்புகள் முற்றிலும் கையால் செய்யப்பட்டவை. அதனால் பைதானிகள் மிகவும் விலை உயர்ந்தவை, பொதுவாக திருமணங்கள் மற்றும் பண்டிகைகள் போன்ற சிறப்பு விழாக்களில் இப்புடவைகளை அணிவார்கள்.

வார்லி ஓவியங்கள்: இந்த ஓவியங்கள் மகாராஷ்டிரா-குஜராத் எல்லையின் மலை மற்றும் கடலோரப் பகுதிகளில் வாழும் வார்லி பழங்குடியினரிடமிருந்து உருவானது. ஓவியத்தை உருவாக்கும் கூறுகள் அடிப்படை வடிவங்கள், வட்டங்கள், முக்கோணங்கள் மற்றும் சதுரங்கள் போன்றவை தினசரி மனித வாழ்க்கையை பிரதிநிதித்துவப்படுத்தும் மொத்தமாக உருவாக்குகின்றன.

கோலாபுரி சப்பல்கள்: தோலால் ஆன, கோலாபுரி சப்பல்கள் அவற்றின் சிறப்பியல்பு பழமையான பாணி மற்றும் தோற்றம் ஆகும். கோலாபுரி சப்பல்களின் ஆரம்ப பதிவுகள் கிபி 13 ஆம் நூற்றாண்டைச்

சேர்ந்தவை. இந்த செருப்புகள் எருமைத் தோலால் ஆனவை மற்றும் ஒரு தடிமனான அடிப்பகுதியைக் கொண்டிருந்தன.

2.குஜராத்:

குஜராத் பரப்பளவில் ஐந்தாவது பெரிய மாநிலமாகவும், மக்கள் தொகை அடிப்படையில் ஒன்பதாவது பெரிய மாநிலமாகவும் கருதப்படுகிறது. மேலும் அவர்களின் மொழி குஜராத்தி இது மாநிலத்தின் அதிகாரப்பூர்வ மொழியாகும். இந்தியாவின் தொழில் ரீதியாக வளர்ந்த மாநிலங்களில் ஒன்றாகவும், உற்பத்தி மையமாகவும் பரவலாகக் காணப்படுகிறது. லோதல், தோலாவீரா மற்றும் கோலா தோரோ போன்ற பண்டைய சிந்து சமவெளி நாகரிகத்தின் சில தளங்களை உள்ளடக்கியுள்ளது.

குஜராத் அனைத்து துறைகளிலும் செழித்து வளரும் மாநிலமாகும். குஜராத்தில் இன்னும் ஜாட்கள், ஹரிஜன்கள், அஹிர்ஸ், ரபாரிஸ் போன்ற பல பழங்குடியினர் உள்ளனர்.

குஜராத் மாநிலத்தில் உள்ள பழங்குடியினர்கள்: பர்தா, பாம்சா, பில், சரண், தோடியா, காம்தா, பாரதி, படேலியா, டாங்கா, டப்லா, தலைவியா, ஹல்பதி, கோக்னா, நாய்க்டா, படேலியா, ரதாவா, சித்தி.

தொழில்: விவசாயம் மற்றும் தொழில்துறை உற்பத்தி குஜராத்தியர்களின் முதன்மையான தொழிலாகும். நிலக்கடலை, பருத்தி, பால் பொருட்கள், தேதிகள் மற்றும் கரும்பு ஆகியவை உற்பத்தி செய்யும் பொருட்களில் அடங்கும். மேலும், மக்கள் விவசாயத்திற்கு கூடுதலாக தொழில்துறை உற்பத்தியில் ஈடுபட்டுள்ளனர். இதில் இருக்கும் பயிர் நிலம் மொத்த நிலப்பரப்பில் பாதிக்கும் மேல் உள்ளது. கிராமப்புற பொருளாதாரம் பெரும்பாலும் கால்நடை வளர்ப்பு மற்றும் பால் வளர்ப்பை அடிப்படையாகக் கொண்டுள்ளது.

கலாச்சாரம்: இந்தியாவின் குஜராத் மாநிலம், வளமான கலாச்சாரம் மற்றும் பாரம்பரியத்தைக் கொண்டுள்ளது. அவர்கள் பழங்கால கலை மற்றும் கைவினை நுட்பங்களைப் பாதுகாத்து, அவற்றை மிகுந்த உறுதியுடன் பயிற்சி செய்கிறார்கள். இங்கு வசிக்கும் பழங்குடி மக்கள் தனக்கென்று சொந்த பழக்கவழக்கங்கள் மற்றும் சடங்குகளை வைத்திருக்கிறார்கள். மேலும், இம்மக்கள் மிகவும் எளிமையானவர்கள் மற்றும் வாழ்க்கையை முழுமையாக வாழ தெரிந்தவர்கள்.

மொழி: இங்கு பெரும்பாலும் குஜராத்தி மொழி தான் அதிகம் பேசப்படுகிறது. மராத்தி, இந்தி, பஞ்சாபி, ஒரியா போன்றவை ஆரிய குடும்பத்தைச் சேர்ந்தவை. குஜராத்தியின் பல்வேறு உள்ளூரில் எழுதப்பட்ட மற்றும் பேசப்படும் மொழியில் மூன்று முக்கிய வகைகள் உள்ளன. அவை; இந்தி குஜராத்தி, பார்சி குஜராத்தி மற்றும் முஹம்மதியன் குஜராத்தி.

இந்தி குஜராத்தி - இது தரமாக ஏற்றுக்கொள்ளப்பட்டு பள்ளிகளில் கற்பிக்கப்படுகிறது.

பார்சி குஜராத்தி - பார்சிகள் பேசும் மற்றும் எழுதப்பட்ட மொழி. இது சாதாரண குஜராத்தியிலிருந்து வேறுபடுகிறது. ஏனெனில் இது சுத்தமான பாரசீக வார்த்தைகளை கணிசமான எண்ணிக்கையில் ஒப்புக்கொள்கிறது.

முஹம்மதியன் குஜராத்தி - இந்துஸ்தானியிடமிருந்து கடன் வாங்கிய பல வார்த்தைகளைப் பயன்படுத்துகிறது. ஆனால், மொழியின் சொல்லகராதி பேச்சாளரைப் பொறுத்து கணிசமாக வேறுபடுகின்றது என்றாலும் அதன் இலக்கணம் நடைமுறையில் ஒன்றே.

உணவு: குஜராத்தி உணவு இந்தியாவின் பழமையான சமையல் பொக்கிஷங்களில் ஒன்றாகும். இது பல்வேறு வகையான சைவ உணவுகளை வழங்குகிறது. புகழ்பெற்ற குஜராத்தி கதி, டோக்லா மற்றும் ஃபஃஷ்தா போன்ற உணவுகளில் ஆதிக்கம் செலுத்துகிறது. குஜராத்தின் கடலோர காலநிலை சூடாகவும், வறட்சியாகவும் இருக்கிறது. அதனால்தான் சர்க்கரை, தக்காளி மற்றும் எலுமிச்சை அதிகம் பயன்படுத்தப்படுகிறது. ஏனெனில் இந்த உணவுகள் உடலை நீரேற்றமாக வைத்திருக்கும். குஜராத்தி உணவின் மற்றொரு தனித்துவமான பண்பு அதன் இனிப்பு மற்றும் புளிப்பு சுவைகளின் கலவையாகும்.

உடை: ஆண்களுக்கான பாரம்பரிய குஜராத்தி ஆடைகளில் கேதியு, குர்தா, தோதி, சொர்னோ ஆகியவை அடங்கும். பெண்கள் புடவை அல்லது சானியா சோளி அணிவார்கள். சமீபத்தில் தான் அவர்கள் சல்வார் கமீஸ் அணியத் தொடங்கினர்.

முதலில் ஆண்களின் பாரம்பரிய ஆடைகள் சிலவற்றை இங்கு காண்போம்;

1. **சொர்னோ**: சொர்னோ என்பது ஆண்கள் அணியும் ஒரு வகை பருத்தி பேன்ட். இது தைக்கப்பட்ட தோதி போல மிகவும் தளர்வாக இருக்கும்.

2. **கெடியு**: கெடியு என்பது உடலின் மேல் பகுதியை மறைப்பதற்காக சொர்னோவிற்கு மேலே அணியும் ஒரு ஆடை. கேதியு 'அங்ரகூ' என்றும் குறிப்பிடப்படுகிறது.

3. **தோதி**: தோதி என்பது ஆண்களின் கீழ் உடலைச் சுற்றியுள்ள ஒரு நீண்ட துண்டு. இது இடுப்பில் சுற்றப்பட்டு கால்களுக்கு இடையில் இருந்து ஒட்டப்பட்டிருக்கும்.

4. **குர்தா**: குர்தா என்பது உடற்பகுதியை மறைப்பதற்காக அணியப்படும் மேல் பகுதி. அன்றாட பயன்பாட்டிற்கான குர்தாக்கள் பருத்தியால் ஆனவை. பண்டிகை காலங்களில் குர்தாக்கள் எம்பிராய்டரி அல்லது சில வடிவமைப்புகளை பெற்றிருக்கும்.

பெண்களின் பாரம்பரிய ஆடைகள் பற்றி இங்கே காண்போம்;

1. **சானியோ**: சானியோ அல்லது லெஹெங்காஸ் என்பது பெண்கள் அணியும் ஒரு வண்ண பெட்டி கோட் அல்லது பாவாடை போன்ற ஆடையாகும். சானியோ கண்ணாடிகள் மற்றும் நூல் வேலைகளுடன் வடிவமைக்கப்பட்டுள்ளது.

2. **சோளி**: பெண்கள் உடலின் மேலே பொல்கு அல்லது சோளி அணிவார்கள். இது ஒரு எம்ப்ராய்டரி செய்யப்பட்ட குறுகிய ரவிக்கை.

ஆபரணங்கள்: குஜராத்தின் பாரம்பரிய நகைகள் மாநிலத்தில் வசிக்கும் பல்வேறு சமூகங்களில் குறிப்பிடத்தக்க வகையை வழங்குகிறது. நகைகள் மற்றும் பாகங்கள் பாரம்பரிய குஜராத்தி ஆடை தோற்றத்தின் ஒருங்கிணைந்த பகுதியாகும். பெண்கள் வளையல்கள், காதணிகள், கழுத்தணிகள், சங்கிலிகள், மூக்கு ஊசிகள் மற்றும் மோதிரங்கள் போன்ற நகைகளை அணிவார்கள். திருமணமான பெண்கள் தங்கள் கழுத்தில் மங்கலசூத்திரத்தை கட்டியிருக்கிறார்கள். அதுமட்டுமல்லாமல் பழங்குடி வெள்ளி நகைகளால் தங்களை அலங்கரிக்கிறார்கள். ஆண்கள் தங்கச் சங்கிலி, தலைப்பாகை மற்றும் மோதிரம் நகைகளை அணிந்து கொள்கிறார்கள்.

குஜராத்தின் சில பாரம்பரிய நகைகள் கீழே குறிப்பிடப்பட்டுள்ளன:

கந்தோரா: 'கந்தோரா' இடுப்பில் அணியும் ஒரு ஆடம்பரமான கமர்-பந்த் குஜராத்தின் பிரபலமான நகையாகும். இது பெரும்பாலும் வெள்ளியில் வடிவமைக்கப்படுகிறது.

குந்தன் ராணி ஹார்: குந்தன் பாரம்பரியமான மற்றும் மணமகள் அணியும் ஒரு அரச துண்டு நகையாகும்.

சந்தன் ஹார்: சந்தன் ஹார் மற்ற பாரம்பரிய ஆபரணங்களில் மிக முக்கியமான இடத்தைப் பிடித்துள்ளது. இந்த வடிவமைப்பு சுருக்கமாக நான்கு இழைகள் தங்கத்துடன் இணைக்கப்பட்டுள்ளது.

நடனங்கள்: தாண்டியா நடனம் குஜராத் 'பண்டிகைகளின் நிலம்' என்று அழைக்கப்படுகிறது. இந்த நிகழ்வுகளின் கொண்டாட்டங்கள் பாரம்பரிய நடனம் மற்றும் இசை நிகழ்ச்சிகளுடன் உள்ளன. குஜராத்தில் பிரபலமான நாட்டுப்புற நாடகம் 'பாவை' என்று அழைக்கப்படுகிறது. பிற நாட்டுப்புற நடனங்கள் திப்பானி நிருத்யா, சித்தி நடனம், பதார் நிருத்யா, டாங்கி நிருத்யா மற்றும் உள்ளூர் பழங்குடி நடனங்கள்.

தண்டியா ராஸ்: தண்டியா ராஸ் மாநிலத்தில் மட்டுமல்ல, இந்தியா முழுவதும் நிகழ்த்தப்படுகிறது. உண்மையில், இது நவராத்திரி விழாவின் சிறப்பு அம்சமாகும். மாதா அம்பின் ஒன்பது அவதாரங்களான தாய் தெய்வத்திற்கு மரியாதை செலுத்தும் வகையில் இந்த நடனம் கொண்டாடப்படுகிறது.

கர்பா ராஸ்: கர்பா நடனம் பண்டைய தோற்றம் கொண்டதாகக் கூறப்படுகிறது. ராஸ் கர்பா என்பது தாய் தெய்வமான மா ஜக்தாம்பேயின் நினைவாக பெண்களால் நடத்தப்படும் ஒரு வழக்கமான நடனம் ஆகும்.

ராஸ் டான்ஸ்: இது கோகுல் மற்றும் பிருந்தாவனத்தில் கிருஷ்ணர் நிகழ்த்திய ராஸ் லீலாவிலிருந்து பெறப்பட்டது. ராஸ் பொதுவாக இளைஞர்கள் குழுவால் செய்யப்படுகிறது. அவர்கள் அளவிடப்பட்ட படிகளை எடுத்து ஒரு வட்டத்தில், டோல், சிம்பல்ஸ், ஜான்ஸ் மற்றும் ஷெஹ்னாய் (புல்லாங்குழல்) போன்ற இசைக்கருவிகளின் துடிப்புகளில் நகர்கிறார்கள்.

திருவிழாக்கள்: கலாச்சார சுறுசுறுப்பு மற்றும் செழுமையை பண்டிகைகளின் மூலம் நன்றாகப் பிடிக்க முடியும். இது ஏறத்தாழ

அனைத்து பண்டிகைகளிலும் தனித்துவமான மற்றும் சிறப்பு வாய்ந்ததாக கருதப்படுகிறது. உலகளாவிய புகழை அனுபவிக்கும் குஜராத்தின் சில முக்கிய விழாக்கள் டஹி ஹண்டி, உடைத்தல் விழா, டோல் அடித்தல் மற்றும் கற்பா நடன நிகழ்ச்சிகள் ஆகியவை அடங்கும். குஜராத்தின் சில முக்கிய விழாக்கள் பின்வருமாறு பட்டியலிடப்படலாம்-

நவராத்திரி: நவராத்திரி என்பது குஜராத்தின் புகழ்பெற்ற பண்டிகையாகும், இது அக்டோபர்/நவம்பர் மாதங்களில் பெரும் ஆடம்பரத்துடன் கொண்டாடப்படுகிறது. இந்த விழா ஒன்பது இரவுகளில் தொடர்கிறது மற்றும் இது மாதா ராணி என்று குறிப்பிடப்படும் எம்.ஏ. சக்தியின் அழைப்பாகும்.

மொதேரா நடன விழா: மொதேரா நடன விழா உலகப் புகழ்பெற்ற கலாச்சார நிகழ்ச்சியாகும், இது ஒவ்வொரு ஆண்டும் ஜனவரி மாதம் மூன்றாவது வாரத்தில் புகழ்பெற்ற மொதேரா சூரியன் கோவிலில் நடைபெறும். இந்த பண்டிகையையொட்டி பல்வேறு இந்திய பாரம்பரிய நடன வடிவங்கள் மிகவும் அழகிய முறையில் நிகழ்த்தப்படுகின்றன.

காத்தாடி விழா: காத்தாடி திருவிழா என்பது உண்மையில் ஒரு கண்கவர் காட்சி. ஒவ்வொரு வருடமும் மகர சங்கராந்தி நாளில் அதாவது ஜனவரி 14 ஆம் தேதி நடைபெறுகிறது. பல வடிவிலான காற்றாடிகள் காற்றில் உயர உயர்ந்து, வானக் கோட்டைக் குறிப்பதன் மூலம் ஈர்ப்பு விசையை சவால் செய்கின்றன. மேலும், இந்த நாளில் மக்கள் சிறப்பு பாரம்பரிய ஆடைகளை அணிந்து சிறப்பு உணவுகளை ருசிக்கிறார்கள்.

டார்னெட்டர் கண்காட்சி: இந்த கண்காட்சி தர்னெட்டரில் கூடியிருக்கும் பழங்குடியினரின் பெரும் கூட்டத்தை அழைக்கிறது. இங்கு நடத்தப்படும் நாட்டுப்புற இசை மற்றும் நடன நிகழ்ச்சிகள் உங்களை அற்புதமான துடிப்பு மற்றும் தாளத்திற்குள் தள்ளும். கால்நடை நிகழ்ச்சிகள், எம்பிராய்டரி கண்காட்சிகள், மெர்ரி-கோ-ரவுண்ட் சவாரிகள், போட்டி விளையாட்டுகள் ஆகியவை டார்னெட்டர் கண்காட்சியின் மற்ற ஈர்ப்புகளாகும்.

ஷாம்லாஜி மெலோ: மெஷ்வோ நதிக்கரையில் அமைந்துள்ள ஷாம்லாஜியின் கோவில் முற்றிலும் வெள்ளை மணற்கற்களால்

கட்டப்பட்டுள்ளது. இது அக்டோபர் 15 ஆம் தேதி கார்த்திக் சுட்தினத்தை முன்னிட்டு நடைபெறும் வருடாந்திர கண்காட்சி ஆகும். புனித நீரில் குளிப்பதற்கும், பிரார்த்தனை செய்வதற்கும் மக்கள் இந்த இடத்திற்கு வருகிறார்கள். இந்த கண்காட்சியின் போது வெள்ளி பொருட்கள், உடைகள், உலோக பொருட்கள் போன்ற பல பொருட்கள் விற்பனை செய்யப்படுகின்றன.

கிருஷ்ண ஜெயந்தி: 'கிருஷ்ண ஜெயந்தி' என்று பிரபலமாக அறியப்படும் இந்த நாள் பகவான் கிருஷ்ணரின் பிறந்த நாளாகக் கொண்டாடப்படுகிறது. குஜராத் மக்கள் இந்த விழாவை ஒரு மகத்தான நிகழ்வாக கருதுகின்றனர், அங்கிருக்கும் அனைத்து பெண்களும் கிருஷ்ணர் சிலையை தங்கள் சொந்த குழந்தையாக கருதுகின்றனர். மேலும் இத்திருவிழாவில் எல்லாம் வல்ல இறைவனை கௌரவிக்கும் நோக்கில் பல்வேறு இனிப்பு உணவுகள் மற்றும் பிரசாதங்கள் வழங்கப்படுகின்றன.

கலை மற்றும் கைவினை: குஜராத்தில் பல்வேறு வகையான கைவினைப்பொருட்கள் உள்ளன. அதன் எம்பிராய்டரி, மணி வேலை, மர கைவினைப்பொருட்கள், அச்சிடப்பட்ட நெய்த ஆடைகள், மட்பாண்டங்கள் மற்றும் பழங்குடி கலை ஆகியவை நாட்டுப்புற மற்றும் பண்டிகைகளின் வெளிப்பாடாகும். கைவினைஞர்களின் இந்த படைப்புகளின் பிரத்யேக வரம்பு அவர்கள் உருவாக்கிய பிராந்தியத்தின் சமூக மற்றும் கலாச்சார சாயல்களால் பிணைக்கப்பட்டுள்ளது.

குஜராத்தின் கட்ச் கைவினைப்பொருட்கள், பாரம்பரியங்கள் மற்றும் கலாச்சாரத்தின் புதையல் ஆகும். இது நிலம் மற்றும் அதன் மக்களின் வரலாற்றில் பதிந்துள்ளது. மற்றொரு கைவினை எம்பிராய்டரி. இது வடிவியல் மையக்கருத்துகளில் பட்டு நூலால் நெசவு செய்து உருவாக்கப்பட்டது.

3. ராஜஸ்தான்:

ராஜஸ்தான் என்பது ராஜ்யங்களின் நிலம் என்று அழைக்கப்படுகிறது. ராஜஸ்தான் என்ற வார்த்தையின் முதல் குறிப்பு ஜார்ஜ் தாமஸ் மற்றும் ஜேம்ஸ் டாட் ஆகியோரின் படைப்புகளில் இருந்து வருகிறது. இந்தியாவின் மொத்த புவியியல் பகுதியில் 10.4 சதவிகிதத்தை உள்ளடக்கியுள்ளது. இது பரப்பளவில் மிகப்பெரிய

இந்திய மாநிலமாகும் மற்றும் மக்கள் தொகை அடிப்படையில் ஏழாவது பெரிய மாநிலமாகும்.

ராஜஸ்தான் மாநிலத்தில் உள்ள பழங்குடியினர்கள்: பில்ஸ், டமரியா, டாங்கா, மீனாஸ் (மினாஸ்), படேலியா, சஹரியா, நாய்க்டா, நாயகா மற்றும் கதோடி.

மொழி: ராஜஸ்தானில் முதன்மையாக பேசப்படும் மொழி இந்தி. இருப்பினும், ராஜஸ்தான் மாநிலம் நிறுவப்பட்டபோது, பல சமஸ்தானங்கள் இணைக்கப்பட்டன. இது ராஜஸ்தானின் உள்ளூர் மொழிகளில் வெவ்வேறு கிளைமொழிகள் தோன்ற வழிவகுத்தது. ராஜஸ்தானி மொழியின் நான்கு முக்கிய கிளைமொழிகள்:

மார்வாடி: மார்வாடி பேச்சுவழக்கு முக்கியமாக மேற்கு ராஜஸ்தானில் பேசப்படுகிறது.

ஜெய்புரி/துந்தாரி: ராஜஸ்தானின் கிழக்கு மற்றும் தென்கிழக்கு பகுதிகளில், ஜெய்புரி பேச்சுவழக்கு பேசப்படுகிறது.

மாள்வி: தென்கிழக்கு பிராந்திய மக்கள் ஜெய்பூரியைத் தவிர, மாள்வி பேச்சுவழக்கையும் பேசுகின்றனர். இந்த பேச்சுவழக்கு இந்தூர், போபால், மாண்ட்சோர் மற்றும் உஜ்ஜைன் போன்ற பகுதியை உள்ளடக்கியுள்ளது.

மேவதி: ஆழ்வார் மற்றும் அதைச் சுற்றியுள்ள பகுதியில், மேவதி பேச்சுவழக்கு அதிகமாகப் பயன்படுத்தப்படுகிறது. இந்த முக்கிய பேச்சுவழக்குகளைத் தவிர, வேறு பல கிளைமொழிகளும் ராஜஸ்தானில் பேசப்படுகின்றன. அவற்றில் சில ஹரதி, கிஷன்கர்ஹி மற்றும் பல.

தொழில்: ராஜஸ்தான் மக்களின் முக்கிய தொழில் விவசாயம். அதன் முக்கிய பயிர்கள் ஜோவார், பஜ்ரி, மக்காச்சோளம், ராகி, அரிசி, கோதுமை, பார்லி, உளுந்து, துவரம் பருப்பு, நிலக்கடலை, எள், முதலியன. வான் பவோரியா, திர்கர், கஞ்சர், வாக்ரி போன்றவை பாரம்பரியமாக வேட்டைக்காரர்கள் மற்றும் சேகரிப்பவர்கள். இப்போது, வேன் பவோரியா மட்டுமே வேட்டைக்காரர்கள், மற்றவர்கள் விவசாயம் சார்ந்த தொழில்களுக்கு மாறிவிட்டனர்.

கலாச்சாரம்: ராஜஸ்தானின் கலாச்சாரம் பல ஆண்டுகளாக ராஜ்புத் மற்றும் மராட்டியர்கள் ஆட்சியாளர்கள் உட்பட பல்வேறு

அரசர்களால் ஆளப்பட்டது. இது ராஜஸ்தானின் மாறுபட்ட கலாச்சாரத்தை விளைவித்தது. அதன் கட்டிடக்கலை, மொழி மற்றும் மக்களின் பழக்கவழக்கங்களில் பலவிதமான அழகிய கோட்டைகளைக் கொண்டுள்ளது. நம்பிக்கைகள், நடைமுறைகள் மற்றும் பன்முகத்தன்மைகளின் கலவையாக இருப்பதால், ராஜஸ்தான் கலாச்சாரங்களின் துடிப்பான காட்சியை வெளிப்படுத்துகிறது.

உணவு: ராஜஸ்தானில் 74.9% சைவ உணவு உண்பவர்களாக உள்ளனர். இந்திய உணவு வகைகளுடன் ஒப்பிடுகையில் மசாலா உள்ளடக்கம் இங்கு மிக அதிகம். ஆனால் உணவு முற்றிலும் சுவையாக இருக்கும். ராஜஸ்தானி உணவு அதன் காரமான கறி மற்றும் சுவையான இனிப்புகளுக்கு பெயர் பெற்றது. மேலும் இங்கு பலவகையான இனிப்புகள் உள்ளன, அவை அனைவராலும் விரும்பி சுவைக்கப்படுகின்றன.

உடை: பிரகாசமான நிறங்கள், சிக்கலான வடிவமைப்புகள், கண்ணாடி வேலைகள் மற்றும் வெள்ளித் துண்டுகள் ஆகியவை ராஜஸ்தானிய ஆடைகளின் மிக முக்கியமான கூறுகள் ஆகும். ஆண்கள் பொதுவாக 'பக்ரி' என்று அழைக்கப்படும் வண்ணமயமான தலைப்பாகைகளை அணிய விரும்புகிறார்கள். 'புடவை' மிகவும் பாரம்பரியமான பெண்கள் உடைகளாகக் கருதப்பட்டாலும், இந்தியாவின் 'பாலைவனத் தலைநகரில்' பெண்கள் வண்ணமயமான 'காக்ரா'களை அணிய விரும்புகிறார்கள்.

நடனம் மற்றும் இசை: ராஜஸ்தானின் நாட்டுப்புற பாடல்களைப் பற்றி பேசுகையில், அவற்றில் பெரும்பாலும் வீரக் கதைகள், நித்திய காதல் கதைகள் மற்றும் பக்தி பாடல்கள் ஆகியவை அடங்கும். இசை எப்போதும் ராஜஸ்தானி கலாச்சாரத்தின் ஒரு அங்கமாக இருந்து வருகிறது.

ஆபரணங்கள்: ராஜஸ்தானில் பெண்கள் அணியும் ஆபரணங்கள் அந்த இடத்தின் கலாச்சாரத்தை பிரதிபலிக்கின்றன. ராயல் ராஜஸ்தானி நகைகள் அதன் தனித்துவமான மற்றும் பாரம்பரிய நகைகளுக்கு உலகம் முழுவதும் பிரபலமானது. போல்ரா மற்றும் ரக்தி மிகவும் பிரபலமான ராஜஸ்தானி ஆபரணங்கள். ரக்தி அதன் தோற்றத்தில் நெக்லஸ் போல் தெரிகிறது ஆனால் அது தலையில் அணிந்திருக்க கூடியது.

திருவிழாக்கள்: ராஜஸ்தான் ஒரு மகிழ்ச்சியான மாநிலமாகும். இது அதன் துடிப்பான கலாச்சாரத்தை ஆண்டு முழுவதும் நடக்கும் திருவிழாக்கள் மற்றும் பண்டிகைகளின் வரிசையில் கொண்டாடுகிறது. வறண்ட நிலத்திற்கு இப்பண்டிகைகள் மூலம் பல வண்ணங்களைச் சேர்க்கிறது. இந்த கொண்டாட்டங்களுக்கு மேலும் வேடிக்கை சேர்க்க தலைப்பாகை கட்டுதல் போட்டி, பொம்மை நிகழ்ச்சிகள், ஒட்டக பந்தயங்கள், திரு மற்றும் மிஸ் போன்ற நிகழ்வுகள் நடத்தப்படுகிறது.

சர்வதேச நாட்டுப்புற விழா: இது ஆண்டின் பிரகாசமான முழு நிலவு இரவான ஷரத் பூர்ணிமாவைச் சுற்றி கொண்டாடப்படுகிறது. உலகம் முழுவதிலுமிருந்து 200 க்கும் மேற்பட்ட இசைக்கலைஞர்கள் இந்த விழாவில் கலந்து கொள்கிறார்கள். இது இசை மற்றும் கலை ஆர்வலர்களுக்கு ஒரு முழுமையான விருந்தாக அமைகிறது.

பாலைவன விழா: பிப்ரவரி மாதத்தில் ஏற்பாடு செய்யப்பட்ட மூன்று நாள் நிகழ்வு. இது பாலைவனத்தின் மகிழ்ச்சியைக் கொண்டாடும் ஒரு முழுமையான விழாவாகும். இந்த விழாவில் கலைஞர்கள் பிரகாசமான வண்ணங்கள் மற்றும் பாரம்பரிய நேர்த்தியான ஆடைகளை அணிந்து, பாலைவனத்தின் துயரங்களையும், சாதனைகளையும் சித்தரிக்கின்றனர்.

தீஜ் திருவிழா: தீஜ் பண்டிகை ஷ்ரவணா மற்றும் பத்ரபாதத்தில் கொண்டாடப்படுகிறது. அதாவது கிரிகோரியன் நாட்காட்டியில் ஜூலை, ஆகஸ்ட் மற்றும் செப்டம்பர் மாதங்களில். இந்த மாதங்கள் மழைக்காலத்துடன் ஒத்துப்போகின்றன. காதல் மற்றும் திருமண இணைவை கொண்டாட பெண்களால் இந்த விழா கொண்டாடப்படுகிறது. நோன்பு என்பது விழாவின் மற்றொரு சிறப்பம்சமாகும். இருப்பினும் பெண்கள் பாடுதல், நடனம் மற்றும் ஊஞ்சல் சவாரி போன்ற வேடிக்கையான செயல்களில் ஈடுபட்டு அதை கொண்டாடுகிறார்கள்.

கோடை மற்றும் குளிர்கால விழா: ராஜஸ்தானில் உள்ள ஒரே மலைப்பகுதியைச் சேர்ந்த மக்களின் அரவணைப்பு மற்றும் கலாச்சாரத்தை வெளிப்படுத்தும் வகையில் இந்த இரண்டு விழாக்களும் மே மற்றும் டிசம்பர் மாதங்களில் மூன்று நாட்கள் கொண்டாடப்பட்டு வருகிறது. அதைத் தொடர்ந்து பலவிதமான போட்டிகள், நாட்டுப்புற நடனம், இசை மற்றும் திகைப்பூட்டும் பட்டாசுகள் நகரத்தின் உற்சாகத்தைக் கொண்டாடுகின்றன.

ஒட்டக விழா: பாலைவன கப்பலின் நினைவாக ஏற்பாடு செய்யப்பட்ட ஒட்டகத் திருவிழா பிகானேரில் கொண்டாடப்படும் ஒரு அற்புதமான விழாவாகும். ஒவ்வொரு ஆண்டும் இனிமையான ஜனவரி மாதத்தில் கொண்டாடப்படும். இதில் ஒட்டக பந்தயம், ஒட்டக விளையாட்டுகள் மற்றும் பிற கலாச்சார நிகழ்ச்சிகள் அடங்கும்.

கலை மற்றும் கைவினை: கலை மற்றும் கைவினைத் துறை கலைஞர்கள் மூலம் கல், களிமண், தோல், மரம், தந்தங்கள், லாக், கண்ணாடி, பித்தளை, வெள்ளி, தங்கம் மற்றும் ஜவுளி ஆகியவற்றுக்கு மிகச்சிறந்த வடிவங்கள் கொடுக்கப்பட்டன. பிளாக் பிரிண்டிங், பாட்டிக், டை மற்றும் சாயம் ஆகியவை இங்கு ஒரு முழுமையான கலைப்படைப்பாக மாறியுள்ளது. வரலாற்றின் ஒவ்வொரு காலகட்டமும் செழிப்பான கலை காட்சிக்கு அதன் சொந்த பங்களிப்பைக் கொண்டுள்ளது. கைவினைப்பொருட்களின் புரவலர்கள் பளிங்கு செதுக்குதல் முதல் நெசவு, மட்பாண்டங்கள் மற்றும் ஓவியம் வரை தங்கள் கைவினைஞர்களை ஊக்குவித்தனர்.

9. மத்திய இந்தியா

CENTRAL INDIA
N
MADHYA PRADESH
Kols of Satna
Khairwars of Sidhi
Hill Korwas & Pandos of Sarguja
Baigas of Dindori
Gonds of Mandla
Bhils of Dhar
Bharias of Patalkot
Birhores of Raigarh
Kamars of Raipur
Murias & Dhurwas
CHHATTISGARH

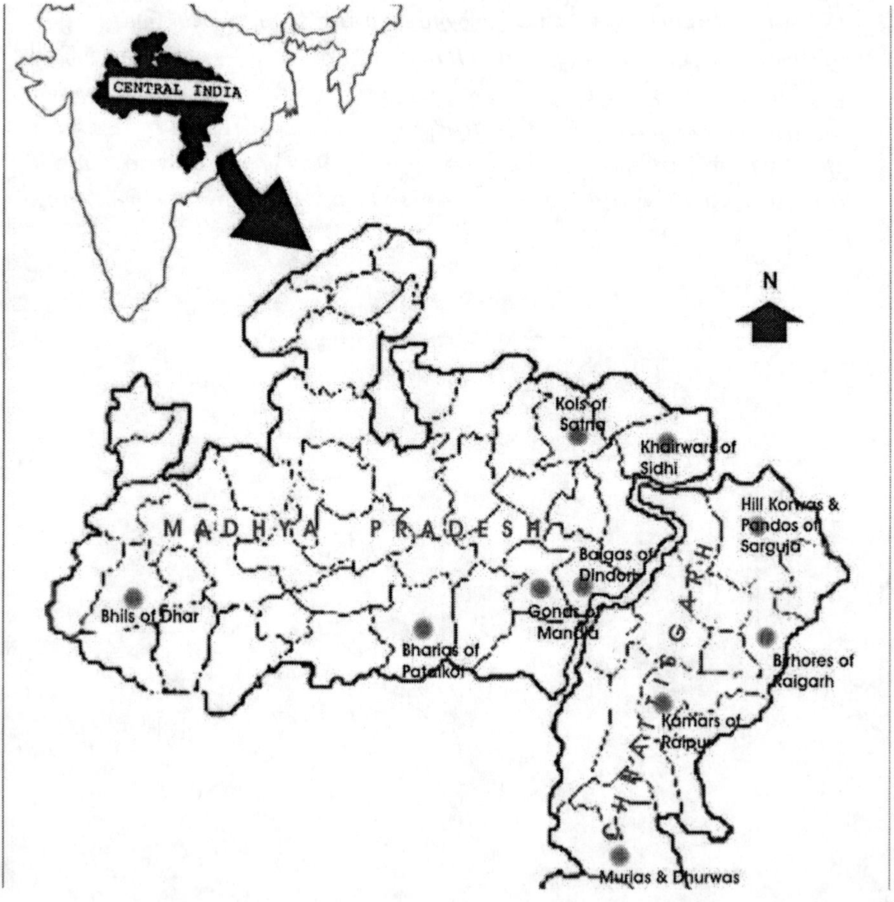

1. சத்தீஸ்கர்:

சத்தீஸ்கர் மத்திய இந்தியாவில் அதிக வனப்பகுதியைக் கொண்ட மாநிலமாகும், இது கோயில்கள் மற்றும் நீர்வீழ்ச்சிகளுக்கு பெயர் பெற்றது. புராண வரலாறு ராமாயணம் மற்றும் மகாபாரத காவியங்களின் காலம் வரை நீட்டிக்கப்பட்டது. மாநிலத்தின் முக்கிய பழங்குடியினர் கோண்ட் பழங்குடி, கோர்பா, பைகா பழங்குடி, பைசன் ஹார்ன் மரியா பழங்குடி, அபூஜ் மரியா, முரியா பழங்குடி, ஹல்பா பழங்குடி, பத்ரா மற்றும் துர்வா பழங்குடியினர். இந்த பழங்குடியினர் மாநிலத்தின் வடக்கு மற்றும் தெற்கு பகுதியில் வாழ்ந்து வருகின்றனர்.

சத்தீஸ்கர் மாநிலத்தில் உள்ள பழங்குடியினர்கள்: அகரியா, பைனா, பத்ரா, பியார், காண்ட், மவாசி, நாகசியா, கோண்ட், பின்ஜ்வார், ஹல்பா, ஹல்பி, கவார், மற்றும் சவார்.

பொருளாதாரம்: மகத்தான கனிம வளம் மற்றும் ஏராளமான இயற்கை வளங்கள் இருந்தபோதிலும், சத்தீஸ்கர் மழையை நம்பிய விவசாய பொருளாதாரமாக தொடர்கிறது. இம்மாநிலத்தின் முக்கிய தொழில்கள் இரும்பு, எஃகு, மின் உற்பத்தி மற்றும் சுரங்கம். இரும்பு-தாது, தாமிர-தாது, பாறை பாஸ்பேட், மாங்கனீசு-தாது, பாக்சைட், நிலக்கரி, கல்நார் மற்றும் மைக்கா ஆகியவை கனிம வைப்புகளின் பரந்த இருப்புக்களில் அடங்கும்.

மொழிகள்: சத்தீஸ்கர் பிராந்தியத்தின் பொதுவான பேசும் மொழியாகும். அதிகாரப்பூர்வமாக, சத்தீஸ்கர் இன்னும் ஒரு மொழியாக அங்கீகரிக்கப்படவில்லை, மாறாக இந்தியில் இருந்து பெறப்பட்ட ஒரு பேச்சுவழக்காக கருதப்படுகிறது. பழங்குடி குழுக்கள் பல்வேறு மொழிகளையும், பேச்சுவழக்குகளையும் பேசுகின்றன.

உணவு: பிரதான உணவை மிகுதியாக உற்பத்தி செய்யும் மாநிலமாக இருப்பதால், சத்தீஸ்கரின் உணவுப் பண்பாட்டின் பெரும்பகுதி அரிசி, பஜ்ரா, ஜவார் போன்றவை ஆகும். இந்த உணவு அதன் அண்டை மாநிலங்களிலிருந்து மிகவும் ஈர்க்கப்பட்டது. முதியா பாரம்பரிய பாணியில் சமைக்கப்பட்ட பாலாடை. பல்வேறு மசாலாப் பொருட்களுடன் பதப்படுத்தப்பட்ட அரிசி மாவுடன் முதியா தயாரிக்கப்படுகிறது. எனவே இது அதன் பொருட்களின்

அசல் சுவையைத் தக்க வைத்துக் கொள்ளும். மேலும், இந்த உணவு மாநிலத்தின் கிராமப்புற மக்களிடையே பிரபலமானது.

கலாச்சாரம்: இந்தியாவின் 10 வது பெரிய மாநிலமான சத்தீஸ்கர் கலாச்சாரம், பாரம்பரியம் மற்றும் பல்வேறு இனக்குழுக்களின் மகத்தான பன்முகத்தன்மையை கொண்டுள்ளது. இலக்கியம், கலை நிகழ்ச்சிகள் மற்றும் கலைகளின் களஞ்சியமாகும். இவை அனைத்தும் அதன் மக்களின் அன்றாட வாழ்க்கை அனுபவங்களிலிருந்து வாழ்வாதாரத்தைப் பெறுகிறது.

தொழில்: மொத்த மக்கள்தொகையில் கிட்டத்தட்ட 80% விவசாயத்தில் ஈடுபட்டுள்ளனர், எனவே இங்குள்ள மக்களின் முக்கிய தொழில் விவசாயம். அவர்கள் கொய்யா, மா, வாழை போன்ற பழங்களையும், பல்வேறு வகையான காய்கறிகளையும் வளர்க்கிறார்கள். மேலும், நெல், எண்ணெய் வித்துக்கள், கோதுமை, கரடுமுரடான தானியங்கள், நிலக்கடலை, மக்காச்சோளம் மற்றும் பயறு வகைகளை பயிரிடுகிறார்கள்.

உடை: பெண்கள் தங்கள் பாரம்பரிய மற்றும் நவீன உடைகளில் தங்கள் பழங்குடி வடிவமைப்புகளை அலங்கரிக்க மற்றும் வெளிப்படுத்த விரும்புகிறார்கள். ஆண்கள் லுங்கி, சட்டை போன்ற ஆடைகளையே பெரும்பாலும் அணிவார்கள். அதன்பின் ஆண்களும், பெண்களும் தங்கள் பாரம்பரிய ஆடைகளை உருவாக்கி, நாகரீக உடையில் நவீன தோற்றத்தை ஏற்படுத்தியுள்ளனர். ஆடைகளில் பல்வேறு வண்ணங்களைப் பயன்படுத்துவது இங்கு அணியும் ஆடைகளின் தனித்துவமான அம்சமாகும்.

ஆபரணங்கள்: பழங்காலத்திலிருந்தே, மனிதர்களுக்கு அலங்காரத்தின் மீது ஒரு ஈர்ப்பு இருந்தது. பூக்கள், இலைகள் மற்றும் இறகுகள் மனித உடலை அலங்கரிக்க பரவலாகப் பயன்படுத்தப்படுகின்றன. இந்தியாவில் உலோக ஆபரணங்களின் பயன்பாடு பொதுவாக பழங்கால மரபுகளில் காணப்படுகிறது. பெரும்பாலான பாரம்பரிய ஆபரணங்கள், குறிப்பாக வெண்கலத்தால் செய்யப்பட்டவை.

சத்தீஸ்கர் நகைகளின் முக்கிய குழுக்கள் கீழே பட்டியலிடப்பட்டு உள்ளன:

காலவிரல்களுக்கான ஆபரணங்கள்:

- அங்குஷ்டானா
- பிச்சியா
- பெரி
- சாந்தி/சதி
- பைஜேப்
- லச்சா
- பைன்ஜன் (வெற்று)
- தோடா/தோரா
- கடா/காரா
- பயல்
- அன்வத்
- ஆர்சிஜோர்
- சூரா
- காதல்
- ராஜ்மோல்

இடுப்பு ஆபரணங்கள்:

- கர்தன்/கர்தானி
- கமர்பட்டா

கைவிரல்களுக்கான ஆபரணங்கள்:

- தயுரியா பார்த்தையா
- முண்டாரி
- லாபெட்டா
- அங்கூதி
- ஜலர்

மணிக்கட்டுக்கான ஆபரணங்கள்:

- ஹர்ரய்யா
- கடா/காரா
- பனோரியா (கடவாலி)
- கக்கனி
- சூரி
- செயின் கடா

ஆயுதங்களுக்கான ஆபரணங்கள்:

- நாகமோரி
- பகுத்தா
- புல்வாலா பகுத்தா
- பஜுபந்த்
- கஜ்ரா
- கலிவரி
- பஹூச்சி

கழுத்துக்கான ஆபரணங்கள்:

- நெக்லஸ்
- திலாரி
- ஹசுலி/சூடியா
- கல்தார்
- கோட்லா
- துலாரி
- கட்டுவா
- சம்பகலி
- சார்ஃபோக்லா
- ஹாமெல்
- காந்திமாலா
- தன்மாலா

மூக்குக்கான ஆபரணங்கள்:

- புல்லி
- பீஃபிர்
- நாத்

காதுகளுக்கு ஆபரணங்கள்:

- ஜூம்கா
- டாப்ஸ்
- தார்
- தர்கி
- கர்ன்பூல்
- கின்வா
- பசுனி
- கோனா

- நாசிகபுலி
- பாலி

நெற்றிக்கான ஆபரணங்கள்:

- லாலட் பட்டி
- மாதா மலை
- பால் கா பூல்

தலை/முடிக்கு ஆபரணங்கள்:

- கிளிப்
- சோதி
- ஜாப்லி

பண்டிகைகள்: உள்ளூர் மக்களால் மிகுந்த உற்சாகத்துடன் கொண்டாடப்படும் பஸ்தர் தசரா விழா சத்தீஸ்கரின் மிகவும் பிரபலமான பண்டிகைகளில் ஒன்றாகும். இந்த விழாவின் போது பஸ்தார் மக்கள் ஜகதல்பூரில் உள்ள புகழ்பெற்ற தண்டேஸ்வரி கோவிலில் பல சிறப்பு வழிபாட்டு விழாக்களை ஏற்பாடு செய்கின்றனர். கோண்ட் பழங்குடி சமூகங்களில் மாடை திருவிழா மிகுந்த ஆர்வத்துடனும் உற்சாகத்துடனும் கொண்டாடப்படுகிறது.

கலை மற்றும் கைவினை: சத்தீஸ்கர் அதன் தனித்துவமான கலை மற்றும் கைவினைப்பொருட்களுக்கு பெயர் பெற்றது, இது மக்களின் எளிமை மற்றும் மரபுகளை பிரதிபலிக்கிறது. கை அச்சிடுதல் பொதுவாக பஸ்தார் வனப்பகுதியில் காணப்படும் நோயிலிருந்து எடுக்கப்பட்ட இயற்கை காய்கறி சாயத்தால் செய்யப்படுகிறது.

இந்த மாநிலத்தில் செய்யப்படும் சில கலை மற்றும் கைவினை பொருட்களை காண்போம்;

டோக்ரா அல்லது பெல் மெட்டல்: பஸ்தார் மற்றும் ராய்கர் மாவட்டங்கள் தோக்ரா கலைக்கு பெயர் பெற்றவை, இதன் மணி உலோகம் பொதுவாக மங்கலான தங்க சிலைகளை உருவாக்க பயன்படுகிறது.

டெரகோட்டா: டெரகோட்டா உருவங்கள் கைகளால் அல்லது குயவரின் சக்கரத்தில் வடிவமைக்கப்பட்டு அவை மனித

வாழ்க்கையின் பல்வேறு நிலைகளை சித்தரிக்கின்றன. இந்த கைவினைப்பொருட்களைப் பயிற்சி செய்யும் குயவர்கள் இன்னும் டெரகோட்டாவை உருவாக்கும் பழமையான நுட்பத்தைப் பயன்படுத்துகின்றனர். மேலும், பஸ்தார், ராய்கர் மற்றும் அம்பிகாபூர் ஆகிய பகுதிகள் இந்த கலைக்கு குறிப்பாக புகழ் பெற்றவை.

மரக்கலம்: சத்தீஸ்கரில் உள்ள பழங்குடியினர் ஆரம்பத்தில் மரத்தை ஒரு கட்டுமானப் பொருளாகப் பயன்படுத்தினார்கள் ஆனால் பின்னர், அவர்கள் அதை செதுக்கும் பொருள்களுக்கும், தச்சு வேலைகளுக்கும் பயன்படுத்தத் தொடங்கினர். கதவுகள், தூண்கள், உச்சவரம்பு சட்டங்கள் மற்றும் தளபாடங்கள் ஆகியவற்றில் பெரும்பாலும் மர வேலைப்பாடுகள் காணப்படுகின்றன.

கல் செதுக்குதல்/பெயின்டிங்: கல் செதுக்குதல் என்பது தெய்வங்களின் சிற்பங்கள் மற்றும் செதுக்கல்களுடன் உணர்ச்சி ரீதியாகவும், ஆன்மீக ரீதியாகவும் இணைக்கப்பட்டுள்ளது. பழங்குடி கல் கைவினை கலைஞர்கள் நினைவு தூண்கள் மற்றும் வீட்டு பாத்திரங்களை செதுக்கியுள்ளனர்.

மூங்கில் கைவினை: பழங்குடியினர் மூங்கில் கைவினைப்பொருட்களை உகந்த முறையில் பயன்படுத்தி, வீட்டு அலங்காரங்கள் மற்றும் மேஜை பாய்கள், சுவர் தொங்கல்கள், கூடைகள், மேஜை விளக்குகள், வேட்டைக்கான கருவிகள் மற்றும் மீன்பிடிக்க பொறிகள் உள்ளிட்ட அன்றாட தயாரிப்புகளை உருவாக்குகின்றனர்.

2. மத்திய பிரதேசம்:

மத்தியப் பிரதேசம் என்பது மத்திய இந்தியாவில் உள்ள ஒரு மாநிலம் ஆகும். அதன் தலைநகரம் போபால். மிகப்பெரிய நகரம் இந்தூர். ஜபல்பூர், குவாலியர், உஜ்ஜைன், சாட்னா போன்றவை மற்ற முக்கிய நகரங்கள். இது வடகிழக்கில் உத்தரபிரதேசம், தென்கிழக்கில் சத்தீஸ்கர், தெற்கில் மகாராஷ்டிரா, மேற்கில் குஜராத் மற்றும் வடமேற்கில் ராஜஸ்தான் ஆகிய மாநிலங்களின் எல்லையாக அமைந்துள்ளது. இந்தியாவின் சுதந்திரத்திற்குப் பிறகு, மத்தியப் பிரதேச மாநிலம் நாக்பூரைத் தலைநகராகக் கொண்டு உருவாக்கப்பட்டது. மேலும், கனிம வளங்கள் நிறைந்த மத்தியப் பிரதேசம் வைர மற்றும் தாமிரத்தின் மிகப்பெரிய இருப்புக்களைக் கொண்டுள்ளது.

மத்திய பிரதேச மாநிலத்தில் உள்ள பழங்குடியினர்கள்: பைகாஸ், பில்ஸ், பாரியா, பிர்ஹோர்ர்ஸ், கோண்ட்ஸ், கட்கரி, காரியா, கோண்ட், கோல், முரியாஸ், கோர்கு, மவாசி, பர்தன், மற்றும் சஹரியா.

பழங்குடி மக்கள்: மத்திய பிரதேசத்தில் கோண்ட்ஸ், பில்ஸ் மற்றும் ஓரான்ஸ் என்ற மூன்று தனித்துவமான பழங்குடி குழுக்கள் உள்ளன. ஒரு காலத்தில் பெரும்பாலான பகுதிகளை ஆளும் குலங்களாக இருந்த கோண்ட்ஸ், அதிக எண்ணிக்கையில் உள்ளனர். மத்தியப் பிரதேசத்தின் மேற்குப் பகுதியில் பில்ஸ் என்ற வண்ணமயமான போர்வீரர் பழங்குடி உள்ளது. ஓரான்ஸ் மற்ற தனித்துவமான குழு மற்றும் மாநிலத்தின் கிழக்கு பகுதியில் ஆதிக்கம் செலுத்துகிறது. கோல்ஸ், பிலாலாஸ், முரியாஸ் மற்றும் கோர்கென்ஸ் போன்ற மற்ற சிறுபான்மை பழங்குடியினர் மாநிலம் முழுவதும் சிதறிக்கிடக்கின்றனர்.

மொழி: மத்தியப் பிரதேசம் 'இந்தியாவின் இதயம்' என்று அடிக்கடி பெயரிடப்படுவதால், மொழிகளில் நிலவும் பிராந்திய பேச்சுவழக்கு ஹிந்தியாக இருப்பது தெளிவாகத் தெரிகிறது. இது முக்கியமாக இந்தியாவின் வடக்கு மற்றும் மத்திய பகுதியில் வசிக்கும் மக்களால் பேசப்படுகிறது. மத்தியப் பிரதேசத்தில் உள்ள பிற மொழிகளில், உருது மொழி தலைநகர் போபால், குர்வாய் மற்றும் புஹ்ரான்பூரில் பேசப்படுகிறது.

இந்தி மற்றும் உருது ஆகியவற்றின் தனித்துவமான கலவை மக்களால் ஒரு வாய்மொழி தொடர்பு வழிமுறையாக பயன்படுத்தப்படுகிறது. மக்களை வாழ்த்துவதற்கு 'ஆப்' மற்றும் 'ஜனாப்' போன்ற வார்த்தைகளைப் பயன்படுத்துகிறது. மேலும், மராத்தி

தொலைதூரத்தில் பேசப்படும் ஒரு முக்கிய பேச்சுவழக்காகவும் கருதப்படுகிறது.

பொருளாதாரம்: மத்தியப் பிரதேசத்தின் பொருளாதாரம் விவசாயம் மற்றும் தொழில்களை உள்ளடக்கியது. அது அவற்றின் முதுகெலும்பாக உள்ளன. அதேசமயம் துணை எலும்புகள் சுரங்கம், சுற்றுலா மற்றும் வங்கி. மத்தியப் பிரதேசத்தின் பொருளாதாரம் ஐந்து வெவ்வேறு தலைகளாகப் பிரிக்கப்பட்டுள்ளது, அதாவது:

➢ தொழில்கள்
➢ சுற்றுலா
➢ வேளாண்மை
➢ வங்கி மற்றும் நிதி
➢ சுரங்கம்

மத்தியப் பிரதேச பொருளாதாரத்தின் முதல் அம்சத்தைப் பற்றி பேசுகையில் இது ஒரு விவசாய மாநிலம். தொழில்களின் வளர்ச்சி இருந்தபோதிலும், பொருளாதார பின்னணியில் விவசாயம் சீராக நகர்கிறது. விவசாயத்திற்கு முக்கியமான சில பயிர்கள் பின்வருமாறு, அவற்றின் சராசரி உற்பத்தி (ஹெக்டேருக்கு கிலோ)

➢ ஜாவர் - 1,342
➢ அரிசி - 1,058
➢ சோயாபீன் - 1,132
➢ கோதுமை - 1,867
➢ பருத்தி - 557
➢ கிராம் - 932
➢ கரும்பு - 4,215

மத்தியப் பிரதேசத்தில், சுமார் 74.73% மக்கள் தொழில்மயமாக்கலின் தாக்கத்திலிருந்து வெகு தொலைவில் உள்ள கிராமங்களிலிருந்து வந்தவர்கள். வேளாண்மையில் 49% நிலம் பயிரிடப்படுகிறது, அதாவது பெரும்பாலான நிலப்பரப்பு சாகுபடிக்கு சாதகமானது. மேலும், பின்வரும் தரவுகள் விவசாயத்திற்கு நிலத்தைப் பயன்படுத்துவது தொடர்பான அனைத்து கேள்விகளையும் மேலும் வரிசைப்படுத்தும்.

- இரட்டை பயிரிடப்பட்ட பகுதி - 4,843
- விதைக்கப்பட்ட நிகர பகுதி - 15,048 ஹெக்டேர்
- மொத்த நீர்ப்பாசன பகுதி - 5,776
- மொத்த பயிரிடப்பட்ட பகுதி - 19,891 ஹெக்டேர்
- நிகர பாசன பகுதி - 5,631

விவசாய உற்பத்தியைப் பற்றி பேசுகையில், பின்வரும் ஆய்வு மூலம் விவசாய உற்பத்தியின் மதிப்பீட்டை பெறலாம்:

- சோயாபீன் - 47.09.
- உணவு தானியங்கள் - 158.72.
- பருத்தி - 6.58.
- மொத்த எண்ணெய் விதைகள் (சோயாபீன் உட்பட) - 55.86.
- கரும்பு - 2.18.

சுரங்கம் மற்றும் கனிம வளங்கள் மாநிலத்தின் வளர்ச்சிக்கும், அதனால் தேசத்திற்கும் கணிசமான பங்களிப்பை வழங்குகின்றன. மத்தியப் பிரதேசத்தில் வெட்டப்பட்ட சில ஒருங்கிணைந்த கனிமங்கள். அவை;

- பாக்சைட்
- வைரங்கள்
- சுண்ணாம்பு
- மாங்கனீசு
- இரும்பு தாது
- நிலக்கரி
- டோலமைட்
- செம்பு
- ராக் பாஸ்பேட் போன்றவை.

பொது சுரங்க ஆய்வுகள் இந்திய புவியியல் ஆய்வு மூலம் நடத்தப்படுகின்றன. அதே நேரத்தில் விரிவான ஆய்வுகள் மாநில புவியியல் மற்றும் சுரங்க இயக்குநரகத்தால் மேற்கொள்ளப்படுகின்றன.

கலாச்சாரம்: பழங்குடி சமூகங்களால் ஆதிக்கம் செலுத்தப்படும், மத்திய இந்தியாவின் இந்த மாநிலம் கலாச்சாரம் நிறைந்ததாகும். வெவ்வேறு குழுக்களின் மாறுபட்ட பாரம்பரியத்தின் ஒருங்கிணைப்பு கலாச்சாரத்தை துடிப்பானதாகவும், பல பரிமாணமாகவும் ஆக்கியுள்ளது. பழங்குடி கலாச்சாரத்தின் தாக்கத்தால், பல்வேறு சமூக-கலாச்சார நடவடிக்கைகள் அந்த இடத்தின் வளமான பாரம்பரியத்தை சித்தரிக்கின்றன. இசைக்கலைஞர்களின் பாரம்பரியத்துடன், இந்திய பாரம்பரிய பாடல்கள் மற்றும் நாட்டுப்புற பாடல்கள் தனித்துவமான கலாச்சாரத்தின் ஒரு பகுதியாகும்.

உணவு: பிராந்திய ரீதியாக மாறுபடும் பல்வேறு வகையான பாரம்பரிய உணவு வகைகள் உள்ளன. கோதுமை மாநிலத்தின் முக்கிய உணவு. சில புகழ்பெற்ற சைவ உணவுகளில் போஹா, ஜலேபி, பூட்டே கி கீஸ் மற்றும் தால் பாஃப்லா ஆகியவை அடங்கும். கோஷ்ட் கோர்மா, கபாப்ஸ் மற்றும் ரோகன் ஜோஷ் ஆகியவை அசைவ உணவுகளில் அடங்கும். உள்ளூர் மதுபானம் இங்கு பிரபலமானதாக கருதப்படுகிறது. இது மஹுவா மரத்தின் பூக்களிலிருந்து வடிகட்டப்படுகிறது. மேலும் பழங்குடி சமூகங்களிடையே ஒரு புனித பானமாக கருதப்படுகிறது.

உடை: மக்களின் ஆடை முறைகள் ஒரு பிராந்தியத்திலிருந்து மற்றொரு பிராந்தியத்திற்கு கடுமையாக வேறுபடுகின்றன. இருப்பினும், பெரும்பாலான ஆண் சமூகத்தினர் பாண்டியுடன் தோத்தியை அணிவார்கள். இது ஒரு வகையான ஜாக்கெட் மற்றும் ஹெட் கியர். அவர்களுடைய பெரும்பாலான ஆடைகள் மிகவும் வண்ணமயமானவை. பெண்கள் லெஹெங்கா மற்றும் சோலியை ஓர்னி அல்லது லுக்ராவுடன் அணிவார்கள். இது அவர்களின் தலை மற்றும் தோள்களில் கூடுதல் துணியால் மூடப்பட்டிருக்கும்.

ஆபரணங்கள்: மத்தியப் பிரதேசம் அதன் வண்ணமயமான நகைகளின் கலைக்கு பிரபலமானது. இந்த பரந்த பிராந்தியத்தின் பெண்கள் தங்கள் சிறந்த ஆடைகளுக்கு தேர்வான ஆபரணங்களை அணிவார்கள். நகர்ப்புற பெண்கள் தங்க நகைகளையும், கிராமப்புற பெண்கள் வெள்ளியையும் பயன்படுத்துகின்றனர். பித்தளை, துத்தநாகம் அல்லது தகர ஆபரணங்கள் பழங்குடி பகுதிகளில் பொதுவானவையாக கருதப்படுகிறது.

மால்வாவின் பெண்கள் நெற்றியில் ராகடி போர் என்று அழைக்கப்படும் ஒரு கோள பதக்கத்தை அணிவார்கள். இவை முத்துக்கள் அல்லது ஒளிரும் கற்களால் உருவாக்கப்பட்டுள்ளது. ஆண்கள் தங்கள் மணிக்கட்டில் வளையல்களையும், விரல்களில் முந்திரியையும் அணிவார்கள். கிராமப்புறங்களில் பெண்கள் அணியும் ஆபரணங்கள் மற்றும் அவற்றின் பெயர்களை இங்கே காண்போம்;

மூக்கு: நாத் அல்லது நாத்னி, பாலா, குட்ல்யா, லாங், பெசார் மற்றும் துய்

தலை: ராகடி போர், பிண்டி, கான்-பூல், பெடாலியா, பாலா, ஜெலா மற்றும்பீஜா

கழுத்து: ஹர், காம்பியா, பான்-டோடா, செர்கியோ, ஹான்ஸ்லி, துஸ்ஸி, டின்மன்யோ, கல்சாரி, துல்ரி, டில்டி, டாக்லி, சிக்ரி, சுட்லி, பாவால், ஹேவல் மற்றும் முங்கா

மணிக்கட்டு மற்றும் கை: குஜாரி, பாலா, பஜாடி, கடா-பட்லா, பச்சேலி, கர்ம்டி, ககன், பன்வாரியா, பன்ஹுடா மற்றும் பஜுபந்த்

ஒரு கை விரல்கள்: சல்லா, பிட்டி, ஹாத்-பூல் மற்றும் பொஞ்சி.

இடுப்பு: கண்டோரா, கோண்ட்னி மற்றும் பொட்னி.

கணுக்கால்: காடி, தோடா, அன்வாலா, நெவாரி, பீஜ்னியா, பைரி, ஜாபியா, ஐஞ்சர் மற்றும் ஜூடியா.

கால் விரல்கள்: அன்வத் சித்யா, பிச்சியா அல்லது பிசுரா.

திருவிழாக்கள்: உலகில் வேறு எங்கும் பார்க்க முடியாத சிறந்த கலாச்சார மற்றும் பாரம்பரிய விழாக்களை இந்த மாநிலம் நடத்துகிறது. இந்த திருவிழாக்கள் மற்றும் பண்டிகைகள் அனைத்தும் வெவ்வேறு சமூகத்தின் ஆன்மாக்களை ஒன்றிணைக்கிறது. வண்ணங்கள் நிலத்தில் சிதறும்போது அதன் அழகை யாராலும் எதிர்க்க முடியாத அளவுக்கு ஒரு பிரகாசத்தை உருவாக்குகிறது.

லோக்ராங் விழா: லோக்ராங் என்பது ஒரு கலாச்சார விழா, இதில் அனைத்து நடனக் கலைஞர்களும் தங்கள் சிறந்த பாதத்தை முன்னோக்கி வைத்து, அவர்களின் படிகளை நாட்டுப்புற இசையுடன் ஒன்றிணைத்து விழாவை நடத்துகின்றனர். இந்த விழாவின் உண்மையான நோக்கமானது இந்தியாவை ஒரு ஒருங்கிணைந்த

நாடாக மாற்றுவது மற்றும் ஒரு வருட பாரம்பரியத்தை புதுப்பிப்பது ஆகும். லோக்ராங் விழாவை கொண்டாட ஆதிவாசி லோக் கலா அகாடமி உருவாக்கியுள்ளது.

கஜுராஹோ விழா: கஜுராஹோ நடன விழா உண்மையான இந்தியாவின் நடன வடிவங்களின் வெளிப்பாடாகும். அனைத்து நிகழ்ச்சிகளும் சித்ரகுப்தா மற்றும் விஸ்வநாதர் கோவிலுக்கு நேர் எதிரில் திறந்த வெளியில் நடைபெறுகிறது. இந்த வாரகால கலாச்சாரக் களியாட்டத்தின் போது, இந்தியாவில் அதன் வேர்களைக் கொண்ட நடன வடிவங்கள் நிகழ்த்தப்படுகின்றன. கதக், பரதநாட்டியம், ஒடிஸி, குச்சிப்புடி, மணிப்பூரி மற்றும் கதகளி போன்ற பல கலை வடிவங்களின் அற்புதமான காட்சியை இங்கே காணலாம். திருவிழாவின் மற்றொரு முக்கிய ஈர்ப்பு திறந்தவெளி சந்தை. நகரத்தின் சிறந்த கைவினைஞர்களால் உருவாக்கப்பட்ட பல கலைப்பொருட்கள் மற்றும் சிற்பங்களை இங்கு காணலாம்.

ஹோலி: சந்திர நிலவின் கடைசி பௌர்ணமி நாளில் இரண்டு நாட்கள் மட்டுமே ஹோலி கொண்டாடப்படுகிறது. முதல் நாட்களில், பல்வேறு கோவில்களால் ஒரு தீப்பந்தம் ஏற்பாடு செய்யப்படுகிறது. இரண்டாம் நாளானது உண்மையான களியாட்டம் தொடங்கும் நேரம் ஆகும். இந்த நாளில், மக்கள் குளிர்காலத்திற்கு விடைபெறுகிறார்கள் மற்றும் புதிய பருவத்தை ஒருவருக்கொருவர் வண்ணங்களால் வண்ணம் தீட்டி, இனிப்புகளைப் பகிர்ந்து கொள்கிறார்கள். ஹோலிக்கு ஐந்து நாட்களுக்குப் பிறகு, ரங் பஞ்சமி மாநிலத்தின் பழங்குடி சமூகத்தால் கொண்டாடப்படுகிறது.

உஜ்ஜைன் கும்பமேளா: இந்தியாவில் கும்பமேளா நடக்கும் இடங்களில் உஜ்ஜயினியும் ஒன்று. இந்த திருவிழா ஒவ்வொரு பன்னிரண்டு வருடங்களுக்கும் நான்கு முறை நான்கு நகரங்களான அலகாபாத், ஹரித்வார், உஜ்ஜைன் அல்லது நாசிக் ஆகிய இடங்களில் ஏற்பாடு செய்யப்பட்டுள்ளது. கும்பமேளா தீமைக்கு எதிரான மேலாதிக்கப் போரில் நல்ல வெற்றியை நினைவுகூர்கிறது. மேலும், மில்லியன் கணக்கான பக்தர்கள் கலந்து கொண்ட இந்த திருவிழா ஒவ்வொரு தனிமனிதனின் இதயத்திலும் நம்பிக்கையை வலுவூட்டுகிறது.

மால்வா உத்சவ்: மால்வா உத்சவ் மத்தியப் பிரதேசத்தின் மிகப்பெரிய கண்கவர் நிகழ்வுகளில் ஒன்றாகும். நடனம் மற்றும்

இசை நிகழ்ச்சிகள் விழாவின் மிக முக்கியமான பகுதியாகும். கலை, இசை, நடனம், நாடகம் மற்றும் கலாச்சாரத்தின் இந்த அற்புதமான கொண்டாட்டத்தின் உலகின் பல்வேறு பகுதிகளில் இருந்து கலைஞர்கள் இந்த திருவிழாவை கொண்டாட இந்தூர் மற்றும் உஜ்ஜயினிக்கு வருகிறார்கள். இத்திருவிழா கலை மற்றும் கைவினைப் பொருட்களை கொண்டு காட்சிப்படுத்தப்படுகிறது.

நாகாஜி சிகப்பு: மத்தியப் பிரதேசத்தின் பழங்குடிப் பகுதியில் முக்கியமாக கொண்டாடப்படும் நாகாஜியின் திருவிழா, புனித துறவியான புனித நாகாஜியின் நினைவாக கொண்டாடப்படுகிறது. முகலாய பேரரசர் அக்பரின் ஆட்சியில் சுமார் 400 ஆண்டுகளுக்கு முன்பு வாழ்ந்த இந்த கண்காட்சி மூலம் அவருக்கு மரியாதை அளிக்கப்படுகிறது. முன்னதாக, திருவிழாவின் போது குரங்கு வியாபாரம் நடைபெறும். ஆனால் இப்போதெல்லாம் உள்நாட்டு விலங்கு வர்த்தகம் மட்டுமே நடைபெறுகிறது. வர்த்தகத்தைத் தவிர, பல கலாச்சார மற்றும் பாரம்பரிய நிகழ்வுகளும் விழாவின் போது நடைபெறுகின்றன.

கலை மற்றும் கைவினை: பசுமையான காடுகள், உற்சாகமான கொண்டாட்டம், ஆனந்தமான தனிமை மற்றும் அற்புதமான நினைவுச்சின்னங்கள் தவிர, இந்திய நாட்டின் மத்திய பகுதியில் அமைந்துள்ள இந்த மாநிலம் அதன் வளமான பாரம்பரியம் மற்றும் கலாச்சாரத்திற்கு பெயர் பெற்றது. இது பல்வேறு கலை மற்றும் கைவினைப் பொருட்களிலிருந்து பிரதிபலிக்கிறது. மத்தியப் பிரதேசத்தில் உள்ள கைவினைப்பொருட்கள், மக்களின் கைவினைத்திறன் மற்றும் பரம்பரைத் திறன்களை சித்தரிப்பதோடு, மாநிலத்தின் கலாச்சாரத்திற்கு ஒரு தனித்துவமான அழகைச் சேர்க்கின்றன என்பது குறிப்பிடத்தக்கது ஆகும்.

மூங்கில் மற்றும் கரும்பு வேலை: கூடைகள், மீன்பிடி பொறிகள், விவசாய கருவிகள், வேட்டை கருவிகள் மற்றும் பல போன்ற பயன்பாட்டு பொருட்களை தயாரிக்க மூங்கில் பெரிதும் பயன்படுத்தப்படுகிறது. பைகா, கோண்ட் மற்றும் கோர்கு ஆகிய பழங்குடி சமூகங்கள் இந்த கைவினைப்பொருட்கள் உற்பத்தியிலும் ஈடுபட்டுள்ளனர். பாலகாட், பஸ்தார், சத்தீஸ்கர், மாண்ட்லா, ஷாஹ்தோல் மற்றும் சியோனி போன்ற பகுதிகளின் திறமையான

கைவினைஞர்கள் நவீன தேவைகளைப் பூர்த்தி செய்ய புதிய வடிவமைக்கப்பட்ட கைவினைப் பொருட்களைத் தயாரிக்கின்றனர்.

தரை விரிப்புகள்: முகலாயர் காலத்தில் இருந்து குவாலியர் தரைவிரிப்புகளுக்கு பெயர் பெற்றது. தரைவிரிப்பு நெசவில் தேர்ச்சி பெற்றவர்கள் தவிர, இப்பகுதிகளின் கைவினைஞர்கள் சாயமிடுவதில் சிறந்து விளங்குகிறார்கள். பருத்தியால் செய்யப்பட்ட ஒரு வகையான தடிமனான தரை விரிப்பு, முக்கியமாக சிரோன்ஜ், ஜபல்பூர், ஜபுவா, ராய்கர் மற்றும் ஷாஹோல் ஆகிய இடங்களில் தயாரிக்கப்படுகிறது.

நாட்டுப்புற ஓவியங்கள்: இந்த ஓவியங்கள் பண்டல்கண்ட், சத்தீஸ்கர், மால்வா, கோண்ட்வானா மற்றும் நிமர் ஆகிய பகுதிகளில் கிடைக்கிறது. இந்த ஓவியங்கள் அப்பகுதிகளின் சமூக-கலாச்சார வாழ்க்கை முறையை பிரதிபலிக்கின்றன. உள்ளூர் பண்டிகைகளின் ஓவியங்கள் பெண்களால் வீட்டில் தயாரிக்கப்பட்ட வண்ணங்களால் ஆனவை. இருப்பினும், புந்தேல்கண்ட் சித்ராஸ் எனப்படும் தொழில்முறை ஓவியத்தின் சிறப்பு என்னவென்றால், பசுவின் சாணம் மற்றும் சிவப்பு களிமண்ணின் கலவையால் செய்யப்பட்ட அடித்தளத்தில் வெள்ளை நிறத்துடன் வரைபடங்கள் ஓவியர்களின் குழுவை கொண்டு வரையப்பட்டுள்ளன என்பதே ஆகும்.

டெரகோட்டா: டெரகோட்டா மட்பாண்டங்கள் மிகவும் அற்புதமானது. டெரகோட்டா கலை கைவினைத்திறனின் முதல் மனித முயற்சியைக் குறிக்கிறது. அதனால்தான் இந்த கலை நாட்டின் பழங்குடியினரிடையே மிகவும் பிரபலமாக உள்ளது. பழங்குடியினரிடையே ஒரு சுவாரஸ்யமான நடைமுறை உள்ளது. அவர்கள் பெரும்பாலும் தியாகத்திற்கு பதிலாக வெவ்வேறு விலங்குகளை சித்தரிக்கும் டெரகோட்டா துண்டுகளை உள்ளூர் தெய்வத்திற்கு வழங்குகிறார்கள்.

10. வடகிழக்கு இந்தியாவில் பழங்குடிகள்

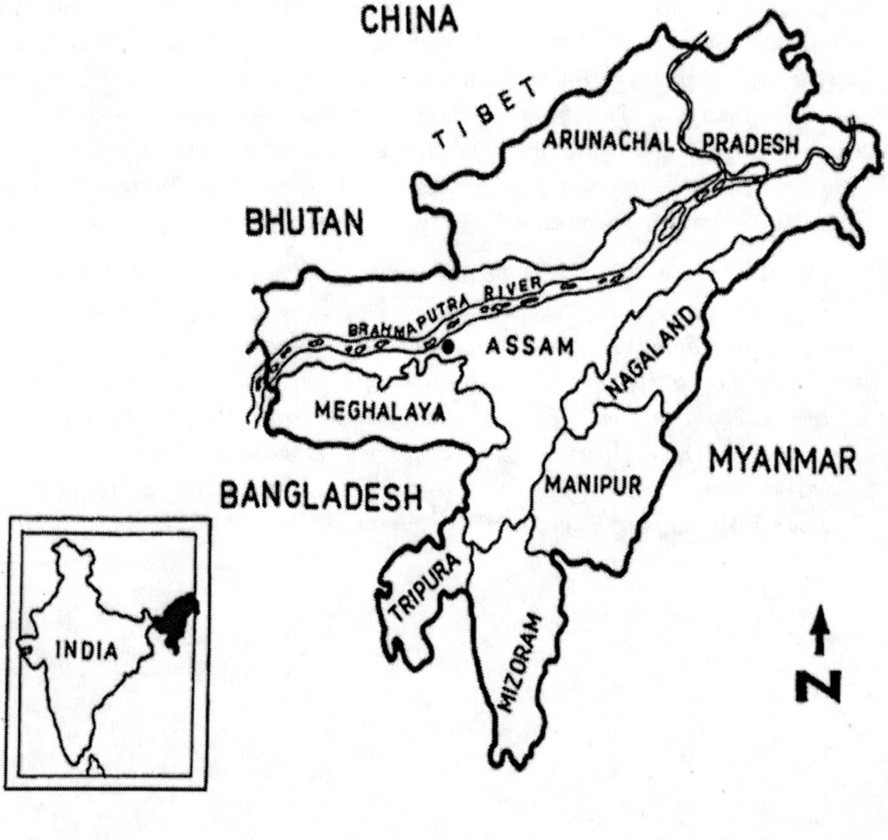

1. மணிப்பூர்:

மணிப்பூர் வடகிழக்கு இந்தியாவில் உள்ள ஒரு மாநிலமாகும். இம்பால் நகரம் அதன் தலைநகராக உள்ளது. இது வடக்கே நாகாலாந்து, தெற்கில் மிசோரம் மற்றும் மேற்கில் அசாம் ஆகிய மாநிலங்களால் சூழப்பட்டுள்ளது. மேலும் மியான்மரின் இரண்டு பகுதிகளையும், கிழக்கில் சாகிங் பிராந்தியத்தையும், தெற்கில் சின் மாநிலத்தையும் எல்லையாகக் கொண்டுள்ளது. பழங்குடியினர் மாநில மக்கள்தொகையில் சுமார் 41% கிராம அடிப்படையிலான பேச்சுவழக்குகள் மற்றும் கலாச்சாரங்களைக் கொண்டுள்ளனர்.

மணிப்பூர் மாநிலத்தில் உள்ள பழங்குடியினர்கள்: நாகா, குகி, மைதேய், ஐமோல், அங்கமி, சிறு, மரம், மோன்சாங், பைடே, பூரும், தடோ, அனல், மாவோ, தாங்குல், தடோவ், பூமை மற்றும் நாகா.

மொழி: மணிபுரி மொழி உள்ளூர் மக்களால் மைதேய் என்றும் அழைக்கப்படுகிறது, இது அங்கீகரிக்கப்பட்ட மொழியாகும். மணிப்பூர் மாநிலம் சிறியதாக இருந்தாலும், உலகெங்கிலும் உள்ள மணிப்பூரி பேசும் மக்களின் மொத்த மக்கள் தொகை 1,500,000 ஆகும். வடகிழக்கு இந்தியா மற்றும் மணிப்பூரில் உள்ள மக்கள் இந்த மொழியைப் பேசுகிறார்கள். அதுமட்டுமல்லாமல் பங்களாதேஷ் மணிப்பூரில் பரவலாக பேசப்படும் மற்றொரு மொழி பிஷ்ணுபிரியா மணிபுரி, இது முக்கியமாக பிஷ்ணுப்ரியா மணிப்பூரிகளால் பேசப்படுகிறது.

பிஷ்ணுப்ரியா மணிபுரி மொழி பெங்காலி எழுத்துக்களைப் பயன்படுத்துகிறது மற்றும் கிழக்கு நாகரி எழுத்தின் மாறுபாடாகும். பிஷ்ணுப்ரியாவிடம் இரண்டு கிளைமொழிகள் உள்ளன, அவை மாடை கும்பல் மற்றும் ராஜர் கும்பல் என்று அழைக்கப்படுகின்றன.

பொருளாதாரம்: மணிப்பூர், தனது பொருளாதாரத்தை உயர்த்துவதற்கு சிறந்த முறையில் முயற்சி செய்கிறது. மணிப்பூர் பொருளாதாரம் முக்கியமாக விவசாயத்தை சார்ந்துள்ளது ஆனால் பல சிறிய அளவிலான தொழில்களால் ஆதரிக்கப்படுகிறது. மணிப்பூரில் குடிசைத் தொழில்கள், கிராமத் தொழில்கள், கைவினைப் பொருட்கள் மற்றும் கைத்தறிகள் உட்பட கிட்டத்தட்ட 7700 சிறுதொழில்கள் அமைக்கப்பட்டுள்ளன.

தொழில்: மணிப்பூர் ஒரு விவசாய மாநிலமாக அங்கீகரிக்கப்பட்டு உள்ளது. அதனால் அதன் பெரிய அளவிலான விவசாய பொருட்கள்

உற்பத்தி செய்யப்படுகிறது. பொருளாதாரத்தின் முதுகெலும்பாக விவசாயம் உள்ளது. மணிப்பூரில் சுமார் 76% மக்கள் விவசாயத்தில் ஈடுபட்டுள்ளனர். மணிப்பூர் மாநிலத்தில் சுமார் 9.41% பரப்பளவை மட்டுமே சாகுபடி செய்கிறது. பள்ளத்தாக்கில் மட்டும் 52% ஒதுக்கப்பட்டுள்ளது. நெல், பருப்பு வகைகள், கோதுமை, மஞ்சள், எண்ணெய் விதைகள், பப்பாளி, ஆரஞ்சு, வாழை, பழங்கள், தக்காளி, பூசணி, காலிஃபிளவர், காய்கறிகள், பட்டாணி, முட்டைக்கோஸ் போன்றவை இங்கு அதிகம் காணப்படுகின்றன.

விவசாயத்தை அடுத்து மாநிலத்தில் இப்போது கைத்தறி மற்றும் கைவினைத் தொழில்கள் அதிகம் இருப்பதால் மணிப்பூரில் தொழில் இப்போது அதிகரித்து வருகிறது. கைத்தறி படுக்கை தாள்கள், மேஜை துணி, புடவைகள், பேஷன் ஆடைகள், மணிப்பூரி வடிவமைப்புகள் மற்றும் பொருட்களால் செய்யப்பட்ட நெய்த சால்வைகளுக்கு இங்கு வியாபாரம் செழித்து காணப்படுகிறது. இந்த தயாரிப்புகள் ஒரு தனித்துவமான தோற்றத்தைக் கொண்டுள்ளன

கலாச்சாரம்: மணிப்பூரில் குக்கி, நாகா, பங்கல் மற்றும் மிசோ போன்ற பல கலாச்சாரங்களைச் சேர்ந்த மக்கள் வசித்து வருகின்றனர். இந்த மாநிலத்தில் கலை மற்றும் கலாச்சாரத்திற்கு பஞ்சமில்லை. மேலும் இம்மாநிலம் எல்லா பக்கங்களிலும் நீல மலைகளால் சூழப்பட்டுள்ளது. இந்த மாநிலத்தில் உள்ள ஒவ்வொரு நபருக்கும் கலை மற்றும் கலாச்சாரத்தின் மீது அதிக அன்பு உள்ளது.

மிதி பழங்குடியின மக்கள் இங்கு அதிக அளவில் காணப்படுகிறார்கள். அவர்கள் அனைவரும் பள்ளத்தாக்கில் வாழ விரும்புகிறார்கள். அதே போல் நாகா, குக்கி, மிசோ பழங்குடியினர் மலையில் வாழ விரும்புகிறார்கள். இது போன்று ஒவ்வொருவரும் அவரவர் கலாச்சாரத்தை பின்பற்றி வருகிறார்கள்.

உணவு: மணிப்பூரின் உணவு வகைகள் மாநிலத்தைப் போலவே வேறுபட்டவை. மாநிலத்தின் ஒவ்வொரு பழங்குடியினரும் தங்கள் சிறப்பு உணவுகளைக் கொண்டுள்ளதால், அவர்களின் கலவை கலாச்சாரத்தின் அற்புதமான கலவையாகும். பிரபலமான உணவுகளில் ஈரோம்பா சட்னி, யென் தோங்பா (கோழி), ங்கானு தொங்பா (வாத்து), ஒக் தோங்பா (பன்றி இறைச்சி) மற்றும் சான் தோங்பா (மாட்டிறைச்சி) போன்றவை அடங்கும். பிராந்தியத்திற்கு பிரத்யேகமாக சமைக்கும் பாணியில் தயாரிக்கப்பட்ட, மசாலாப்

பொருட்களின் பயன்பாடு மணிப்பூரின் அற்புதமான உணவு கலாச்சாரத்திற்கு விளிம்பை அளிக்கிறது.

உடை: வலியுறுத்தப்பட்ட பாரம்பரிய மணிப்பூரி ஆடைகள் தனித்துவமான பண்புகளை கொண்டுள்ளன. பெண்களுக்கான ஒரு பாரம்பரிய உடையில் இன்னாபி என்ற சால்வை, ஒரு ஃபானெக் மற்றும் சரோங் எனப்படும் பாவாடை அவற்றை அணிவார்கள். ஆண்களுக்கான பாரம்பரிய ஆடை தோதி, ஜாக்கெட், வெள்ளை பக்ரி அல்லது தலைப்பாகை அணிந்திருப்பார்கள்.

காலப்போக்கில் மிகவும் நாகரீக உணர்வுள்ளவர்களாக மாறிவிட்டனர். ஜீன்ஸ் மற்றும் ஜாக்கெட் மணிப்பூரி இளைஞர்களிடம் பெரும் வெற்றி பெற்றது. இருப்பினும், அவர்கள் இன்னும் தங்கள் பாரம்பரிய ஆடைகளை வெளிப்படுத்த விரும்புகிறார்கள். பழைய பாணியிலான ஆடைகளை நவீனமயமாக்கப்பட்ட மாறுபாடுகளுடன் மாற்றியுள்ளனர். உதாரணமாக, மணிப்பூரி பெண்கள் அணியும் இன்னாஃபிஸ் பாவாடையைச் சுற்றியுள்ள நவீன போர்வையை ஒத்திருக்கிறது.

ஆபரணங்கள்: மாநிலத்தில் தயாரிக்கப்பட்ட நகைகள் எந்த சிறப்புத் தகுதியாலும் வேறுபடுத்தப்படாத நியாயமான வேலைப்பாடுகள் கொண்டவை என்று கருதப்படுகிறது. பெண்கள் அணியும் நெக்லஸ்கள் எளிமையான மற்றும் ஃபிலிகிரி டிசைன்களைக் கொண்டுள்ளன, அவை தங்கத் தொழிலாளிகளால் தயாரிக்கப்படுகின்றன.

ஆபரணங்களைத் தயாரிப்பதில் மணிகளைப் பயன்படுத்துவது மிகவும் பொதுவானது. மணிகள் பொதுவாக நெக்லஸ்கள் தயாரிக்கப் பயன்படுகின்றன. மணிப்பூரின் பழங்குடி ஆபரணங்கள் பொதுவாக வேறுபட்டவை. ஆபரணங்கள் செய்யும் போது, பழங்குடியினர் உலோகங்களை அரிதாகவே பயன்படுத்துகின்றனர். அவர்கள் உலோகங்களால் செய்யப்பட்ட ஆபரணங்களை மெய்தீஸ் அல்லது அசாமில் இருந்து வாங்குகிறார்கள்.

திருவிழாக்கள்: வடகிழக்கு இந்தியாவின் மிக அழகான மாநிலங்களில் ஒன்று மணிப்பூர். இயற்கையின் அருளால் ஆசீர்வதிக்கப்பட்டு, வளமான கலாச்சாரம் மற்றும் வரலாற்றைப் பெருமைப்படுத்தி 2,500 ஆண்டுகளுக்கும் மேலாக ஆசிய பொருளாதார மற்றும் கலாச்சார பரிமாற்றத்தின் சந்திப்பு இடமாக இது விளங்குகிறது. அந்த செல்வம் அதன் கண்காட்சிகள் மற்றும் திருவிழாக்களில் பிரதிபலிக்கிறது. அதிக

செழிப்பு மற்றும் வாழ்க்கையில் வெற்றியை அடைய முடியும் என்ற நம்பிக்கையில் திருவிழாக்களை நடத்துகிறார்கள்.

கேங்காய் விழா: மணிப்பூரின் முக்கிய பண்டிகைகளில் ஒன்று கேங்காய், இது கபூய் நாகர்களால் டிசம்பர்/ஜனவரி மாதத்தில் கொண்டாடப்படுகிறது. இது ஒரு பொதுவான விருந்துடன் சத்தியப்பிரமாணம் செய்யும் விழாவால் குறிக்கப்படுகிறது. இந்த விழாவில் நடனங்கள் நடத்தப்படுகின்றன மற்றும் பிரியாவிடை பரிசுகள் விநியோகிக்கப்படுகின்றன. இந்த பண்டிகை முடிந்த உடனேயே, நாகா குழுவின் பல பழங்குடியின மக்கள் தங்கள் சாகுபடியை தொடங்குகின்றனர். இது நாகர்களுக்கிடையேயான பிணைப்பை வலுப்படுத்தும் ஒரு வழியாகும்.

சிரோபா விழா: இந்த விழா சஜிபு மாதத்தின் முதல் நாளில் (மார்ச்-ஏப்ரல்) கொண்டாடப்படுகிறது. இது மணிப்பூரில் வசந்த விழா என்றும் அழைக்கப்படுகிறது. இந்த பண்டிகையின் போது, மக்கள் பாரம்பரிய ஆடைகளை அணிந்து, நண்பர்கள் மற்றும் உறவினர்களை சந்தித்து, வாழ்த்துக்களையும் பரிசுகளையும் பரிமாறிக்கொள்கிறார்கள். மேலும் இத்திருவிழாவின் போது பிராந்திய தெய்வமான சனமஹி வழிபடப்படுகிறது.

லை ஹரோபா: உள்ளூர் கடவுள்கள் மற்றும் தெய்வங்களின் வழிபாட்டைக் கொண்டிருக்கும், லை ஹரோபா மணிப்பூரில் பரவலாகக் கொண்டாடப்படும் பண்டிகைகளில் ஒன்றாகும். இங்கு மக்கள் தங்கள் மூதாதையர்களை மிகுந்த பக்தியுடனும், வைராக்கியத்துடனும் வழிபடுகின்றனர். 'கடவுளின் பண்டிகை' என்று மொழிபெயர்க்கப்பட்ட இந்த திருவிழா உள்ளூர் தெய்வங்களான சனமஹி, நோங்போக் நிங்தோ, லீமரேல், பகங்பா மற்றும் 364 உமாங் லைஸ் தெய்வங்களை வழிபடுவதன் மூலம் மகிழ்ச்சியடைகிறது.

ஹைர்கு ஹிந்தோங்பா: ஹைர்கு ஹிண்டோங்பா, லங்க்பால் மாதத்தின் 11 வது நாளில் (செப்டம்பர்) கொண்டாடப்படுகிறது. இது மணிப்பூரில் உள்ள பிஜோய் கோவிந்தா பகுதியில் உள்ள கால்வாயில் நடக்கும் படகுப் போட்டி. இந்த படகுப் போட்டியில் உள்ளூர் இளைஞர்கள் ஆர்வத்துடனும், உற்சாகத்துடனும், குழு உணர்வுடனும் பங்கேற்கிறார்கள். திருவிழாவை முன்னிட்டு, படகுகள் புனித ஸ்லோகங்களால் சுத்தம் செய்யப்பட்டு மாலைகளால் அலங்கரிக்கப்படுகின்றன.

குட் விழா: மணிப்பூரின் மிகவும் பிரகாசமான மற்றும் புகழ்பெற்ற பண்டிகைகளில் ஒன்று குட் விழா. பழங்குடியினரால் கொண்டாடப்படும். இத்திருவிழா அமைதி, நல்லிணக்கம், மற்றும் நட்புக்கான கொண்டாட்டமாக படிப்படியாக உருவாகியுள்ளது. இது சாவாங்-குட் அல்லது கோடூ என்றும் அழைக்கப்படும்.

சங்காய் திருவிழா: மிகவும் துடிப்பான பண்டிகைகளில் ஒன்றான மணிப்பூர் சங்காய் விழா ஒவ்வொரு ஆண்டும் நவம்பரில் கொண்டாடப்படுகிறது. இந்த திருவிழா 2010 இல் தொடங்கியது மற்றும் மாநிலத்தின் பூர்வீக கலை, கலாச்சாரத்தை வெளிப்படுத்த ஒரு குறிப்பிடத்தக்க தளமாக உருவாகியுள்ளது.

நிங்கோல் சகோபா: இந்த திருவிழா மைதேஸ் அல்லது வைஷ்ணவர்களின் கொண்டாட்டம் ஆகும். வழக்கமாக நவம்பரில் விழும் மணிப்பூரி மாதமான ஹியங்கேயில் அமாவாசையின் 2 வது நாளில் நிங்கோல் சகோபா கொண்டாடப்படுகிறது. இந்தத் திருவிழாவின் மூலம், திருமணத்திற்குப் பிறகு தொலைதூர இடங்களில் வசிக்கும் திருமணமான பெண் குழந்தைகளுடன் பெற்றோரின் வீட்டிற்கு அழைக்கப்படுகிறார். அவர்கள் மிகுந்த அரவணைப்பு மற்றும் அன்புடன் வரவேற்கப்படுகிறார்கள்.

லுய் நங்கை நி: பருவத்தின் தொடக்கத்தில் மணிப்பூரில் பழங்குடியினரால் கொண்டாடப்படும் விதை-விதைப்பு விழா லுய் நங்கை நி. இந்த விழாவின் பெயர் நாகா பழங்குடியினரின் மூன்று வெவ்வேறு மொழிகளிலிருந்து எடுக்கப்பட்டது ஆனால் அனைத்தும் ஒரே பொருள் அதாவது விதைகளை விதைப்பது. பழங்குடி மக்கள் நடனமாடுவதன் மூலமும், பாடுவதன் மூலமும் நல்ல அறுவடைக்காக பயிர்களின் கடவுளை வணங்குகிறார்கள்.

கலை மற்றும் கைவினை: மணிப்பூரின் கலை மற்றும் கைவினைப் பொருட்கள் அதன் இயற்கை மிகுதியைப் போலவே வளமானவை ஆகும். வடகிழக்கு இந்திய மாநிலத்தில் உள்ள ஒவ்வொரு இனக்குழு வும் அதன் தனித்துவமான கலாச்சாரம் மற்றும் பாரம்பரியத்தைக் கொண்டுள்ளது, அவை அதன் கலை மற்றும் கைவினைப்பொருட்களிலும் பொதிந்துள்ளன. உண்மையில் கைத்தறி மற்றும் கைவினைப் பொருட்கள் மிகவும் நேர்த்தியாகச் செய்யப்பட்டுள்ளன. அவை அவற்றின் வடிவமைப்புகள், வண்ணமயமாக்கல் மற்றும் பயனுக்காக உலகம் முழுவதும் பிரபலமடைந்துள்ளன.

இந்தியாவில் மூங்கில் கைவினைப்பொருட்களின் மிகப்பெரிய உற்பத்தியாளர்களில் இந்த மாநிலமும் ஒன்றாகும். மர செதுக்குதல், ஜவுளி நெசவு, கல் செதுக்குதல், ப்ளாக் பிரிண்டிங், கை-எம்பிராய்டரி, பேப்பியர் மேச், அலங்கார தந்தங்கள், சேகரிக்கக்கூடிய நடன பொம்மைகள் ஆகிய இந்த கைவினைப் படைப்புகள் மக்களின் அர்ப்பணிப்பை வெளிப்படுத்துகிறது.

கரும்பு மற்றும் மூங்கில் கைவினைப்பொருட்கள்: மூங்கில் மிகுதியாக இருப்பதால் மூங்கில் கைவினைப்பொருட்கள் பரவலாக உள்ளன. மேலும், உற்பத்தி அதிகமாக உள்ளது. மூங்கில் மற்றும் கரும்பு ஆகியவை பாய், கூடைகள், இலகுரக தளபாடங்கள், சாம்பல், மலர் குவளை போன்ற குறைந்த எடை கொண்ட தயாரிப்புகளை உருவாக்க பயன்படுகிறது. இந்த பொருட்கள் மலிவான மற்றும் அழகானவையாக இருக்கின்றன.

மட்பாண்டங்கள்: மண்பாண்டம் என்பது களிமண்ணைப் பயன்படுத்தி கையால் தயாரிப்புகளை உருவாக்கும் கலை. மணிப்பூரின் திறமையான கைவினைஞர்கள் களிமண்ணை மலர் குவளை, கிண்ணங்கள், காட்சிப்பொருட்கள் போன்ற அழகிய பொருட்களாக வடிவமைத்து அனைவராலும் அலங்கரிக்கிறார்கள். இந்தக் கலை கலாச்சாரத்தை மட்டுமல்ல, மணிப்பூர் மக்களின் சமூக வாழ்க்கையையும் பிரதிபலிக்கிறது. இந்த பானைகளை இன்னும் கவர்ச்சிகரமானதாக மாற்ற பல்வேறு வண்ண சேர்க்கைகள் பயன்படுத்தப்படுகின்றன.

ப்ளாக் பிரிண்டிங்: பிளாக் பிரிண்டிங் என்பது பேட்டர்ன் செய்யப்பட்ட தொகுதிகளைப் பயன்படுத்தி துணிகள் மீது வெவ்வேறு வடிவங்களை அச்சிடும் கலை. இந்த கலை வடிவம் இயற்கையான வண்ணங்களைப் பயன்படுத்துகிறது மற்றும் பெட்ஷீட், புடவை போன்றவற்றை தயாரிக்கவும் பயன்படுகிறது. இதன் கலை வடிவம் உள்ளூர் மக்களை மட்டுமல்ல, சுற்றுலாப் பயணிகளையும் ஈர்க்கிறது என்பது குறிப்பிடத்தக்கதாகும்.

மர செதுக்குதல்: மணிப்பூரில் மரங்கள் மிகுதியாக இருப்பதால் மர செதுக்குதல் என்பது மிகவும் பிரபலமான நடைமுறையாகும். பெட்டிகள், அல்மிராக்கள் மற்றும் வீட்டு அலங்காரங்கள் போன்ற அழகான தயாரிப்புகளை உருவாக்க மரம் பயன்படுகிறது. அதுமட்டுமல்லாமல் கைவினைஞர்கள் வீட்டுக்கு தேவையான

தட்டுகள் மற்றும் கரண்டிகள் போன்ற பயன்பாட்டு பொருட்களையும் செய்கிறார்கள்.

கல் வேலைப்பாடுகள்: கல் செதுக்குதல் என்பது மணிப்பூர் மக்களால் பின்பற்றப்படும் ஒரு பழைய பாரம்பரியம். கைவினைஞர்கள் தெய்வங்களின் படங்கள், மலர் குவளைகள், மெழுகுவர்த்தி ஸ்டாண்டுகள் மற்றும் கல் கண்ணாடிகள் போன்ற வீட்டு அலங்காரப் பொருட்களை செதுக்க கல்லைப் பயன்படுத்துகின்றனர். இந்த கலை வடிவம் மணிப்பூரின் கைவினைஞர்களின் செறிவு மற்றும் அர்ப்பணிப்பை சித்தரிக்கிறது.

2. மேகாலயா:

மேகாலயா அதாவது "மேகங்களின் இருப்பிடம்" என்று அழைக்கப்படுகிறது. இந்த மாநிலம் தெற்கே பங்களாதேஷ் பிரிவுகளான மைமென்சிங் மற்றும் சில்ஹெட், மேற்கில் ரங்க்பூரின் பங்களாதேஷ் பிரிவு மற்றும் வடக்கு மற்றும் கிழக்கில் இந்தியாவின் அசாம் மாநிலத்தால் பிணைக்கப்பட்டுள்ளது. இதன் தலைநகரம் ஷில்லாங் ஆகும். மேகாலயாவின் அதிகாரப்பூர்வ மொழி ஆங்கிலம். பல இந்திய மாநிலங்களைப் போலல்லாமல், வரலாற்று ரீதியாக ஒரு தாய்வழி முறையைப் பின்பற்றி வருகிறது,

மேகாலயா முக்கியமாக விவசாய பொருளாதாரத்தைக் கொண்டுள்ளது. இது ஒரு குறிப்பிடத்தக்க வணிக வனத் தொழிற்துறையைக் கொண்டுள்ளது. உருளைக்கிழங்கு, அரிசி, மக்காச்சோளம், அன்னாசிப்பழம், வாழைப்பழம், பப்பாளி, மற்றும் மசாலா ஆகியவை முக்கியமான பயிர்கள்.

மேகாலயா மாநிலத்தில் உள்ள பழங்குடியினர்கள்: சக்மா, கரோஸ், ஹஜோங், ஜெயின்டியாஸ் காசிஸ், லாகர், பாவாய், ரபா, மற்றும் மிகிர்.

மொழி: மேகாலயா மொழி அதன் கலாச்சாரத்தின் செழுமையை குறிக்கிறது. இங்கு மூன்று முக்கிய பழங்குடியினர் வசிக்கின்றனர் - காசி, கரோ மற்றும் ஜெயின்டியா பழங்குடியினர். ஆங்கிலம் மாநிலத்தின் அதிகாரப்பூர்வ மொழியாக இருந்தாலும், மேகாலயாவில் முக்கியமாக பேசும் மொழிகள் காசி, கரோ மற்றும் ஜெயின்டியா. இந்த மொழிகளும் இலக்கியங்களும் நவீன இந்திய இலக்கியத்தில்

உருவாக்கப்பட்டு வெளிவந்துள்ளன. தற்போது இந்த மொழிகள் முதுகலை வரை கற்பிக்கப்படுகின்றன.

காசி மொழி: காசி முதன்முதலில் லத்தீன் மொழியில் தாமஸ் ஜோன்ஸ் என்ற வெல்ஷ் மிஷனரியால் எழுதப்பட்டது. இந்த மொழி காசியா, காஸி, காஸ்யா மற்றும் கேய் என்றும் அழைக்கப்படும். இது மோன்-கெமர் குடும்பத்தில் இருந்து வருகிறது. காசி மலைகளும், மேகாலயாவின் ஜெயின்டியா மலைகளும் தான் காசி பேசுவோரின் முதன்மையான இடங்கள் ஆகும். இருப்பினும், அஸ்ஸாமில் இருந்து பலர் மற்றும் வங்காளதேசத்தைச் சேர்ந்த சிலர் காசி பேசுகிறார்கள். இது நாட்டுப்புறக் கதைகள் நிறைந்த ஆஸ்ட்ரோ-ஆசிய மொழி ஆகும்.

கரோ மொழி: கரோ காசிக்குப் பிறகு மேகாலயாவில் இரண்டாவது பெரிய பழங்குடியினர் மற்றும் மாநிலத்தின் மேற்கு பகுதியில் வசிக்கும் மக்களால் பேசப்படும் மொழி ஆகும். இது குறிப்பாக மேகாலயாவின் கரோ மலைகளிலும், அசாம் மற்றும் பங்களாதேஷின் சில பகுதிகளிலும், கரோ மொழி என்பது போடோ-கொன்யாக்-ஜிங்போ குழுவின் திபெத்திய-பர்மன் மொழி.

ப்னர்/ஜெயின்டியா மொழி: மேகாலயாவின் மொழிகளைப் பற்றி பேசும் போது ஒரு சிறப்பு குறிப்பு தேவைப்படும் மற்றொரு மொழி ஜெயின்டியா. இது ஜெயின்டியா மலைகளில் வாழும் மக்களால் பேசப்படும் நிலையான காசி மொழியின் மற்றொரு மாறுபாடு ஆகும். கைன்ரியம், போய், ப்னார் மற்றும் போர் ஆகிய பழங்குடி குழுக்கள் ஜெயின்டியா மொழியைப் பயன்படுத்துகின்றனர்.

மேகாலயாவில் பேசப்படும் இந்த முதன்மை மற்றும் அதிகாரப்பூர்வ மொழிகளைத் தவிர, மேகாலயா மக்களால் பேசப்படும் பிற மொழிகளும் உள்ளன. இதில் ப்னர்-சின்டெங், நேபாளி, ஹைஜாங், பெங்காலி, அஸ்ஸாமி மற்றும் இந்தி ஆகியவை அடங்கும். மேலும், மேகாலயாவின் தென்கிழக்கு பகுதியில் உள்ள மக்கள் பயேட் மொழி எனப்படும் மொழியைப் பேசுகின்றனர். இந்த மொழிகள் அந்தந்த இன சமூகத்தை மட்டுமல்ல, மேகாலயாவின் கலாச்சார பன்முகத்தன்மையையும் குறிக்கிறது.

தொழில்: மாநிலத்தின் முக்கிய தொழிலாக விவசாயம் உள்ளது. மாநில மக்கள்தொகையில் கிட்டத்தட்ட 80% மக்கள் தங்கள் வாழ்வாதாரத்திற்காக விவசாயத்தை முதன்மையாக நம்பியுள்ளனர்.

இந்த மாநிலத்தில் ஜூம் சாகுபடி (பழைய பழங்குடி பழக்கம்) இன்னும் நடைமுறையில் உள்ளது. அரிசி மற்றும் மக்காச்சோளம் மாநிலத்தின் முக்கிய உணவுப் பயிர்கள் ஆகும்.

உருளைக்கிழங்கு, மஞ்சள், இஞ்சி, கருப்பட்டி, வேர்க்கடலை, வெற்றிலை கொடி, மரவள்ளிக்கிழங்கு, குறுகிய பிரதான பருத்தி, சணல், மேஸ்தா, கடுகு போன்ற பணப்பயிர்களை உற்பத்தி செய்கின்றனர். மாநிலத்தின் வேளாண்-காலநிலை மாறுபாடுகள் தோட்டக்கலை உற்பத்தியை ஆதரிக்கின்றன. ஆரஞ்சு, அன்னாசி, வாழைப்பழம், பலா மற்றும் மிதமான பழங்களான பிளம் மற்றும் பீச் போன்றவற்றுக்கு இந்த மாநிலம் புகழ் பெற்றதாக திகழ்கிறது.

கலாச்சாரம்: மேகாலயாவின் முக்கிய இன சமூகங்கள், ஒவ்வொன்றும் அதன் தனித்துவமான பழக்கவழக்கங்கள் மற்றும் கலாச்சார மரபுகளைக் கொண்ட காசிஸ் (மோன்-கெமர் வம்சாவளியைச் சேர்ந்தவை), கரோஸ் (திபெத்திய-பர்மன் வம்சாவளியைச் சேர்ந்தவை) மற்றும் ஜெயின்டியாக்கள் தென்கிழக்கு ஆசியாவைச் சேர்ந்தவை எனக் கூறப்படுகிறது. மூன்று சமூகங்களையும் பிணைக்கும் பொதுவான பண்பு அதன் தாய்வழி அமைப்பாகும். மேலும் மேகாலயாவில் பல தேவாலயங்கள் மற்றும் கோவில்கள், மசூதிகள், குருத்வாராக்கள் மற்றும் மடாலயங்கள் ஆகியவற்றைக் காணலாம்.

உணவு: மாநிலத்தின் தெரு உணவு மிகவும் சுவையான உணவு வகைகளை வழங்குகிறது. மக்களின் முக்கிய உணவு காரமான இறைச்சி மற்றும் மீன் தயாரிப்புகளுடன் கூடிய அரிசியாகும். அவர்கள் ஆடு, பன்றி, கோழி, வாத்து மற்றும் மாடுகளை வளர்த்து அவற்றின் இறைச்சியை உண்ணுகிறார்கள். மேகலாயன் உணவு மூன்று வெவ்வேறு பாணிகளில் சமைக்கப்படுகிறது. இது கரோ, காசி மற்றும் ஜெயின்டியா சமூக உணவு வகைகளைப் பொறுத்தது. காசிஸ் மற்றும் ஜெயின்டியாவின் பிரபலமான உணவுகள் ஜாதோ, கி கேபு, டங் ரம்பாய், மற்றும் ஊறுகாய் மூங்கில் தளிர்கள் ஆகும்.

உடை: மேகாலயாவில் அணியும் மேக்லா கிராமப்புறங்களில் வாழும் பெண்களால் நெய்யப்படுகிறது. பின்னர் ஆடைகள் வர்த்தகர்களால் வாங்கப்பட்டு நகர சந்தைகளில் விற்கப்படுகின்றன. பெண்கள் ரவிக்கை மற்றும் டக்மாண்டா என்று அழைக்கப்படும் லுங்கி போன்ற கவசத்தை அணிந்தனர். டக்மாண்டா என்பது கையால் நெய்யப்பட்ட பருத்தி துணி வகையாகும். ஆண்கள் தலைப்பாகை, தலைக்கவசம்

மற்றும் ஜாக்கெட் அணிவார்கள். மேகலாவின் பாரம்பரியம் மற்றும் கலாச்சாரத்துடன் மேக்லா சிக்கலாக இணைக்கப்பட்டுள்ளது. மணப்பெண்கள் தங்கள் திருமணங்களில் மேக்லா அணிவார்கள். இது இந்த அழகான மாநிலத்தின் பிரபலமான ஆடையாக வளம் வருகின்றது.

ஆபரணங்கள்: மேகாலயாவின் காசி மற்றும் ஜெயின்டியாக்கள் தங்க நகைகள் மற்றும் பவள மணி நெக்லஸ்களை விரும்புகிறார்கள். பண்டிகை சமயங்களில் அவர்கள் அணிந்திருக்கும் சிவப்பு பவள மணிகளின் தடிமனான சரம் 'பைலா' என்று அழைக்கப்படுகிறது, அதே நேரத்தில் அவர்கள் அணிந்திருக்கும் பதக்கம், 24 காரட் தங்கத்தால் ஆனது. தாயத்துக்கள், வளையல்கள், கழுத்தணிகள் மற்றும் ஆடைகள் போன்ற பெரும்பாலான ஆபரணங்கள் உள்நாட்டில் தயாரிக்கப்படும் படிகம் போன்ற வைரத்தால் அலங்கரிக்கப்பட்டுள்ளன.

திருவிழாக்கள்: இந்த பழங்கால மக்கள் தங்கள் வாழ்க்கை முறையை இளைய தலைமுறையினருக்கு வழங்கியுள்ளனர். இந்த நவீன காலங்களில் பலர் இரண்டாம் நிலை மற்றும் மூன்றாம் நிலை நடவடிக்கைகளில் ஈடுபட்டிருந்தாலும், மேகாலயாவில் திருவிழாக்கள் எப்பொழுதும் மிகச் சிறப்பாக இன்றளவும் கொண்டாடப்படுகின்றன.

பெஹ்தீன்க்லாம் திருவிழா: ஜெயின்டியா மக்களின் முக்கியமான பண்டிகைகளில் ஒன்று பெஹ்தீன்க்லாம் திருவிழா. இது நியாம்ட்ரே சமூகத்தின் மக்களால் விதை விதைக்கும் பருவத்திற்கு முன்பு ஜுலை மாதம் கொண்டாடப்படுகிறது. அதுமட்டுமல்லாமல் ஒவ்வொரு ஆண்டும் ஜோவாய் டவுன் மற்றும் ஜெயின்டியா மலைகளின் பிற கிராமங்களில் கொண்டாடப்படுகிறது.

ஷட் சுக்ரா: ஒவ்வொரு வருடமும் ஏப்ரல் அல்லது மே மாதத்தில் ஜெய்தியா மக்களால் ஷட் சுக்ரா கொண்டாடப்படுகிறது. இது விதைப்பு பருவத்தின் தொடக்கத்தைக் குறிக்கும் ஒரு கொண்டாட்டமாகும். ஒவ்வொரு ஜெயின்டியா விவசாயியும் விதைகளை விதைப்பதற்கு முன் இந்த பண்டிகைக்காக காத்திருக்கிறார். சடங்குகள், நடனங்கள், மேளம் மற்றும் புல்லாங்குழலுடன் சேர்ந்து வளமான மற்றும் பயனுள்ள பருவத்திற்காக பிராத்தனை செய்கின்றனர்.

வாங்கலா விழா: இந்த விழா கரோ மக்களின் மிக முக்கியமான பண்டிகைகளில் ஒன்றாகும். இது அறுவடைக்கு பிந்தைய பண்டிகையாகும் மற்றும் விவசாய ஆண்டின் முடிவைக் குறிக்கிறது.

இது மிசி-ஏ-கில்பா-சால்ஜோங்-கலாபா என்று அழைக்கப்படும் கடவுளுக்கு நன்றி செலுத்தும் திருவிழாவாகும்.

ஸ்ட்ராபெரி விழா: மேகாலயா ஒவ்வொரு ஆண்டும் ஸ்ட்ராபெரி திருவிழாவை நடத்துகிறது. இந்த விழா குடும்பங்கள் மற்றும் அன்புக்குரியவர்கள் வருவது மட்டுமல்லாமல் உள்ளூர் விவசாயிகளின் வளர்ச்சிக்கு பங்களிப்பதற்கும் அவர்களின் பொருளாதாரத்தை ஆதரிப்பதற்கும் வழிவகுக்கிறது.

கலை மற்றும் கைவினை: மேகாலயா அற்புதமான கைவினைப் பொருட்களின் உறைவிடம். மாநிலத்தில் கலை மற்றும் கைவினைப் பொருட்கள் நிறைந்த பாரம்பரியம் உள்ளது. மேகாலயா மக்கள் நீண்ட காலமாக நெசவு கலையை முழுமையாக்கியுள்ளனர். உதாரணமாக அற்புதமான கரும்பு பாய்கள், மின்விசிறிகள், தொப்பிகள், குடைகள், மற்றும் கூடைகளை நெசவு செய்கிறார்கள். இங்கு மிக முக்கியமான கலை மரவேலை மற்றும் மூங்கில் வேலை ஆகும். ஏனெனில் மாநிலத்தில் ஏராளமான மரப்பொருட்கள் உற்பத்தி செய்யப்படுகின்றன.

மேகாலயாவின் சில பிரபலமான கைவினைப்பொருட்கள்:

➢ மூங்கில் வேலை
➢ நெசவு
➢ மர வேலைப்பாடு
➢ சேமிப்பு கூடைகள்
➢ கூடை சுமக்கும் திறந்த நெசவு
➢ கரும்பு பாய்
➢ மூங்கில் மீன்பிடி பொறிகள்
➢ கூடைகள்
➢ தட்டுகள்
➢ கரும்பு கொள்கலன்கள்

'காசி' பழங்குடி மேகாலயாவின் புகழ்பெற்ற பழங்குடியினர். இந்த பழங்குடியின மக்கள் பாய், கூடைகள் மற்றும் நாற்காலிகளை கரும்பிலிருந்து நெசவு செய்கிறார்கள். காசியால் நெய்யப்பட்ட சிறப்பு

வகையான கரும்பு பாய் 'டிலியெங்' என்று அழைக்கப்படுகிறது, இது மிகவும் நீடித்தது. கரோ மக்கள் 'மேகம் கோக்ஸ்' என்று அழைக்கப்படும் அழகான கூடைகளை உற்பத்தி செய்கிறார்கள், அவை வெவ்வேறு பொருட்களை சேமிக்கப் பயன்படுகின்றன. மூங்கில் இருந்து அழகான மீன்பிடி பொறிகளை உருவாக்கும் பணியில் ஈடுபட்டுள்ள மேகலாயாவின் மற்றொரு பழங்குடியினர் 'ஜெயின்டியா'. காசி பழங்குடியினர் உள்நாட்டு கத்திகள், பாத்திரங்கள் போன்றவற்றை உருவாக்குகின்றனர். அதுமட்டுமின்றி நெசவு படுக்கை, மேஜை அட்டைகள் மற்றும் பல பொருட்களை தாயரிக்கின்றனர்.

3. மிசோரம்:

மிசோரம் வடகிழக்கு இந்தியாவில் உள்ள ஒரு மாநிலமாகும். மக்கள் தொகையில் சுமார் 95% பல்வேறு பழங்குடியின வம்சாவளியைச் சேர்ந்தவர்கள். இது நாட்டின் 2 வது குறைந்த மக்கள் தொகை கொண்ட மாநிலமாகும். மிசோரம் சுமார் 21,087 சதுர கிலோமீட்டர் பரப்பளவைக் கொண்டுள்ளது. மாநிலத்தில் சுமார் 91% காடுகள் உள்ளன. இந்தியாவின் அனைத்து மாநிலங்களிலும், மிசோரம் பழங்குடி மக்களின் செறிவு அதிகமாக உள்ளது.

மிசோரம் மாநிலத்தில் உள்ள பழங்குடியினர்கள்: சக்மா, திமாசா, காசி, குகி, லாகர், பாவி, ரபா, சின்டெங், மற்றும் லுஷாய்

மொழி: மிசோரம் மொழிகள் வடகிழக்கு இந்திய மாநிலத்தின் கலாச்சார பன்முகத்தன்மையை பிரதிபலிக்கின்றன. மிசோ சமூகம் என்பது பல பழங்குடியினரின் தனித்துவமான வாழ்க்கை முறை மற்றும் தனித்துவமான பேச்சுவழக்குகளின் கலவையாகும். இந்த மக்கள் பல மொழிகளைப் பேசுகிறார்கள், அதில் மிசோ மற்றும் ஆங்கிலம் ஒரு சிறப்பு இடத்தைப் பிடித்துள்ளன. அத்துடன் உள்ளூர் மக்களிடையே லூசி என்றும் அழைக்கப்படும் துஹ்லியன் பேச்சுவழக்கு மிசோராமின் மிகவும் பிரபலமான மொழியாகும்.

தொழில்: மிசோராமின் தொழில் விவசாயத்தை சார்ந்துள்ளது. மிசோராமில் உள்ள ஜூம் விவசாயம் அங்குள்ள மக்களின் வாழ்க்கைத் தளத்தின் முக்கிய ஆதாரமாக உள்ளது. ஜூம் விவசாயம் தனித்துவம் உடையது. சாகுபடிக்கு காடுகளை வெட்டி பின்னர் பயிர்களை வளர்க்கிறார்கள். மிசோராமின் முக்கிய பயிர்கள் நெல், சோளம், தினை போன்ற பயிர்கள். இது தவிர, வாழைப்பழம், பப்பாளி,

ஆரஞ்சு அன்னாசிப்பழம் மற்றும் திராட்சை போன்ற பழங்களும் உற்பத்தி செய்யப்படுகின்றன.

கலாச்சாரம்: மிசோராமில் வாழும் பல்வேறு பழங்குடியினர் கலாச்சாரம் உடையவர்கள் “வடகிழக்கு பாட்டுப் பறவை” என்று அழைக்கப்படும் மிசோரம் மக்கள் பாரம்பரிய மற்றும் இன்றும் தொழில்நுட்பம் இல்லாத விதிகளைப் பின்பற்றுகிறார்கள்.

உணவு: மிசோரம் உணவு வட இந்திய மற்றும் சீன பொருட்களின் கலவையாக காணப்படுகிறது. இந்த இரண்டின் கலவையும் இங்கு உணவின் சுவையை தனித்துவமாக்குகிறது. மிசோரம் மக்கள் பெரும்பாலும் அசைவத்தை தங்கள் உணவில் பயன்படுத்துகிறார்கள். இதனுடன், அவர்கள் உணவில் பொருத்தமான அளவு காய்கறிகளையும் பயன்படுத்துகின்றனர். பெரும்பாலும் வாழை இலைகளில் தான் உணவு வழங்கப்படுகிறது. இது இந்த இடத்தின் கலாச்சாரமாகும். மிசோராமின் முக்கிய உணவுகள் பாய் ஆகும். இது சரம் பீன்ஸ் மற்றும் சமையல் ஃபெர்ன்களுடன் சமைக்கப்பட்ட பல மூலிகைகளின் கலவையாகும். இந்த டிஷ் பசனின் பச்சை கொப்பரை, காலிஃபிளவர் துண்டுகள், நறுக்கப்பட்ட உருளைக்கிழங்கு மற்றும் அரிசியால் தயாரிக்கப்படுகிறது.

உடை: மிசோஸின் அசல் ஆடை புவான் என்று அழைக்கப்படுகிறது. சீரான நிறத்தில் உள்ள புவான் தில்சா என்று அழைக்கப்படுகிறது. புவான்களின் நெசவு இடுப்பு தறியில் பெண்களால் செய்யப்படுகிறது. இடுப்பு தறி சிக்கலான வடிவமைப்புகள் மற்றும் மையக்கருத்துகளுடன் நெய்யக்கூடிய சாத்தியக்கூறுகளின் வரம்பை ஆதரிக்கிறது. குளிர்ந்த பருவத்தில், சில கூடுதல் துணி பயன்படுத்தப்படுகிறது. ஒன்றின் மேல் ஒன்றாக, ஒரு வெள்ளை கோட் உடன், தொண்டையில் இருந்து தொடை வரை மூடப்பட்டிருக்கும். வெள்ளை மற்றும் சிவப்பு பட்டைகள், வடிவமைப்புகளால் அடைக்கப்பட்டு இந்த கோட்டுகளின் சட்டைகளை அலங்கரிக்கின்றன.

நடனம் மற்றும் இசை: மிசோ சமூகம் அதன் பாரம்பரிய நாட்டுப்புற நடனங்களுக்கு மிகவும் பிரபலமானது. இந்த நடனங்கள் எப்பொழுதும் மிசோரம் பண்டிகைகள் மற்றும் கொண்டாட்டங்களின் ஒரு பகுதியாக இருந்திருக்கின்றன. மிசோரம், சோங்லைசன் மற்றும் கோலாலம் ஆகிய மூன்று நடனங்களில் ஒன்றான சேரவ் மிசோராமின் மிக முக்கியமான நடனங்களில் ஒன்றாகும். இந்த நடனத்தில் நீண்ட

மூங்கில் பயன்படுத்தப்படுகிறது. இது தவிர, சேரவ் நடனம் மூங்கில் நடனம் அல்லது பாம்பு நடனம் என்றும் அழைக்கப்படுகிறது. இந்த நடனங்கள் நான்கு பேர் கொண்ட குழுக்களாக நடத்தப்படுகின்றன. இதில் ஆண்கள் பெண்களுடன் நடனமாடுகிறார்கள்.

சோங்லைசன் நடனம் முக்கியமாக லாய் அல்லது பாவாய் பழங்குடியினரால் நிகழ்த்தப்படுகிறது. இது மிகவும் சிறப்பு வாய்ந்த நடனம். இந்த நடனத்தின் போது, ஆண்களும் பெண்களும் பாரம்பரிய புவான் அல்லது வண்ணமயமான சால்வை அணிந்து நடனமாடுகிறார்கள். இந்த நடனத்தின் பின்னணியில் உள்ள நம்பிக்கை என்னவென்றால், இது சந்தோஷம் மற்றும் துக்கம் ஆகிய இரண்டிலும் நிகழ்த்தப்படுகிறது என்று அர்த்தமாகும்.

மிசோ இசை காற்று, அடிகளால் இசைக்கப்படுகிறது, இந்த இசையை மக்கள் மிகவும் விரும்புகிறார்கள். அவர்களின் இசை மிகவும் மென்மையாகவும் இனிமையாகவும் இருக்கிறது. கிட்டார் என்பது மிசோரம் இசையில் பயன்படுத்தப்படும் மிக முக்கியமான கருவி. இது தவிர, இங்குள்ள மக்கள் டிரம்மிங், ஊதுதல் மற்றும் சரம் வாசித்தல் ஆகியவற்றால் வாசிக்கப்படும் கருவிகளையும் பயன்படுத்துகின்றனர். கருவிகளால் இசைக்கப்படும் இசையில் டிங்டாங், லெம்லாவி மற்றும் துயம்தார் போன்ற சில முக்கிய இசை அடங்கும்.

ஆபரணங்கள்: மிசோரம் ஆண்களும் பெண்களும் அணியும் ஆபரணங்கள் இன்றியமையாத அலங்காரமாக கருதப்படுகிறது மற்றும் அவற்றின் வண்ணமயமான ஆடைகளுக்கு முற்றிலும் மாறுபட்டவை. திஃபென், ஒரு சிறிய மணிகள் கொண்ட நெக்லஸ் என்பது இப்பகுதியின் பல்வேறு பழங்குடியினரால் அணியும் ஒரு பிரபலமான ஆபரணமாகும். மிசோ மக்களால் வெளிப்படுத்தப்பட்ட மற்றொரு பிரபலமான நகை பொருள் திஹஸ் எனப்படும் பெரிய அம்பர் மணிகளைக் கொண்ட ஒரு நெக்லஸ் ஆகும்.

திருவிழாக்கள்: மிசோரமில் கொண்டாடப்படும் பெரும்பாலான பண்டிகைகள் அவர்களின் பழங்குடி பாரம்பரியத்தையும் கலாச்சாரத்தையும் பிரதிபலிக்கின்றன. மிசோரமில் மூன்று பிரபலமான பண்டிகைகள் கொண்டாடப்படுகின்றன: சாப்சார் குட், பாவ்ல் குட் மற்றும் மிம் குட். இந்த மூன்று மிசோரம் திருவிழாக்களும் விவசாயத்தை சுற்றி வருகின்றன.

1. சாப்சார் குட் விழா: ஜாம் சாகுபடிக்காக மூங்கில் மற்றும் மரங்களை உலர்த்துவதற்கு வைக்கப்படும் சமயத்தில், மார்ச் மாதத்தில் சாப்சார் குட் கொண்டாடப்படுகிறது. இந்த துடிப்பான மற்றும் வண்ணமயமான திருவிழா மிசோரம் மாநிலத்தில் வசந்த காலத்தின் வரவேற்பை குறிக்கிறது. மிசோரம் அரசாங்கம் இந்த திருவிழாவை இனக்குழுக்கள் மட்டுமல்லாமல் அனைவரும் கொண்டாடுவதை அங்கீகரித்தது. எனவே பழங்குடி மற்றும் வேளாண் மக்கள் மிசோரம் கலாச்சாரத்தை முழு மகிமையுடன் கொண்டாடுகிறார்கள்.

2. மிம் குட் விழா: இந்த திருவிழா மிசோரம் மாநிலத்தில் மற்றொரு முக்கியமான அறுவடை விழாவாகும். இது அன்புக்குரியவர்களுக்கும் பிரிந்த ஆத்மாக்களுக்கும் அர்ப்பணிக்கப்பட்டுள்ளது. மிம் குட் திருவிழாவின் முக்கியத்துவமும் சாப்சார் விழாவின் முக்கியத்துவத்துடன் நேரடியாக தொடர்புடையது. சாப்சார் திருவிழாவின் போது விதைக்கப்பட்ட பயிர்கள் மிம் குட் திருவிழாவின் போது அறுவடை செய்யப்படுகின்றன.

உள்ளூர்வாசிகளான மிசோ மக்கள், அறுவடையில் இருந்து முதல் விளைபொருட்களை எடுத்து, திருவிழாவின் போது வீட்டிற்கு எடுத்து வருவார்கள் என்று நம்பப்படும். மற்றொரு சுவாரஸ்யமான அவதானிப்பு என்னவென்றால், அனைத்து மிசோ வீடுகளிலும் திருவிழா ஒருமனதாக நடக்கிறது.

3. பவுல் குட் விழா: இத்திருவிழா மாநிலத்தில் ஆண்டுதோறும் நடக்கும் மற்றொரு முக்கிய திருவிழாவாகும். இது ஒரு அறுவடை விழா ஆனால் மேலே குறிப்பிடப்பட்டுள்ள மற்ற பண்டிகைகளிலிருந்து வேறுபட்ட முக்கியத்துவம் கொண்டது. இந்த விழா முதன்முதலில் 15 ஆம் நூற்றாண்டில் பதிவு செய்யப்பட்டது மற்றும் அதற்கு ஒரு சுவாரஸ்யமான பின்னணியைக் கொண்டுள்ளது.

அது என்னவென்றால் உள்ளூர்வாசிகள் மழை கடவுளை பிரார்த்தனை செய்கிரார்கள். ஆசீர்வாதத்தால் மகிழ்ச்சியடைந்த மக்கள், தங்கள் முதல் தயாரிப்பை மழை கடவுளுக்கு அர்ப்பணிக்க முடிவு செய்தனர். அப்போதிருந்து, பண்டிகை எப்போதும் இலையுதிர் காலம் மற்றும் வசந்த காலத்தின் துவக்கத்தில் கொண்டாடப்படுகிறது.

கலை மற்றும் கைவினை: மிசோராமின் பிரபலமான கலை மற்றும் கைவினைப்பொருட்கள் மாநிலத்தின் தொழில்துறை

சந்தையின் குறிப்பிடத்தக்க துறையை உள்ளடக்கியது. மூங்கில் மற்றும் கரும்பு கைவினை மிசோராமின் முக்கிய பாரம்பரிய கைவினைப்பொருட்களில் ஒன்றாகும். மேலும் மூங்கில் மரச்சாமான்கள் முதல் வணிகப் பொருட்கள் வரை பல்வேறு பொருட்களைத் தயாரிப்பதில் பயன்படுத்தப்படுகிறது. பல்வேறு வடிவங்கள், அளவுகள் கொண்ட தொப்பிகள் மற்றும் கூடைகளை தயாரிப்பதற்கும் கரும்புகள் பயன்படுத்தப்படுகின்றன.

கூடைகள், பாத்திரங்கள், தொப்பிகள், மலர் குவளைகள், தளபாடங்கள் மற்றும் இதர அலங்காரப் பொருட்கள் போன்ற பலதரப்பட்ட கைவினைப்பொருட்களை விற்கும் கடைகள் மிசோரம் பஜாரில் நிரம்பியுள்ளன. இந்த பொருட்கள் நியாயமான விலையில் கிடைக்கும்.

4. நாகாலாந்து:

நாகாலாந்து இந்தியாவின் வடகிழக்கு மாநிலத்தில் உள்ளது. இது வடக்கே அருணாச்சலப் பிரதேசம், மேற்கில் அசாம், தெற்கே மணிப்பூர் மற்றும் கிழக்கில் மியான்மரின் சாகிங் பிராந்தியம் எல்லையாக அமைந்துள்ளது. அதன் தலைநகரம் கோஹிமா மற்றும் அதன் மிகப்பெரிய நகரம் திமாபூர். நாகாலாந்தில் 68 சதவீத மக்கள் விவசாயத்தை நம்பியுள்ளனர். இங்கு பயிரிடப்படும் முக்கிய பயிர்கள் உருளைக்கிழங்கு, அரிசி, பருப்பு வகைகள், சோளம், புகையிலை, தினை, சோளம், கரும்பு, எண்ணெய் வித்துக்கள் மற்றும் இழைகள்.

நாகாலாந்து மாநிலத்தில் உள்ள பழங்குடியினர்கள்: அங்கமி, கரோ, கச்சாரி, குகி, மிகிர், நாகஸ், செமா, ஏஓ, சாகேசாங், கோன்யக், லோதா, ஃபோம், ரெங்மா, மற்றும் சங்தம்

மொழி: மாநிலத்தின் அதிகபட்ச மக்கள் நாகமீஸ் பேசினாலும், நாகாலாந்தில் உள்ள பல மொழிகளும் மாநிலத்தில் இணைந்து வாழ்கின்றன. ஆங்கிலம் மாநிலத்தின் அதிகாரப்பூர்வ மொழியாகும், இது நாகாலாந்தின் படித்த மக்களிடையே மிகவும் பிரபலமானது. நாகாலாந்து மொழிகள் திபெத்திய-பர்மிய மொழிகளின் குழுவில் அடங்கும். அவை மூன்று பிரிவுகளாக வகைப்படுத்தப்பட்டுள்ளன:

கிழக்கு துணைக்குழு - கோனியாக் மற்றும் சாங் மொழிகள் இந்தப் பிரிவுக்குள் வருகின்றன

மத்திய துணைக்குழு - லோதா, ஏஓ, ஃபோம் போன்ற மொழிகள் இந்தப் பிரிவைச் சேர்ந்தவை

மேற்கு துணைக்குழு - செமா, அங்கமி, ரெங்மா மற்றும் சாகேசாங் ஆகியவை இந்தப் பிரிவின் முக்கிய மொழிகள்

எண்ணிக்கையின் அடிப்படையில் நாகலாந்தில் பேசப்படும் முக்கிய மொழிகள் கோனியாக் (244,135), ஏஓ (231,084), லோதா (177,488), அங்கமி (151,883), சோக்ரி (91,010), சங்க்தம் (75,841), பெங்காலி (74,753), ஜெம் (71,954; உள்ளடக்கியது) ஜெலியாங், 60,399 மற்றும் ஜெமி, 11,165), யிம்சுங்ரே (74,156), சாங் (65,632), கியாம்னியுங்கன் (61,906), ரெங்மா (61,537), ஃபோம் (53,674), நேபாளி (43,481), கெஜா (34,218) மற்றும் போச்சி (34,218)

தொழில்: மாநிலத்தின் பெரும்பாலான மக்கள், கிராமப்புற சாகுபடியை நம்பியுள்ளனர். முக்கிய பயிர்கள் அரிசி, தினை, மக்காச்சோளம் மற்றும் பருப்பு வகைகள். கரும்பு மற்றும் உருளைக்கிழங்கு போன்ற பணப் பயிர்களும் சில பகுதிகளில் வளர்க்கப்படுகின்றன. பெரும்பாலான மக்கள் அரிசியை சாகுபடி செய்கிறார்கள், ஏனெனில் இது மக்களின் முக்கிய உணவு. அறுவடை செய்யப்பட்ட பகுதியில் 80% அரிசிக்கு அர்ப்பணிக்கப்பட்டுள்ளது.

கலாச்சாரம்: நாகாலாந்தின் இனம் பழங்குடியினர் மற்றும் துணை பழங்குடி குழுக்களின் கலவையாகும். இந்த சமூகம் மிகவும் பழங்காலத்திலிருந்தே உள்ளது. அனைத்து நாகா பழங்குடியினரின் சமூக அமைப்பு ஒன்றுக்கு ஒன்று வேறுபட்டது. சமூகங்களின் பழக்கவழக்கங்கள், பண்டிகைகள் மற்றும் நம்பிக்கைகள் அவர்களை ஒருவருக்கொருவர் வேறுபடுத்துகின்றன. நாகா சமூகம் வளமான கலாச்சார பாரம்பரியத்தைக் கொண்டுள்ளது. மேலும் இன சமூகங்கள் இங்கு கலாச்சார இயக்கத்தின் ஒரு துடிப்பான நிலையை உருவாக்கியுள்ளன.

உணவு: இங்குள்ள மக்கள் தங்கள் உணவை வறுப்பதை விட வேகவைக்க விரும்புகிறார்கள். அனைத்து பழங்குடியினரும் தனித்தனி உணவு வகைகளைக் கொண்டுள்ளனர். அவை இறைச்சி, மீன் மற்றும் புளிக்கவைத்த பொருட்களை அதிக அளவில் பயன்படுத்துகின்றன. மூலிகைகள், பேய் மிளகுத்தூள், இஞ்சி மற்றும் பூண்டு ஆகியவை கிட்டத்தட்ட எல்லா உணவுகளிலும் அதிகம் பயன்படுத்தப்படுகின்றன. அரிசி இறைச்சி அல்லது காய்கறிகளுடன் உண்ணப்படும் நாகா

பழங்குடியினரின் பிரதான உணவாகும். நாகா பழங்குடியினரின் பொதுவான உள்ளூர் பானம் அரிசி பீர் ஆகும். இது மீண்டும் மூன்று வகைகளாகும், அதாவது ஜூதோ, ருஹி மற்றும் டுட்சே.

உடை: நாகாலாந்தின் பாரம்பரிய ஆடைகள் மிகவும் கவர்ச்சிகரமானதாகவும், வண்ணமயமானதாகவும் தெரிகிறது. அலங்கார சால்வைகள் அவற்றின் பாரம்பரிய ஆடைகளில் மிகவும் பிரபலமாக உள்ளன. இது நாகாலாந்தின் முக்கிய மற்றும் பரவலாக காணப்படும் ஆடைகளில் ஒன்றாகும். சால்வை வடிவமைப்பு நபரின் சமூக நிலையை குறிக்கிறது. அலங்கரிக்கப்பட்ட போர்வீரர் கொண்டாடும் சால்வை, 'சுசங்கோடெப்ஸு' என்று அழைக்கப்படுகிறது

பெண்களின் சாதாரண உடையில் 'நீக்ரோ' எனப்படும் ஒரு பெட்டி கோட், 'வாட்சி' எனப்படும் ஸ்லீவ்லெஸ் டாப், 'பிஃபெம்ஹு' எனப்படும் வெள்ளை பாவாடை ஆகியவை அடங்கும். சால்வை தவிர, கில்ட் என்பது மாநிலத்தின் ஆண்கள் அணியும் ஆடை ஆகும். இது பொதுவாக கருப்பு நிறத்தில் இருக்கும் மற்றும் கோழிகளால் எம்ப்ராய்டரி செய்யப்படுகிறது.

ஆபரணங்கள்: நாகா ஆண்களும், பெண்களும் துடிப்பான பழங்குடி நகைகளால் தங்கள் அழகை அதிகரிக்க விரும்புகிறார்கள். நாக மக்கள் மணிகளை தாயத்துகளாகக் கருதுகின்றனர், இது மாணிக்கங்களுக்கு நிகரான மதிப்பு. மணிகள் இன்றுவரை கலாச்சார நடைமுறைகள் மற்றும் கொண்டாட்டங்களில் பிணைக்கப்பட்டுள்ளன. இழைகளுடன் அடர்த்தியான நெக்லஸ்கள் பொதுவாக பெண்களால் அணியப்படுகின்றன.

ஆண்கள் தங்கள் தைரியம், உறுதிப்பாடு மற்றும் வேட்டை திறமையை வெளிப்படுத்த பன்றிகளின் தந்தம் மற்றும் மான் பற்களால் செய்யப்பட்ட நகைகளை அணிவார்கள். நாகப் பெண்களின் ஆபரணங்கள் எளிமையானவை, நேர்த்தியானவை மற்றும் அழகானவை. பெண்கள் வேட்டையாடுவதில்லை, எனவே விலங்கு அடிப்படையிலான நகைகளுக்கு பதிலாக, கல், பித்தளை, தந்தம் மற்றும் குண்டுகளால் அலங்கரிக்கப்பட்ட அழகான நாக மணிகள் கொண்ட நகைகளால் தங்களை அலங்கரிக்க விரும்புகிறார்கள்.

திருவிழாக்கள்: நாகாலாந்து அதன் மயக்கும் இயற்கை அழகுக்காக புகழ் பெற்றது மட்டுமல்லாமல், சில முக்கியமான பண்டிகைகளுக்கும்

புகழ் பெற்றது. நாகாலாந்தில் பின்வரும் பண்டிகைகள் பல நூற்றாண்டுகளாக அங்குள்ள மக்களால் கொண்டாடப்படுகின்றன. சில பண்டிகைகள் உலகெங்கிலும் உள்ள மக்களிடையே மிகவும் பொதுவானவை.

செக்ரேனி: அங்கமி பழங்குடியின மக்களிடையே செக்ரெனி ஒரு பிரபலமான பண்டிகை. இந்த திருவிழா 10 நாட்கள் நீடிக்கும் உணவு, வேடிக்கை மற்றும் பண்டிகைகளை உள்ளடக்கியது. திருவிழாவின் முதல் நாளில், இளம் இளங்கலை ஆண்கள் மட்டுமே வேலை செய்ய அனுமதிக்கப்படுகிறார்கள். அடுத்த நாள் முக்கிய கொண்டாட்டத்திற்காக விலங்குகள் வேட்டையாடப்படுகின்றன. பண்டிகையின் போது, வேட்டையாடப்பட்ட விலங்குகள் சமைக்கப்படுகின்றன, மேலும் சுவையான உணவுகள் அதை சேகரிக்கும் மக்களுக்கு வழங்கப்படுகின்றன. பண்டிகைக்கு முக்கியமான காரணம் ஒருவருக்கொருவர் நல்லிணக்கத்தை ஊக்குவிப்பதாகும்.

சுகெனியே: சுகெனியே என்பது சாகேசாங் பழங்குடியின மக்களிடையே கொண்டாடப்படும் ஒரு திருவிழா ஆகும். இந்த பண்டிகை அவர்களிடையே மிகவும் புகழ் பெற்றது. முக்கியமாக மார்ச் மாதத்தில் நடத்தப்படுகிறது. திருவிழா நான்கு நாட்கள் நீடிக்கும், அதைத் தொடர்ந்து ஆற்றில் புனித நீராடுதல் நடைபெறும்.

ஒலெங்: அத்தியாவசிய அறுவடைத் திருவிழாக்களில் ஒலேங் ஒன்றாகும். இந்த விழா முதன்மையாக கோன்யாக் பழங்குடி மக்களால் கொண்டாடப்படுகிறது. திருவிழா ஐந்து நாட்கள் நடக்கிறது, ஒவ்வொரு நாளும் நீங்கள் வெவ்வேறு விஷயங்களை இங்கே கவனிக்க முடியும். பழங்குடி மக்களின் வயல்களில் புதிய விதைகளை அறுவடை செய்த பிறகு இது நிகழ்கிறது, மேலும் இது வசந்த காலத்தில் புதிய ஆண்டை வரவேற்கிறது.

நக்னுலேம்: நக்னுலேம் என்பது சாங் பழங்குடி மக்களால் கொண்டாடப்படும் ஒரு வேடிக்கை நிறைந்த பண்டிகை ஆகும். நட்பை மட்டுமல்ல, பழங்குடியினரின் கலாச்சாரத்தையும், பாரம்பரியத்தையும் கொண்டாட இது ஊக்குவிக்கப்படுகிறது. இந்த விழா ஜூலை மாதத்தில் நடைபெறுகிறது. மேலும் இது நடனம், பாடல்கள் மற்றும் பல அற்புதமான விளையாட்டுகளால் நிரம்பியுள்ளது.

துளுனி: துளுணி பண்டிகை ஜூலை மாதத்தில் சுமி பழங்குடியின மக்களால் மூன்று நாட்கள் கொண்டாடப்படுகிறது. மக்கள் தங்களுக்குள் நல்லிணக்கத்தை ஏற்படுத்த இந்த பண்டிகையை கொண்டாடுகிறார்கள். கொண்டாட்டத்தைத் தொடங்க அங்குள்ள பல உள்ளூர்வாசிகள் தங்களுக்குள் பரிசுகளை பரிமாறிக்கொள்கிறார்கள்.

கலை மற்றும் கைவினை: இங்கிருக்கும் கலை மற்றும் கைவினைப்பொருட்கள் இந்தியாவின் வடகிழக்கு மாநிலத்தின் உள்ளூர் கைவினைஞர்களின் கலைத் திறனையும், படைப்பாற்றல் கற்பனையையும் சித்தரிக்கின்றன. நாகாலாந்தில் பல சிறிய அளவிலான குடிசை மற்றும் நடுத்தர அளவிலான தொழில்கள் உள்ளன. அவை மாநிலத்தின் பாரம்பரிய கலையின் சிறந்த தயாரிப்புகளை உற்பத்தி செய்கின்றன. உள்ளூர் பழங்குடியின மக்கள் அலங்கார மற்றும் செயல்பாட்டுடன் கூடைகளை உருவாக்கும் கலையில் தேர்ச்சி பெறுகின்றனர். அதன் அளவுகள் மற்றும் வடிவங்களின் கூடைகள் பல்வேறு நோக்கங்களுக்காகப் பயன்படுத்தப்படுகின்றன.

எம்பிராய்டரி: உள்ளூர் பழங்குடி மக்கள் தங்கள் சால்வைகள், உடைகள் மற்றும் துணியால் செய்யப்பட்ட பிற அலங்காரப் பொருட்களில் தனித்துவமான வடிவங்களை வடிவமைக்கிறார்கள். இது அவர்களின் கலாச்சார பாரம்பரியத்தை பிரதிபலிக்கிறது. அங்கமி நாக சால்வைகளின் அற்புதமான எம்பிராய்டரி பாராட்டப்பட்ட அந்தஸ்தைக் கொண்டுள்ளது.

மர வேலைப்பாடுகள்: மர வேலைப்பாடுகள் நேர்த்தியான வடிவமைப்புகளுக்கும், சிறந்த தரத்திற்கும் பெயர் பெற்றவை. மரச் செதுக்குதல் தொழிலில் இருந்து நாகாலாந்து பெரும் வருவாயைப் பெறுகிறது. வான்சோஸ், ஃபோம் மற்றும் கோன்யாக்ஸ் பழங்குடியினர் தங்கள் மூதாதையர்களிடமிருந்து மரபுரிமை பெற்ற மரங்களிலிருந்து அழகிய பொருட்களை செதுக்கும் பாரம்பரிய கலையின் மீது சிறந்த தேர்ச்சிக்கு பெயர் பெற்றவர்கள். மர வேலைகள் முதன்மையாக அலங்கார நோக்கங்களுக்காக பயன்படுத்தப்படுகின்றன.

கூடை: உள்ளூர் பழங்குடியின மக்கள் மூங்கில் மற்றும் கரும்புகளிலிருந்து கூடைகளை உருவாக்கும் கலையை அறிந்திருக்கிறார்கள். மூங்கில் மற்றும் கரும்பு அண்டை வன நிலங்களில் எளிதில் கிடைக்கும். வடகிழக்கு மாநிலத்தின் பழங்குடியினர் தினசரி

பயன்பாட்டிற்கு அழகான மற்றும் பயன்படுத்தக்கூடிய கூடைகளை உருவாக்குகிறார்கள்.

ஓவியங்கள்: துணி ஓவியம் நாகாலாந்தின் மிகவும் பிரபலமான ஓவியமாகும். லோதா, ஏஓ மற்றும் ரெங்மா பழங்குடி சமூகங்களைச் சேர்ந்த பூர்வீகவாசிகள் ஆடைகளில் ஓவியம் வரைவதற்கான இந்த திறமையான கலையை பயிற்சி செய்கிறார்கள். ஓவியத்தின் ஏஓ கலை ரெங்மாஸைப் போன்றே உள்ளது, இருப்பினும் அடிப்படை முறை மிகவும் வித்தியாசமானது. இந்த ஓவியத்தில் பயன்படுத்தப்படும் நிறங்கள் இயற்கையான நிறங்களாகும்.

பாய்கள்: மூங்கில் பிளவுகளிலிருந்து பாய்கள் நெய்யப்படுகின்றன. பிளவுகளின் நீளம் 30 செமீ முதல் 60 செமீ வரை இருக்கும். அதன் விலை அகலம் மற்றும் பிளவுகளின் நீளத்தைப் பொறுத்து மாறுபடும். மூங்கிலின் வெளிப்புற அடுக்கு பிளவுகளை உருவாக்க பயன்படுகிறது. ஏனெனில் மூங்கில் உள் அடுக்கு மென்மையாகவும் நார்ச்சத்துடனும் இருக்கும்.

கரும்பு வேலைகள்: கரும்பு வேலைகள் தொப்பிகள், மழை கோட்டுகள், முதலியன பல்வேறு பயன்பாட்டு பொருட்களை உருவாக்க நாகர்கள் தங்கள் திறமைகளைப் பயன்படுத்துகின்றனர். கோனோமா கிராமத்தின் கரும்பு கூடைகள் சிக்கலான வடிவமைப்பு மற்றும் நெசவுக்கு பெயர் பெற்றவை. இந்த கரும்பு கூடை கியமங்கம் நெசவாளர்களால் டியூன்சங் மாவட்டத்தில் தயாரிக்கப்படுகிறது. அத்துடன் தலைக்கவசங்கள் மற்றும் பாய்களும் அடங்கும். மூங்கில் அல்லது கரும்பின் மெல்லிய கீற்றுகளின் உதவியுடன் பாய்கள் மற்றும் தலைக்கவசங்கள் தயாரிக்கப்படுகின்றன.

மட்பாண்டம்: மட்பாண்டங்கள் பெண்களுக்கு மட்டுமே வரையறுக்கப்பட்ட ஒரு கைவினை. இந்தியாவின் மற்ற பகுதிகளைப் போலல்லாமல், நாகாலாந்தில் மட்பாண்டங்கள் சக்கரத்தை சுழற்றுவதை உள்ளடக்குவதில்லை. ஏனெனில் மட்பாண்டங்கள் கைகளின் உதவியுடன் பிரத்தியேகமாக தயாரிக்கப்படுகின்றன.

5. சிக்கிம்:

சிக்கிம் இந்தியாவின் வடகிழக்கு மாநிலத்தில் உள்ளது. இது வடகிழக்கில் சீனாவின் திபெத் தன்னாட்சி பகுதி, கிழக்கில் பூட்டான், மேற்கில் நேபாளம் மற்றும் தெற்கில் மேற்கு வங்காளம்

எல்லையாக அமைந்துள்ளது. சிக்கிமின் தலைநகரம் கேங்டாக் ஆகும். கலாச்சாரம் மற்றும் பாரம்பரியத்தை பாதுகாக்கும் நோக்கத்திற்காக குருங், லிம்பு, மாகர், முகியா, நெவாரி, ராய், ஷெர்பா மற்றும் தமாங் ஆகியவை கூடுதல் அதிகாரப்பூர்வ மொழிகளில் அடங்கும். சிக்கிமில் வசிப்பவர்களில் பெரும்பாலோர் நேபாள இனத்தைச் சேர்ந்தவர்கள்.

சிக்கிம் மாநிலத்தில் உள்ள பழங்குடியினர்கள்: பூட்டியா, காஸ், லெப்சாஸ், லிம்பூ, மற்றும் தமாங்

மொழி: சிக்கிம் ஒரு சிறிய மாநிலம் ஆனால் அது இந்தியாவின் பன்மொழி வடகிழக்கு மாநிலமாகும். அங்கு வசிக்கும் மக்களின் முக்கிய மொழி நேபாளி. பாட்டியா மற்றும் லெப்சாவின் மக்கள் கூட இந்த மொழியைப் பயன்படுத்தினர். அத்துடன் ஆங்கிலம், லெப்சா, திபெத்திய அல்லது பூட்டியா மொழியை பின்பற்றுபவர்களும் இங்கு உள்ளனர். சிறிய சிக்கிம் மக்கள் பயன்படுத்திய பிற உள்ளூர் மொழிகள் லிம்பூ, ராய், குருங், தமாங், ஷெர்பா, மாகர், மற்றும் நெவாரி ஆகும்.

தொழில்: சிக்கிமில் வாழும் பழங்குடியினர் உணவுக்காக வேட்டை யாடுவதில் தங்கள் நேரத்தை செலவழித்த நாடோடிகள். ஆனால் படிப்படியாக, பூட்டியாக்கள் சிக்கிமில் வந்து குடியேறியபோது, அவர்கள் ஒரு அரை மேய்ச்சல் விவசாய முறையைப் பின்பற்றத் தொடங்கினர். நிலப்பரப்பு மற்றும் தட்பவெப்ப நிலை விவசாயத்திற்கு சாதகமானது. மேலும் சிக்கிமில் வளர்க்கப்படும் முக்கிய பயிர்களில் சில:

- **சோளம்**
- **உருளைக்கிழங்கு**
- **கோதுமை**
- **நெல்**
- **பக் கோதுமை**
- **பார்லி**
- **ஏலக்காய்**
- **தேநீர், முதலியன.**

சிக்கிம் இந்தியாவில் அதிக அளவு ஏலக்காயை உற்பத்தி செய்கிறது என்பது குறிப்பிடத்தக்கது. ஏலக்காய் வயலின் மிகப்பெரிய பரப்பளவையும் கொண்டுள்ளது. விவசாயத்தின் மற்றொரு முக்கிய

அம்சம் தேயிலை. இது உலகம் முழுவதும் அதன் சுவை மற்றும் தரத்திற்கு பெயர் பெற்றது. எனவே, சமூகப் பொருளாதார வடிவத்தில் விவசாயம் மிக முக்கியமான பகுதி என்று கூறலாம்.

கலாச்சாரம்: சிக்கிமில் மூன்று வெவ்வேறு கலாச்சாரங்கள், மரபுகள் மற்றும் இனக்குழுக்கள் பிரதிநிதித்துவப்படுத்துகின்றன. லெப்சாஸ், பூட்டியாஸ் மற்றும் நேபாளத்தின் இந்த சமூகங்கள் அவற்றின் தனித்துவமான அடையாளத்துடன் ஒரு ஒத்த குறுக்கீட்டை கொண்டுள்ளது. மேலும் இது ஒரு வளமான கலாச்சார நடன வடிவங்களைக் கொண்டுள்ளது. இதில் சோ-மல்-லோக், சூஃபாட், கர் க்னோக் லோக், தர்ம ஜோ மற்றும் மோன் ட்ரயாக் லோக்ஸ் போன்ற லெப்சாவின் நாட்டுப்புற நடனங்கள் அடங்கும்.

உணவு: அரிசி, மாநிலத்தின் முக்கிய உணவு. அசைவ உணவைப் பொறுத்தவரை, அவர்கள் மீன், மாட்டிறைச்சி மற்றும் பன்றி இறைச்சியை விரும்புகிறார்கள். அத்துடன் பெரும்பாலும் உள்ளூர் பீர், விஸ்கி மற்றும் ரம் போன்ற உணவுகளுடன் சில பானங்களை விரும்புகிறார்கள்.

உடை: பெரும்பாலான நகர்ப்புற மக்கள் பஞ்சாபிகளை அணிந்துள்ளனர். லெப்சா பெண்களின் பாரம்பரிய ஆடைகள் அவை டும்வும் அல்லது டும்டியம் என்று அழைக்கப்படுகின்றன. சிக்கிம் முழுவதும் பல பெண்கள் இந்த உடையை அணிவதில் ஆர்வம் காட்டுகிறார்கள். மற்றொரு தளர்வான பொருத்தப்பட்ட அணிந்த ஆடை ந்யாம்ரெக். இது மிகவும் அழகாகவும் ரவிக்கையுடன் இணைக்கப்பட்டதாகவும் தெரிகிறது. தோப்ரோ-டம் லெப்சா ஆண்களின் முக்கிய பாரம்பரிய உடையாகும். இந்த உடையில் பைஜாமா, தலைக்கவசம், சட்டை மற்றும் யெண்டட்சே ஆகியவை அடங்கும்.

ஆபரணங்கள்: லெப்சாஸ் பண்டிகைகள் மற்றும் பிற சமயங்களில், பெண்கள் நம்சோக் (காது வளையம்), லியாக் (நெக்லஸ்) மற்றும் கியார் (காப்பு) போன்ற பாரம்பரிய நகைகளை அணிந்திருப்பதைக் காணலாம். இவை பெரும்பாலும் தங்கம் மற்றும் வெள்ளி அவற்றின் தயாரிப்பில் பயன்படுத்தப்படுகிறது. பூட்டியாஸ் காதணி, காவ் (நெக்லஸ்), பிரு (முத்து ஆபரணம்), டியூ (தங்க வளையல்), கல்லி (தடித்த வெள்ளி பூசப்பட்ட கணுக்கால்) மற்றும் ஜோகோ (மோதிரம்) என்று அழைக்கப்படும் நகைகளை அணிவார்கள். நேபாளப்

பெண்களுக்கு அழகிய தோற்றத்தைக் கொடுக்கும் ஆபரணங்கள் சர்-பாண்டி அல்லது தலைப்பாகை.

திருவிழாக்கள்: சிக்கிமின் பெரும்பான்மையான நேபாள மக்கள் தீபாவளி மற்றும் தசரா உட்பட அனைத்து முக்கிய பண்டிகைகளையும் கொண்டாடுகிறார்கள். பழமையான நம்பிக்கைகள், வண்ணமயமான அலங்காரங்கள் மற்றும் முழு சிரிப்பும் சில சிறந்த பண்டிகைகளை வகைப்படுத்துகின்றன. சிக்கிமில் பிரபலமாக கொண்டாடும் ஒரு சில பண்டிகைகளை பற்றி விரிவாக இங்கே காண்போம்.

மகே சங்கராந்தி: மகே சங்கராந்தி, சம்பத் நாட்காட்டியின் பத்தாவது மாதத்தின் முதல் நாள் வெப்பமான வானிலை தொடங்குவதை அறிவிக்கிறது. இந்த திருவிழா பொதுவாக ஜனவரி நடுப்பகுதியில் மூன்று நாட்கள் கொண்டாடப்படுகிறது. ஒவ்வொரு ஆண்டும் ஜனவரி பதினான்காம் தேதி வருகிறது. இந்நன்னாளில் நதிக் கரையோரங்களிலும், ஆறுகளின் சங்கமத்திலும் பல இடங்களில் பெரிய கண்காட்சிகள் மற்றும் மேளாக்கள் நடத்தப்படுகின்றன.

லோசர்: லோசர் என்பது திபெத்திய புத்தாண்டு, இது பிப்ரவரி மாதத்தில் வருகிறது. அதைத்தொடர்ந்து நண்பர்கள் மற்றும் உறவினர்களை குடும்பக் கூட்டங்களுக்கு அழைப்பதன் மூலம் கொண்டாடப்படுகிறது. லோசருக்கு இரண்டு நாட்களுக்கு முன்பு, ரும்டெக் மடாலயத்தில் நல்லது மற்றும் தீமைக்கு இடையேயான போரையும், தீமையை சடங்காக அழிப்பதையும் சித்தரிக்கும் விதமாக குடோர் சாம் நடத்தப்படுகிறது.

சோனம் லோச்சார்: சோனம் லோச்சார் தமாங் சமூகத்தின் முக்கியமான பண்டிகை. இந்த விழா ஜனவரி - பிப்ரவரி (மக சுக்ல பக்கா) வசந்த காலத்தில் வருகிறது. மற்ற சமூகங்களைப் போலவே, தமாங்க்களும் தங்கள் பண்டிகையை மிகுந்த மகிழ்ச்சியுடனும், ஆர்வத்துடனும் கொண்டாடுகிறார்கள். இது இடத்திற்கு ஏற்றாற்போல் ஐந்து முதல் பதினைந்து நாட்கள் வரை நீடிக்கும்.

ட்ருக்பா தேஷி: திபெத்திய நாட்காட்டியின் 6 வது மாதத்தின் (ட்ருக்பா) 4 வது நாளில் (த்ஷேஷி) ட்ருக்பா தேஷி கொண்டாடப்படுகிறது. ஆங்கில நாட்காட்டியின் படி, இது ஒவ்வொரு ஆண்டும் ஜூலை அல்லது ஆகஸ்ட் மாதத்தில் கொண்டாடப்படும். பண்டிகையின் பின்னணியில் உள்ள புராணக்கதைக்கு வருகையில் புத்தர் பகவானை கொண்டாடுவதையும், அவருடைய முதல் உன்னத உண்மைகளை

போதிப்பதையும் அனுசரிக்கப்படுகிறது. இந்த பிரசங்கம் சாரநாத்தில் உள்ள மான் பூங்காவில் அவரது ஐந்து சீடர்களுக்கு வழங்கப்பட்டது என்று நம்பப்படுகிறது.

கலை மற்றும் கைவினை: சிக்கிம் கலை மற்றும் கைவினை அதன் திகைப்பூட்டும் கவர்ச்சிகரமான அழகுக்காக புகழ் பெற்றது. இயற்கை அழகுடன் மட்டுமல்லாமல் அதன் கலை மற்றும் கைவினைத்திறனுடனும் பிரகாசிக்கிறது. பாரம்பரியமான குடிசை கலை மற்றும் வடிவமைப்பின் கைவினைப்பொருட்களை பாதுகாக்கவும், ஊக்குவிக்கவும் கைத்தறி நிறுவனத்தை தொடங்கினர். இந்த நிறுவனம் கண்ணைக் கவரும் கைவினைப்பொருட்கள் மற்றும் தரைவிரிப்புகள், மர செதுக்கப்பட்ட தளபாடங்கள், கேன்வாஸ் சுவர் தொங்கல்கள் போன்றவற்றை தயாரிக்கிறது.

மர செதுக்குதல்: மரச் செதுக்குதல் இந்தியாவின் உண்மையான கலையின் அடையாளமாகும். சிக்கிம் முழுவதும், மரங்களால் செதுக்கப்பட்ட சின்னங்கள் மற்றும் சின்னங்களால் அலங்கரிக்கப்பட்ட மடங்கள் மற்றும் கட்டிடங்களைக் காணலாம்.

தங்க ஓவியங்கள்: தங்க ஓவியங்கள் சிக்கிம் மாநிலத்திற்கு தனித்துவமானது. ஆரம்பத்தில், இந்த ஓவியங்கள் மட்டுமே பௌத்தத்தின் உயர்ந்த இலட்சியங்களைப் போதிக்கும் ஒரே ஊடகமாக இருந்தன. 'தங்காஸ்' பொதுவாக பட்டு சட்டத்துடன் பருத்தி கேன்வாஸில் தயாரிக்கப்படுகிறது.

6. திரிபுரா:

திரிபுரா இந்தியாவின் வடகிழக்கு மாநிலத்தில் உள்ளது. இது எந்த இந்திய மாநிலத்திலும் காணப்படாத அதிக எண்ணிக்கையிலான விலங்கினங்களைக் கொண்டுள்ளது. மாநிலத்தின் மொத்த உள்நாட்டு உற்பத்தியில் சேவைத் துறை மிகப்பெரிய பங்களிப்பாளராக இருந்தாலும் பெரும்பாலான குடியிருப்பாளர்கள் விவசாயம் மற்றும் அதைச் சார்ந்த மிசோரம் சிறிய மாநிலங்களில் ஒன்றாகும். மாநிலத்தின் எல்லைகள் அசாம் மற்றும் மிசோரம் அதன் திரிபுராவின் தலைநகரம் அகர்தலா.

திரிபுரா மாநிலத்தில் உள்ள பழங்குடியினர்கள்: பில், பூட்டியா, சைமல், சக்மா, ஹலாம், காசியா, லுஷாய், மிசெல், நாம்தே, மாக், முண்டா மற்றும் ரியாங்.

மொழி: கோக்போரோக் மற்றும் பெங்காலி மொழி வடகிழக்கு இந்தியாவில் பிரத்தியேகமாக பேசப்படுகிறது. இங்கு வசிக்கும் பழங்குடியின மக்கள் பெரும்பாலும் வங்காள மொழிகளான சப்ரூம் மற்றும் சக்ராவைப் பயன்படுத்துகின்றனர். சிலர் ரங்கஹால் மற்றும் ஹலாம் மொழிகளிலும் பேசுகிறார்கள். மாநிலத்தில் பேசப்படும் மற்ற முக்கிய மொழி மணிப்பூரி. பழங்குடி சமூகங்கள் அதிகாரப்பூர்வ மற்றும் நிர்வாக நோக்கங்களுக்காக ஆங்கிலம் தாராளமாக பயன்படுத்தப்படுகிறது.

கலாச்சாரம்: திரிபுராவில் இசை, நுண்கலைகள் மற்றும் கைவினைப் பொருட்கள் நிறைந்த கலாச்சார பாரம்பரியம் உள்ளது. வங்காளிகளால் ஆதிக்கம் செலுத்தப்படுவதால், மாநிலத்தின் பரவலான கலாச்சாரம் பெங்காலி ஆகும். திரிபுரிஸ், ஜமாதியா, ரியாங், நோட்டியா, கோலோய், முரசிங், சக்மா, ஹலம், கரோ, குகி, லுஷாய், மோக், முண்டா, ஓரான், சந்தால் மற்றும் உச்சோய் போன்ற பல்வேறு இன-மொழி குழுக்களைக் கொண்டுள்ளது.

வரலாற்று மற்றும் கலாச்சார ரீதியாக, திரிபுரா மிகவும் வளமான மாநிலமாக கருதப்படுகிறது. இங்குள்ள கலாச்சாரத்தில் பல நாட்டுப்புறக் கதைகள், புராணங்கள், பாடல்கள், கதைகள் மற்றும் புதிர்கள் உள்ளன. இந்த கதைகள் அனைத்தும் அன்றாட அனுபவங்களின் அடிப்படையில் உருவாக்கப்பட்டன. இதில் தெய்வம், கடவுள், பேய், சூனியக்காரி, வரலாறு, தாவரங்கள், விலங்குகள், விண்மீன் பற்றிய விளக்கம் ஆகியவை காணப்படுகின்றன.

உணவு: திரிபுரா மக்களின், உணவில் மீன் ஒரு பொதுவான அங்கமாகும். வடகிழக்கு கிராமத்தைச் சுற்றியுள்ள நீரோடைகளில் சிறிய மீன்கள் எளிதில் கிடைக்கும். அவர்கள் முழு வருடமும் வலையைப் பயன்படுத்தி போதுமான மீன்களைப் பிடிக்கிறார்கள். இந்த மீன்களில் புரதம் மற்றும் ஒமேகா 3 நிறைந்திருப்பது மட்டுமல்லாமல் சுவையாகவும் இருக்கும். சிறிய மீன்களை உள்ளடக்கிய சில திரிபுரா உணவுகள் 'கோடோக்' மற்றும் 'முட்டை' என்று அழைக்கப்படுகிறது. கோடோக் மற்றும் முட்டை ஒரு முக்கியமான மூலப்பொருளாக மஞ்சள் இலைகளை கொண்டு தயாரிக்கப்படுகின்றன.

உடை: ரிசா, ரிக்னை மற்றும் ரிக்கூட்டு ஆகியவை திரிபுராவின் பாரம்பரிய ஆடைகளாகும். இது துணியில் துடிப்பான கலைத்திறனைக் கொண்டுள்ளது. 'ரிக்னை' என்பது மிக நீண்ட மற்றும்

அகலமான துணியால் இடுப்பைச் சுற்றி முழங்கால்களை அடையும். ஒப்பீட்டளவில் குறுகிய துணி 'ரிசா' என்று அழைக்கப்படுகிறது. திரிபுராவில் உள்ள ஒவ்வொரு குலமும் வடிவமைப்பு மற்றும் வடிவங்களின் அடிப்படையில் ரிக்னாயின் பதிப்பைக் கொண்டுள்ளது. மணமகள் திருமண விழாவின் போது ரிஸா அணியப்படுகிறார். சமீபத்தில், இளம் பெண்கள் ரிசாவுக்கு பதிலாக ரவிக்கைகளை அணிய விரும்புகிறார்கள்.

ஆண்களுக்கான வழக்கமான ஆடை குபாய் எனப்படும் சட்டை அணிந்த ரிகுடு கம்சா எனப்படும். அவர்கள் அதிக வெப்பத்திலிருந்து தங்களைக் காப்பாற்றிக் கொள்ள தலைப்பாகை அல்லது பக்ரி எனப்படும் தலைக்கவசத்தை அணிவார்கள்.

ஆபரணங்கள்: பழங்குடியினரிடையே, ரியாங் மற்றும் திரிபுரி நகைகள் தனித்துவமானது மற்றும் உள்ளூர் மக்களால் வடிவமைக்கப்பட்டது. இது வெண்கலம், வெள்ளி மற்றும் தாமிரத்தால் ஆனவை. பெண்கள் பாரம்பரிய நிகழ்வுகளுக்கு "காரா" என்று அழைக்கப்படும் பெரிய கனமான வளையல்களை அணிய விரும்புகிறார்கள். விலங்குகளின் கொம்புகள் மற்றும் எலும்புகள் நகைகளைத் தயாரிக்க பயன்படுத்தப்படுகின்றன.

மூங்கில் மற்றும் கரும்பு நகைகள்: நாணய நகைகளைத் தவிர, கையால் செய்யப்பட்ட மூங்கில் மற்றும் கரும்பு நகைகள் இங்கு ஏராளமாக உள்ளன. கிராம கைவினைஞர்கள் மூங்கில்களை பல்வேறு பொருட்களாக மாற்ற தங்கள் கலையைப் பயன்படுத்துகின்றனர். மூங்கில் காதணிகள் மிகவும் எடை குறைவானவை.

திருவிழாக்கள்: திரிபுரா ஒரு வளமான கலாச்சார பாரம்பரியம் மற்றும் மரபுகளின் பூமி என்று கருதப்படுகிறது. அனைத்து திருவிழாக்களும் திரிபுரா மக்களால் மிகுந்த ஆர்வத்துடனும், வைராக்கியத்துடனும் கொண்டாடப்படுகின்றன.

கரியா பூஜை: கரியா பூஜை திரிபுராவின் முக்கிய பண்டிகைகளில் ஒன்றாகும். இந்த விழாவில் செல்வத்தின் கடவுளான கரியா கடவுளை பூக்கள் மற்றும் மாலைகளால் அலங்கரிக்கிறார்கள். பருத்தி நூல், அரிசி, கோழி குஞ்சு, அரிசி பீர், மது, மண் பானைகள், முட்டை மற்றும் ஒயின் ஆகியவற்றுடன் கரியா பூஜை நடத்தப்படுகிறது. தெய்வத்தின் முன் கோழியை பலியிடும் பாரம்பரியத்தை இது உள்ளடக்கியுள்ளது.

மேலும் இறைவனின் ஆசிகளைப் பெற, கோழியின் இரத்தம் இறைவன் முன் தெளிக்கப்படுகிறது.

கேர் பூஜை: வாஸ்து தேவதையின் காவல் தெய்வமான கேர் என்பவரை கௌரவிப்பதற்காக இரண்டு வாரங்களுக்குப் பிறகு இந்த விழா கொண்டாடப்படுகிறது. மக்களை பேரழிவுகளிலிருந்து பாதுகாக்கவும், வெளிப்புற ஆக்கிரமிப்பிலிருந்து காப்பாற்றவும் இந்த பூஜை நடத்தப்படுகிறது.

கர்ச்சி பூஜை: கர்ச்சி விழாவின் போது, வம்ச தெய்வத்தின் 14 கடவுள்கள் வணங்கப்படுகிறார்கள். இது திரிபுராவில் மிகவும் பிரபலமான திருவிழா. பூஜை ஒரு வாரத்திற்குத் தொடர்கிறது. இதை மக்கள் பெருமளவில் ஒன்றுகூடி கொண்டாடுகிறார்கள். 14 கடவுள்களின் கோவில் வளாகத்தில் அகர்தலாவில் இந்த விழா கொண்டாடப்படுகிறது. கர்ச்சி பூஜை முக்கியமாக பூமியை வழிபடுவதற்காக செய்யப்படுகிறது.

நீர்மஹால் நீர் விழா: இது ஒவ்வொரு ஆண்டும் திரிபுராவில் உள்ள ருத்ரசாகர் ஏரியில் கொண்டாடப்படுகிறது. திருவிழா 3 நாட்கள் நடத்தப்படுகிறது. மேலும் மாலை நேரங்களில் நிகழ்வு நாடகங்கள் மற்றும் கலாச்சார நிகழ்ச்சிகள் ஏற்பாடு செய்யப்படுகின்றன.

கலை மற்றும் கைவினை: திரிபுராவின் கலை மற்றும் கைவினைப்பொருட்கள் இயல்பான கலைப்பணி மற்றும் மக்களின் தனித்துவத்தை பிரதிபலிக்கின்றன. கைத்தறி திரிபுராவின் முக்கிய கைவினை. அத்துடன் தளபாடங்கள், பொம்மைகள், விளக்கு நிழல்கள், கூடைகள், காலெண்டர்கள், தந்த வேலை மற்றும் திரிபுரன் பழங்குடி நகைகள் போன்ற தினசரி பயன்பாட்டுப் பொருட்கள் இங்கு தயாரிக்கப்படுகின்றன.

கரும்பு மற்றும் மூங்கில் கைவினைப் பொருட்கள்: மூங்கில் மற்றும் கரும்பைப் பயன்படுத்தி பல்வேறு வகையான கைவினைப் பொருட்களைத் தயாரிக்கின்றன. டேபிள் பாய்கள், தரை விரிப்புகள், அறை வகுப்பிகள், அலங்கரிக்கப்பட்ட சுவர் பேனல்கள் மற்றும் கரும்பின் தளபாடங்கள் ஆகியவை அடங்கும்.

கைத்தறிகள்: பழங்குடி மக்கள் நேர்த்தியான வடிவமைப்புகள், தனித்துவமான வண்ண சேர்க்கைகள் மற்றும் நீடித்த அமைப்புடன் தங்கள் சொந்த ஆடைகளை உற்பத்தி செய்கின்றனர். உற்பத்தி

செய்யப்படும் பாரம்பரிய பொருட்களில் ரிசா மற்றும் ரிஹா ஆகியவை அடங்கும்.

வணிகத் தறிகள் மற்றும் வணிகமற்ற தறிகள் இரண்டும் மாநிலத்தில் இயங்குகின்றன. வணிக ரீதியான தறிகள் மாநிலத்தின் பழங்குடி மக்களால் இயக்கப்படுகின்றன. அவர்கள் தங்கள் சொந்த நுகர்வுக்காக துணிகளை நெசவு செய்கிறார்கள். அதேசமயம் வணிகமற்ற தறிகள் வங்காளிகள் மற்றும் மணிப்பூரி நெசவாளர்களால் கட்டுப்படுத்தப்படுகின்றன.

7. அருணாச்சலப் பிரதேசம்:

அருணாச்சல பிரதேசம் வடகிழக்கு இந்தியாவில் உள்ள ஒரு மாநிலமாகும். அருணாச்சலப் பிரதேசத்தின் மாநிலத் தலைநகரம் இத்தநகர். இது முந்தைய வடகிழக்கு எல்லை முகமை பிராந்தியத்தில் இருந்து உருவாக்கப்பட்டது. தெற்கில் அசாம் மற்றும் நாகாலாந்து மாநிலங்களின் எல்லையாக அமைந்துள்ளது. மேற்கில் பூட்டான், கிழக்கில் மியான்மர், வடக்கில் சீனா போன்ற சர்வதேச எல்லைகளை மெக்மஹோன் கோட்டில் பகிர்ந்து கொள்கிறது.

அருணாச்சலப் பிரதேச மாநிலத்தில் உள்ள பழங்குடியினர்: அருணாசலப் பிரதேசம்: அபடனிஸ், அபோர், டஃப்லா, காலோங், மொம்பா, ஷெர்டுக்பென், சிங்போ, நைஷி, மிஷ்மி, இடு, தரோன், டாகின், ஆதி, மோன்பா, மற்றும் வாஞ்சோ.

மொழி: அருணாச்சலப் பிரதேசம் பழங்குடியினரின் தாயகமாகும், இங்கு ஒரு தனித்துவமான பேச்சுவழக்கு உள்ளது. நிஷி மொழி பிரதேசம் முழுவதும் பேசப்படும் மொழிகளில் ஒன்றாக கருதப்படுகிறது. அருணாச்சலப் பிரதேசத்தில் பொதுவாகப் பேசப்படும் மொழிகள் டாஃப்லா, மிஸ்ரி, ஆதி காலோங், மோன்பா, ஆகா, நோக்டே, காம்டி, நிஷி, வாஞ்சோ மற்றும் டாகின். அத்துடன் இந்தி, தியோரி, அஸ்ஸாமி மற்றும் ஆங்கிலமும் பேசப்படுகிறது.

உணவு: உணவு வகைகளில் பழங்குடியினரின் செல்வாக்கு அதிகம் இருப்பதால், பிராந்தியத்திற்கு ஏற்ப மாறுபடும். அசைவம் இங்கு விருப்பமான தேர்வாகும் மற்றும் உணவு குறைந்தபட்ச மசாலாப் பொருட்களுடன் சமைக்கப்படுகிறது. இருப்பினும், உணவை சுவையாக மாற்ற சமையல் மூலிகைகள் பயன்படுத்தப்படுகின்றன. ஆர்கானிக் காய்கறிகள், மூலிகைகள் மற்றும் புளித்த மூங்கில்

தளிர்கள் போன்றவை பழங்குடி உணவு வகைகளின் ஒருங்கிணைந்த பொருட்கள் ஆகும்.

உடை: பழங்குடியினர் இனரீதியாக ஒத்திருந்தாலும், அவர்கள் தங்கள் ஆடைகளின் வெவ்வேறு தோற்றங்களைக் கொண்டுள்ளனர். பெரும்பாலும், அவர்கள் தங்கள் மூதாதையர்களிடமிருந்து மிகவும் பாணியிலான ஆடைகளைப் பெற்றிருக்கிறார்கள். ஆடு முடி, மனித முடி, மரப்பட்டைகள் போன்றவற்றை பயன்படுத்தி, அவர்கள் பாவாடை, சால்வை, சடங்கு கோட்டுகள் போன்றவற்றை உருவாக்கி அணிகின்றனர்.

தொழில்கள்: அருணாச்சல பிரதேச மக்களின் முக்கிய தொழில் ஜூம் சாகுபடி விவசாயம். ஜூம் என்பது காடுகளின் ஒரு பகுதியை சுத்தம் செய்வது, மரங்களை வெட்டுதல், எரித்தல் மற்றும் அந்த பகுதிகளில் விதைகளை விதைத்தல் போன்றவை அடங்கும். பெரும்பாலான தொழில்கள் மரம் மற்றும் ஒட்டு பலகை போன்ற காடுகளில் இருந்து இயற்கை பொருட்களை அடிப்படையாகக் கொண்டவை. மற்ற தொழில்களில் தேயிலை, பெட்ரோ கெமிக்கல் மற்றும் சிமெண்ட் ஆகியவை அடங்கும்.

ஆபரணங்கள்: பெண்கள் கழுத்தணிகள், வளையல்கள் மற்றும் பெல்ட்களை அணிவார்கள். ஆனால், இத்தகைய கழுத்தணிகள் பெண்களின் கழுத்தை மட்டும் அலங்கரிக்கவில்லை, சில சமயங்களில் ஆண்களையும் அலங்கரிக்கின்றன. ஒவ்வொரு நகையும் அதன் நிறம் மற்றும் பளபளப்புக்கு ஏற்ப அதன் சொந்த மதிப்பைக் கொண்டுள்ளது. மேலும், தென்கிழக்கு அருணாசலப் பிரதேசத்தில் அகேட் கல், பித்தளை மற்றும் வெள்ளி மணிகள் பயன்படுத்தப்படுகின்றன.

திருவிழாக்கள்: பண்டிகை காலங்களில் மக்கள் நடனமாடுகிறார்கள், பாடுகிறார்கள், பிரார்த்தனை செய்கிறார்கள், நன்றி செலுத்துகிறார்கள் மற்றும் ஒரு சமூகமாக மகிழ்ச்சியாக இருக்கிறார்கள். இந்த விழாக்கள் உண்மையில் அருணாச்சலப் பிரதேசத்திற்குச் செல்வதற்கான காரணத்தைச் சேர்க்கின்றன.

பங்சாவ் பாஸ் குளிர்கால விழா: பங்சாவ் விழா அருணாச்சலப் பிரதேசத்தின் சாங்லாங் மாவட்டத்தில் அமைந்துள்ள நம்போங்கில் கொண்டாடப்படுகிறது. பங்சுவா பாஸ் குளிர்கால விழா என்பது ஒவ்வொரு ஆண்டும் ஜனவரி மாதத்தில் நடைபெறும் மூன்று நாள்

விழா ஆகும். இந்த விழாவில், மக்கள் தங்கள் ஆடம்பரமான இனத்தை கொண்டாடுகிறார்கள், மற்றும் நாட்டுப்புற பாடல்களையும் பாடி மகிழ்கிறார்கள்.

ஜிரோ இசை விழா: ஜிரோ திருவிழா இசை மாநிலத்தின் மிகப்பெரிய வெளிப்புற இசை விழாவாகும். இசை கலைஞர்களின் நிகழ்ச்சிகளை இசை பிரியர்கள் ரசிக்கும் நான்கு நாள் விழா இது. எனவே, இங்குள்ள பல்வேறு கலாச்சாரங்களைப் பற்றி அறிய இது ஒரு நல்ல வாய்ப்பு. இத்திருவிழாக்களை கொண்டாடுவதற்காகவே மக்கள் ஜிரோ இசை விழாவில் நான்கு நாட்கள் செலவிடுகிறார்கள்.

சோலுங் திருவிழா: இத்திருவிழா சோலுங் பருவமழை மாதத்தில் கொண்டாடப்படுகிறது. இது இந்தியாவில் மிகவும் பிரபலமான பண்டிகைகளில் ஒன்றாகும். குறிப்பாக மேற்கு சியாங், கிழக்கு சியாங், கீழ் திபாங் பள்ளத்தாக்கு, மற்றும் மேல் திபாங் பள்ளத்தாக்கு மாவட்டம் ஆகிய ஆதி சமூகத்தினரால் கொண்டாடப்படுகிறது.

நியோக்கும் விழா: நியோக்கும் என்பது நியிஷி பழங்குடியினரின் பண்டிகை, மற்றும் மக்களின் நல்லிணக்க செழிப்புக்காக கொண்டாடப்படுகிறது. ஒவ்வொரு ஆண்டும் பிப்ரவரி 28 ஆம் தேதி பாப்பும்பர் மாவட்டத்தில் நியோக்கும் விழா கொண்டாடப்படுகிறது. விழாவில் ஆண்களும் பெண்களும் கைகளைப் பிடித்து ஒரு வட்டத்தை அமைத்து பாரம்பரிய நடனத்தை நிகழ்த்துகிறார்கள்.

லோசர் திருவிழா: இது அருணாச்சலப் பிரதேசத்தில் உள்ள மோன்பா பழங்குடியினரின் பண்டிகை. இந்த விழா பொதுவாக பிப்ரவரி மாதத்தில் அல்லது மார்ச் மாத தொடக்கத்தில் 8 முதல் 15 நாட்கள் வரை நீடிக்கும். இதன் போது வீடுகள் சுத்தம் செய்யப்படுகின்றன, பிரார்த்தனைகள் செய்யப்படுகின்றன, மற்றும் ஒவ்வொரு வீட்டிலும் வெண்ணெய் விளக்குகள் ஏற்றப்படுகின்றன.

பூரி பூட் திருவிழா: பூரி பூட் திருவிழா என்பது பயிர்களை வெற்றிகரமாக அறுவடை செய்ததற்கு நன்றி தெரிவிக்கும் விழாவாக கொண்டாடப்படுகிறது. பிப்ரவரி மாதத்தில் 3 நாட்கள் கொண்டாடப்படும் திருவிழா ஆகும். பூரி பூட் என்பது வயது மற்றும் பாலினம் ஆகியவற்றைப் பொருட்படுத்தாமல் ஒன்றிணைந்து வசந்தத்தின் வருகையைக் கொண்டாடுவதாகும். இந்த பண்டிகையின் மற்றொரு அம்சம் என்னவென்றால், மக்கள் பூரி பூட்டின் ஆவிக்கு

பிரார்த்தனை செய்கிறார்கள். இதனால் அது செழிப்புடன் அவர்களை ஆசீர்வதிக்கிறது மற்றும் நோய்களிலிருந்து அவர்களை விடுவிக்கிறது என்பது அவர்களின் நம்பிக்கை.

லோகு விழா: லோகு நோக்டே பழங்குடியினரின் முக்கிய பண்டிகை. இது குளிர்காலத்திலிருந்து விடைபெறுவதற்காக கொண்டாடப்படுகிறது. இந்த விழா பிப்ரவரி மாதத்தில் கொண்டாடப்படுகிறது மற்றும் இது ஒரு விவசாய விழாவாக கருதப்படுகிறது. மேலும், மக்கள் தங்கள் பாரம்பரிய ஆடைகளை சரிபார்க்கிறார்கள், அவை கொண்டாட்டங்களின் போது அணியப்படும்.

கலை மற்றும் கைவினை: கலை கைவினைத்திறன் ஒரு தலைமுறையிலிருந்து இன்னொரு தலைமுறைக்கு அனுப்பப்பட்டது. நெசவு, ஓவியம், மட்பாண்டங்கள், ஸ்மிதி வேலை, கூடை மற்றும் மர செதுக்குதல் போன்ற பரந்த அளவிலான கைவினைப்பொருட்கள் செழித்து வளர்கின்றன.

நெசவு: நெசவு என்பது பிரதேசம் முழுவதும் உள்ள பெண்களின் தொழில். அவர்கள் ஒரு சிறந்த வண்ண உணர்வைக் கொண்டுள்ளனர். நெசவுகளில் ஆதிக்கம் செலுத்தும் அடிப்படை நிறங்கள் கருப்பு, மஞ்சள், அடர் நீலம், பச்சை மற்றும் கருஞ்சிவப்பு. தொப்பிகள், கூடைகள், கரும்பு பாத்திரங்கள், செதுக்கப்பட்ட மூங்கில் குவளைகள், பலவிதமான ஆபரணங்கள் மற்றும் நகைகள் அனைத்தும் தொழிலாளர்களால் வடிவமைக்கப்பட்டுள்ளன.

கம்பளம் தயாரித்தல்: தரைவிரிப்பு நெசவின் தேவை அதிகரிப்பால், உற்பத்தி இப்போது பெரிய அளவில் மேற்கொள்ளப்படுகிறது. தரைவிரிப்புகளைத் தயாரிப்பதற்கான பாரம்பரிய முறை, இழைகளை பின்னல் கொண்டு இணைப்பது. இழைகள் முன் கூட்டியே பின்னப்பட்ட பின்னணியில் ஒரு கனமான லேடெக்ஸ் பூச்சுடன் பாதுகாக்கப்படுகின்றன.

மர செதுக்குதல்: மர செதுக்குதல் என்பது மாநிலத்தின் சில பழங்குடியினரின் பாரம்பரியமாகும். மோன்பா மர செதுக்குபவர் அழகான கோப்பைகள், பழக் கிண்ணங்கள் மற்றும் பாண்டோமைகளுக்கான அற்புதமான சடங்கு முகமூடிகளை எடுத்துக்கொள்கிறார்.

8. அசாம்:

அசாம், அதாவது 'இணையற்ற நிலம்' என்று கருதப்படுகிறது. அசாமியின் இனத் தோற்றம் மங்கோலாய்ட் பழங்குடியினரிடமிருந்து நேரடியாக இந்தியப் பங்குக்கு மாறுபடுகிறது. இங்கு வசிக்கும் ஆரம்பகால மக்கள் அநேகமாக ஆஸ்ட்ரிக் பங்குகளாக இருந்தனர். அசாம் அதன் கோவில்கள், நினைவுச்சின்னங்கள் மற்றும் பிரம்மபுத்ரா நதி வழியாக வளமான கலாச்சார பாரம்பரியத்தின் சாட்சியத்தைக் கொண்டுள்ளது. இது பாரம்பரியங்கள் மற்றும் நாகரிகத்தின் அடிப்படையில் ஒரு புகழ்பெற்ற மாநிலமாகும்.

அசாம் மாநிலத்தில் உள்ள பழங்குடியினர்கள்: சக்மா, சுத்தியா, டிமாசா, ஹாஜோங், கரோஸ், காசிஸ், கங்டே, கர்பி, போரோ, போரோகாச்சாரி, கச்சாரி, சோன்வால், மிரி, ராபா மற்றும் கரோ

மொழி: அஸ்ஸாமில் பெரும்பாலான மக்கள் அசாமிய மொழி பேசுகிறார்கள். 'அஸ்ஸாமீஸ்' என்ற வார்த்தை அதன் ஆங்கிலமயமாக்கப்பட்ட வடிவமாகும். அசாமிகள் இந்தோ-ஆரிய மொழியின் குடும்பத்தைச் சேர்ந்தவர்கள். இது ஏறக்குறைய கி.பி 7 ஆம் நூற்றாண்டில் சமஸ்கிருத மொழியிலிருந்து படிப்படியாக உருவானது. பண்டைய ராஜ்யங்களில், காசி, மகதன் பிராகிருதம், போடோ மற்றும் சமஸ்கிருதம் போன்ற பல்வேறு தோற்றம் கொண்ட சாதாரண மக்களால் பேசப்படும் மொழி அஸ்ஸாமி. இதில், உள்ள பிற மொழிகள், டிமாக்கா, மிஷிங், கர்பி, ராபா, திவா போன்றவை.

தொழில்: அசாம் மக்களின் முக்கிய தொழில் விவசாயம். விவசாயிகள் அரிசி சாகுபடியில் ஈடுபடுகின்றனர், இது அஸ்ஸாமிய மக்களின் பிரதான உணவாகும். மற்ற விவசாய பயிர்களில் பருப்பு வகைகள், சணல், தேயிலை மற்றும் பழ சாகுபடி ஆகியவை அடங்கும். அஸ்ஸாம் உலகம் முழுவதும் தேயிலை தோட்டத்திற்கு பெயர் பெற்றது. அசாமில் உள்ள மக்களின் முக்கிய வருவாய் காடுகள் தான். மரங்கள் மற்றும் மூங்கில் ஆகியவை அசாமின் காடுகளிலிருந்து வரும் முக்கிய தயாரிப்புகளாகும்.

கலாச்சாரம்: அசாம் பல்வேறு கலாச்சாரங்களின் சந்திப்பு. போடோ, கச்சாரி, கர்பி, மிரி, மிஷிமி, ராபா போன்ற பல்வேறு பழங்குடியினர் அசாமில் இணைந்து வாழ்கின்றனர். ஒவ்வொன்றும் அதன் பாரம்பரியம், கலாச்சாரம், உடை மற்றும் வாழ்க்கை முறையில்

தனித்துவமானது. நம்பிக்கைகள், உணர்வுகள், பெருமை, அடையாளம் போன்றவற்றைக் குறிக்க பல்வேறு கூறுகள் பயன்படுத்தப்படுகின்றன.

உணவு: அசாமின் முக்கிய உணவைப் பொறுத்தவரை, கறி ஒரு அசைவ உணவாகும். தயாரிப்பில் அதன் தனித்துவமான கையொப்ப சுவைக்காக உலர்ந்த வாழை இலைகளை பயன்படுத்துகின்றனர். அசாமின் மற்றொரு சிறப்பு உணவுப் பொருட்களில் ஒன்று வாத்து இறைச்சி. இது பொதுவாக ஆஷ் பூசணியுடன் சமைக்கப்படுகிறது. இதை ஒரு முறை செய்தவுடன் மிகவும் புத்துணர்ச்சியூட்டும் சுவையை நமக்கு அளிக்கிறது.

உடைகள்: பழங்காலத்தில், குறைந்த ஆடைகள் சாதாரண மக்களால் பரவலாகப் பயன்படுத்தப்பட்டன. இந்த கீழ் ஆடைகள் தைக்கப்படாத துணியால் செய்யப்பட்டன. மறுபுறம், சமுதாயத்தின் உயர் பிரிவினர் மேல் ஆடைகளையும், பாகுரி கீழ் ஆடைகளையும் அணிந்தனர். இந்த காலகட்டத்தில் தான் சட்டை அல்லது தைக்கப்பட்ட துணி போன்றவை வெவ்வேறு அரசர்களால் அணியத் தொடங்க ஆரம்பித்தது. அவை பருத்தி, எரி, முக, மல்பெரி, பட்டு, தாசர் மற்றும் கம்பளி ஆகியவற்றால் செய்யப்பட்டது.

ஆபரணங்கள்: ஆபரணங்கள் அசாமிய கலாச்சாரத்தின் மிக முக்கியமான பகுதிகளில் ஒன்றாகும். இது பொதுவாக "கேஷா சூன்" அல்லது மூல தங்கம் என்று அழைக்கப்படும் தங்கத்தால் ஆனது. நகைகள் பொதுவாக கையால் செய்யப்பட்டவை, மேலும் வடிவமைப்புகள் இப்பகுதியின் தாவரங்கள் மற்றும் விலங்கினங்களின் பொக்கிஷங்களை சித்தரிக்கின்றன. தங்க நகைகளில் கருப்பு, சிவப்பு மற்றும் பச்சை நிறங்கள் மிகவும் அழகாக இருக்கின்றன. மேலும் இந்த நிறங்கள் வடகிழக்கு மாநிலங்களின் பழங்குடியினரின் பாரம்பரிய ஆடைகளில் ஆதிக்கம் செலுத்துகின்றன.

பண்டிகைகள்: அசாமில் கொண்டாடப்படும் பண்டிகைகள் மக்களின் நம்பிக்கை மற்றும் ஒற்றுமையின் உணர்வை வகைப்படுத்துகின்றன. உள்ளூர்வாசிகள் அசாமில் நடக்கும் திருவிழாக்கள் மற்றும் பண்டிகைகளை உண்மையான வீரியம், ஆடம்பரம் மற்றும் நிகழ்ச்சியுடன் கொண்டாடுகிறார்கள். இங்கு கொண்டாட்டங்களின் பிரம்மாண்டமும், ஆற்றலும் பார்வையாளர்களுக்கு வித்தியாசமான இன்பத்தை அளிக்கிறது. இங்கு நடக்கும் முக்கிய திருவிழாக்கள்

மற்றும் கண்காட்சிகளை விவசாய விழாக்கள், மற்றும் நாட்டுப்புற விழாக்கள் என வகைப்படுத்தலாம்.

பிஹூ: பிஹூ அசாமின் மிக முக்கியமான பண்டிகை. சாதி மற்றும் நம்பிக்கை ஆகியவற்றைப் பொருட்படுத்தாமல் அனைத்து அசாமிய மக்களாலும் மகிழ்ச்சியுடனும், மிகுதியுடனும் கொண்டாடப்படுகிறது. ஒரு வருடத்தில் மூன்று பிஹூக்கள் கொண்டாடப்படுகின்றன. போஹாக் பிஹூ ஒரு நல்ல அறுவடைக்கான ஆசையைத் தூண்டுகிறது, ஏனெனில் இது விவசாயிகள் விதைக்கத் தொடங்கும் நேரம். காதி பிஹூ தானியங்களை வெட்டுவதையும், பிணைப்பதையும் குறிக்கும்.

மீ-டம்-மீ-ஃபை: மீ-டம்-மீ-ஃபை என்பது முன்னோர்களின் வழிபாட்டுத் திருவிழாவாகும். இது முழு அஹோம் சமூகத்தாராலும் கொண்டாடப்படுகிறது. ஆண்டுதோறும் ஜனவரி 31 அன்று நிகழ்த்தப்படுகிறது. இந்த விழாவில் பாரம்பரிய அலங்காரத்தில் பக்தர்களுடன் வண்ணமயமான ஊர்வலங்களும் எடுக்கப்படுகின்றன. மக்கள் மற்றும் சமுதாயத்தின் ஒட்டுமொத்த நல்வாழ்வின் நலனில் மீ-டம்-மீ-ஃபை செயல்திறன் அவசியமாக கருதப்படுகிறது.

பைஷாகு: இந்த பண்டிகை 'போரோ கச்சாரிஸ்' பழங்குடியினரால் கொண்டாடப்படுகிறது. எண்ணற்ற வண்ணங்கள் மற்றும் மகிழ்ச்சிக்காக 'பைஷாகு' பொதுவாக ஏப்ரல் நடுப்பகுதியில் கொண்டாடப்படுகிறது. போடோ பழங்குடியினரின் மிகவும் மதிப்புமிக்க விழா இது. புத்தாண்டின் தொடக்கத்தில் போடோக்கள் இதை வசந்தகால விழாவாகக் கொண்டாடுகிறார்கள்.

கலை மற்றும் கைவினை: அஸ்ஸாம் மக்கள் பழங்காலத்திலிருந்தே கைவினைஞர்களாக இருந்தனர். அசாம் பெரும்பாலும் அதன் நேர்த்தியான பட்டு, மூங்கில் மற்றும் கரும்பு பொருட்களுக்கு பெயர் பெற்றிருந்தாலும், பல கைவினைப்பொருட்களும் இங்கு தயாரிக்கப்படுகின்றன.

கரும்பு மற்றும் மூங்கில்: கரும்பு மற்றும் மூங்கில் வாழ்க்கையின் பிரிக்க முடியாத பகுதிகளாக உள்ளன. அன்றாட வாழ்வில் வீட்டு உபயோகப் பொருட்கள் முதல் நெசவுச் சாதனங்கள் வரை பொதுவாகப் பயன்படுத்தப்படும் இரண்டு பொருட்கள் அவை. எனவே அசாமியின் வீடுகளில் பெரும்பாலான வீட்டுப் பொருட்கள் கரும்பு மற்றும் மூங்கிலால் செய்யப்பட்டவை.

மெட்டல் கிராஃப்ட்ஸ்: மற்றும் பித்தளை ஆகியவை பொதுவாக பயன்படுத்தப்படும் உலோகங்கள். இந்த கைவினைஞர்களால் வடிவமைக்கப்பட்ட பாரம்பரிய பாத்திரங்கள் மற்றும் ஆடம்பரமான கலைப்பொருட்கள் ஒவ்வொரு அசாமிய வீடுகளிலும் காணப்படுகின்றன.

டெர்ராகோட்டா: குமாரர்கள் மற்றும் ஹிராஸ் ஆகிய இரண்டு வகை மக்கள் மட்பாண்டங்களை தங்களுக்குச் சொந்தமாக்கிக் கொண்டனர். அசரிகண்டி சோல பித் கைவினைக்காக அறியப்படுகிறது. இது ஒரு சிறப்பு வகையான நாணலின் மென்மையான மையத்திலிருந்து தயாரிக்கப்படுகிறது.

பாரம்பரிய ஓவியங்கள்: ஓவியங்களின் பாரம்பரியம் கடந்த காலங்களில் பல நூற்றாண்டுகளுக்கு முந்தையது. சித்ரா-பாகவதத்தில் உள்ள உருவங்கள் மற்றும் வடிவமைப்புகள் பிற்கால அசாமிய ஓவியர்களுக்கான பாரம்பரிய பாணியாக மாறிவிட்டன, அது இன்றும் நடைமுறையில் உள்ளன.

1. கோவா:

கோவா மக்கள் 'கோவன்' என்று அழைக்கப்படுகிறார்கள். அவர்கள் அமைதியான, நட்பான மற்றும் அன்பான மக்கள், ஓய்வை விரும்புகிறார்கள். இது இந்தியாவின் மிகச்சிறிய மாநிலங்களில் ஒன்றாக கருதப்படுகிறது. வடக்கில் மகாராஷ்டிரா, கிழக்கு மற்றும் தெற்கில் கர்நாடகா, மேற்கில் அரேபிய கடலால் சூழப்பட்டுள்ளது. கோவாவின் வாழ்க்கை முறை கிழக்கு மற்றும் மேற்கின் தனித்துவமான கலவையை பிரதிபலிக்கிறது.

கோவா மாநிலத்தில் உள்ள பழங்குடியினர்கள்: தோடியா, துபியா, நாய்க்டா, சித்தி, வர்லி, மற்றும் கவுடா.

தொழில்: இது கடலோரப் பகுதி என்பதால், பல சமூகத்தினர் மீன்பிடித்தலை முக்கிய தொழிலாகக் கொண்டுள்ளனர். பெரும்பாலான கோவாக்கள் விவசாயம், மீன்வளம் மற்றும் சுற்றுலாவை அடிப்படையாகக் கொண்ட வேலைவாய்ப்பு அமைப்புகளில் ஈடுபட்டுள்ளனர். உள்ளூர் விவசாயிகள் நாள் முழுவதும் மழைக்காலங்களில் பசுமையான நெல் வயல்களில் வேலை செய்கிறார்கள். பல விவசாயிகள் தேங்காய், முந்திரி, மாம்பழம், வேர்க்கடலை, அன்னாசிப்பழம், பலா மற்றும் பல வெப்பமண்டல பயிர்கள் போன்ற பணப் பயிர்களையும் பயிரிடுகின்றனர்.

கலாச்சாரம்: கோவா ஒரு யூனியன் பிரதேசம், இது கிழக்கு ரோம் என்று அழைக்கப்படுகிறது. இந்த பகுதி பிரெஞ்சு மற்றும் பிரிட்டிஷ் ஆட்சி உட்பட பல ஆட்சியாளர்களின் கட்டுப்பாட்டில் இருந்தது. இதனால்தான் கோவா தனித்துவமான கலாச்சாரம் மற்றும் சுவாரஸ்யமான பாரம்பரியம் கொண்ட பூமி என்று அழைக்கப்படுகிறது. இந்தியாவின் மற்ற பகுதிகளுடன் ஒப்பிடும்போது கோவா மிகவும் தனித்துவமானது. அத்துடன் நிலம், பொழுதுபோக்கு மற்றும் மேற்கத்திய கலாச்சாரத்துடன் கூடியது.

மொழி: இந்த பிராந்தியத்தில் கொங்கனி முக்கிய மொழி. கோவாவின் ஒவ்வொரு பகுதியிலும் உள்ள மக்களின் தாய் மொழியான கொங்கணியை கோவா மக்கள் பேசுகின்றனர். மேலும் அவர்களை ஒருங்கிணைப்பதற்கும் அதிக பொறுப்பு உள்ளது. கொங்கனி இந்தோ-ஆரிய நாகரிகத்தின் பண்டைய மொழியிலிருந்து பெறப்பட்டது. இந்த பிராந்தியத்தில் வெவ்வேறு சமூகங்கள் பேசும் மொழிகள்

ஒருவருக்கொருவர் வேறுபடுகின்றன. மும்பைக்கு அருகாமையில் இருப்பதால், வடக்கு கோவாவில் வசிப்பவர்கள் மராத்தி மற்றும் இந்தி மொழியை அதிகம் பேசுகிறார்கள். இதில், ஆங்கிலம் பொதுவான மொழியாக கருதப்படுகிறது.

உணவு: கோவா இந்தியாவின் மேற்கு கடற்கரையில், அரபிக் கடலின் கரையோரத்தில் அமைந்திருப்பதால், அவற்றின் உணவு வகைகள் மசாலா மற்றும் சுவைகளால் ஆதிக்கம் செலுத்தப்படுகிறது. கோவாவின் முக்கிய உணவு அரிசி மற்றும் மீன் குழம்பு. இறால்கள், நண்டுகள், கிங்ஃபிஷ் ஆகியவை அவற்றின் பாரம்பரிய காரமான உள்ளூர் மக்களின் உணவாகும் மற்றும் புகழ்பெற்ற ஃபெனியுடன் இணைந்து புளிக்கவைக்கப்பட்ட முந்திரி கொண்டு தயாரிக்கப்படுகிறது. சுறா, டுனா, பொம்ஃப்ரெட் மற்றும் கானாங்கெளுத்தி மீன்களை உள்ளடக்கிய கோவாவின் உணவு வகைகளில் பெரும்பாலும் கடல் உணவுகள் தான் அதிகம் சார்ந்துள்ளன.

உடை: கோவா ஆடைகள் பல்வேறு பாரம்பரிய ஆடைகளின் கலவையாகும். மக்கள் வெப்பமண்டல காலநிலைக்கு ஏற்ப ஆடைகளை அணிவார்கள். இங்கு பொதுவாக, மக்கள் பருத்தி ஆடைகளை அணிய விரும்புகிறார்கள். குளிர்காலத்தில், மக்கள் கம்பளி ஜாக்கெட்டுகளை அணிவார்கள். கோவா மக்களின் பாரம்பரிய உடைகள் தென்னிந்தியாவின் மற்ற மாநிலங்களைப் போலவே இருக்கின்றன. மேலும், ஆண்கள் சட்டை, லுங்கி போன்ற ஆடைகளை அணிவார்கள். பெண்கள் 'நவ்-வாரி' எனப்படும் புடவையை அணிவார்கள். இந்த புடவை விலைமதிப்பற்ற கற்கள் மற்றும் நகைகளால் பதிக்கப்பட்டவை.

திருவிழா: கோவா இந்தோ-லத்தீன் பண்டிகைகள், திருவிழாக்கள் மற்றும் ஃபீஸ்டா ஆகியவற்றிற்கு பிரபலமானது. மறுபுறம், பாரம்பரிய இந்து பண்டிகைகளும் பொதுவானவையாகும். ஈஸ்டர், தீபாவளி, கிறிஸ்துமஸ், விநாயகர் சதுர்த்தி, கோவா திருவிழா, புனித பிரான்சிஸ் சேவியர் மற்றும் பலர் கொண்டாடும் திருவிழாக்கள் இங்கு கொண்டாடப்படுகின்றன. மேலும், ஒவ்வொரு ஆண்டும் கோவன் பிரதேசம் முழுவதும் ஏராளமான திருவிழாக்கள் கொண்டாடப்படுகின்றன. இது சுற்றுலா பயணிகள் மற்றும் உள்ளூர்வாசிகளுக்கு முக்கிய ஈர்ப்பாக விளங்குகிறது.

கோவாவில் ரசிக்க வேண்டிய முக்கிய பண்டிகைகள் சிலவற்றை இங்கே காண்போம்.

1. **கோன் பண்டிகை:** இப்பண்டிகை மூன்று பகல்கள் மற்றும் ஒரு வேளையில் பிப்ரவரி மாதத்தில் கொண்டாடப்படுகிறது. 18 ஆம் நூற்றாண்டில் போர்த்துக்கீசிய காலனித்துவ ஆட்சியில் அறிமுகப்படுத்தப்பட்ட இந்த பண்டிகையை, புகழ்பெற்ற மன்னர் மோமோ முன்னின்று நிகழ்த்துகிறார். மேலும் சகல, சந்தோசங்களும் இப்பண்டிகைகளில் நிரம்பி வழிகின்றன.

2. **கார்னிவல்:** கார்னிவல் உணவு, பானங்கள், இசை, நடனம் மற்றும் வேடிக்கையின் விருந்தாகும். நோன்பு காலத்தில் 40 நாட்கள் உண்ணாவிரதம் கடைபிடித்து இறைச்சி உட்கொள்ளாமல் இருக்கின்றனர். இது கோவாவின் மிகவும் பிரபலமான பண்டிகைகளில் ஒன்றாகும்.

3. **கிறிஸ்துமஸ்:** இந்த திருவிழா பெரும்பாலும் இரவு நேரத்தில் கொண்டாடப்படும். அதன் போர்த்துகீசிய மரபு மற்றும் கத்தோலிக்க மக்களுடன் சேர்ந்து இப்பண்டிகையை மிகவும் உற்சாகத்துடன் கொண்டாடுகிறார்கள். தேவாலயங்கள் மற்றும் வீடுகள் அழகிய விளக்குகளால் அலங்கரிக்கப்பட்டுள்ளன. நள்ளிரவில் குழந்தைகள் கிறிஸ்துமஸ் கரோலைப் பாடுகிறார்கள்.

5. **மூன்று அரசர்களின் விருந்து:** கோவாவின் மூன்று ராஜாக்களின் விருந்து. ஒன்பது நாட்கள் நடைபெறும் இந்த விழா கிறிஸ்தவர்கள் மற்றும் கிறிஸ்தவர்கள் அல்லாதோர் இணைந்து ஏற்பாடு செய்து வட கோவாவில் உள்ள வெரெம் கிராமத்திலும், தெற்கு கோவாவின் சாண்டோர் கன்சலிம் கிராமத்திலும் கொண்டாடப்படுகிறது.

6. **சாவ் ஜோவா விழா:** சாவ் ஜோவோ கத்தோலிக்க சமூகத்தின் மிக முக்கியமான பண்டிகைகளில் ஒன்றாகும். மழைக்காலத்தின் தொடக்கத்தில் நடத்தப்பட்ட இந்த விழா, ஜோர்டான் ஆற்றில் இயேசுவை ஞானஸ்நானம் செய்த தீர்க்கதரிசியான புனித ஜான் பாப்டிஸ்ட்டை கௌரவிக்கிறது. கோவாவில் உள்ள மற்ற விழாக்களைப் போலவே, இந்த திருவிழாவும் ஒரு வேடிக்கையான மற்றும் வண்ணமயமான கொண்டாட்டமாகும். இருப்பினும், வட கோவாவின் கிராமங்களில் மிகவும் ஆடம்பரமாகவும், ஆற்றலுடனும் கொண்டாடப்படுகிறது.

7. ஷிக்மோ: ஷிக்மோ என்பது பிராகிருத வார்த்தையான சுகிமஹோ மற்றும் சுக்ரிஷ்மகா என்ற சமஸ்கிருத வார்த்தையிலிருந்து பெறப்பட்ட ஒரு கொங்கணி வார்த்தை. இது ஒவ்வொரு ஆண்டும் மார்ச் மாதத்தில் கொண்டாடப்படும் வசந்த விழா.

8. பண்டேராம் திருவிழா: ஆகஸ்ட் மாதம் நான்காவது சனிக்கிழமையன்று கொண்டாடப்படும் இந்த விழா திவார் என்ற சிறிய தீவில் நடைபெறுகிறது. ஒவ்வொரு மக்கள் குழுவும் வண்ணமயமான அட்டவணையை உருவாக்கி, பிரமாண்டமான அணிவகுப்புகளைத் தொடங்குகின்றன. மேலும், இந்த திருவிழாவின் போது ஒரு சுவாரசியமான செயல்பாடு மற்றும் போட்டிகள் நடத்தப்படும்.

நடனம் மற்றும் இசை: கோவாவின் பாரம்பரிய இசை பாணிகள் துல்போட் மற்றும் மாண்டோ ஆகும். கோவாவின் இந்து மத மக்கள் கீர்த்தன், நாடக் மற்றும் பஜன் பாணியிலான இசையை ரசிக்கிறார்கள். நாட்டின் பல புகழ்பெற்ற கிளாசிக்கல் பாடகர்கள் கோவாவைச் சேர்ந்தவர்கள். உதாரணமாக ஜிதேந்திரா அபிஷேகி, கிஷோரி அமோன்கர், பிரபாகர் காரேகர் மற்றும் பலர். நிலத்தின் பாரம்பரிய நடன வடிவங்கள் ஃபுக்டி, டெக்னி, தஷவ்தாரா, கோரிடினோ மற்றும் பிற.

கோட் மோட்னி: கோட் மோட்னி என்பது நாட்டுப்புற நடனமாகும், இது வீரர்களின் நடனமாக நிகழ்த்தப்படுகிறது. நடனக் கலைஞர்கள் தங்கள் துணிச்சலைக் காட்ட வாள் ஏந்தி கவசங்களை அணிவார்கள். இந்த நடன வடிவத்திற்கு, பின்னணி இசை தாஷா மற்றும் டோல் என்று கருதப்படுகிறது.

மாண்டோ: மாண்டோ ஒரு பொதுவான இசை பதிப்பாகும். இந்த நாட்டுப்புற பாணி மணல் தாளத்துடன் தொடங்கி மகிழ்ச்சியான தாளத்துடன் முடிகிறது.

தேக்னி நடனம்: இது ஒரு பாடல்-நடன நிகழ்ச்சி ஆகும். மேலும் இந்த நடன வடிவம் இந்திய வம்சாவளியானது மற்றும் இசை மேற்கத்தியது.

கோஃப் தல்காடி மற்றும் ஷிக்மோ: இவை இரண்டும் நாட்டுப்புற நடனங்கள், அவை வசந்தத்தை வரவேற்று நடத்தப்படுகின்றன. இது விவசாயிகளால் நடத்தப்படும் ஒரு பண்டிகை பாணி நடன வடிவம்.

தங்கர்: இது மேய்ப்பர்களின் நாட்டுப்புற நடன வடிவம். இந்த நடனங்கள் கிருஷ்ணர் மற்றும் ராதாவுக்கு அர்ப்பணிக்கப்பட்டவை (இந்து புராண காதல் ஜோடிகள்).

முசால் கேல்: இது மன்னர்களின் வீரத்தையும், சக்தியையும் பாராட்டும் ஒரு பாடல்-நடனம். நடனத்தை ஃபல்குண மாத பௌர்ணமி நாளில் காணலாம். வரலாற்றின் படி, இந்த நடனம் சோழர்களால் நிகழ்த்தப்பட்டது.

கலை மற்றும் கைவினை: கோவாவின் உள்ளூர் கைவினைப்பொருட்கள் உண்மையிலேயே வண்ணமயமான நினைவுப் பொருட்களை உருவாக்குகின்றன. இது சுற்றுலா பயணிகள் மற்றும் உள்ளூர் மக்களின் ஆர்வத்தை ஈர்க்கிறது. கைவினைப்பொருட்கள் கோவாவின் வற்றாத அழகின் கண்ணாடி மற்றும் கலை உலகின் ரசனையாளர்களின் விமர்சன பாராட்டைப் பெற்றுள்ளன. கலை வடிவங்களில் மூங்கில் கைவினை, மர வேலைப்பாடு, பித்தளை உலோகங்கள், கடற்பாசி கைவினை, பேப்பியர்-மாச்சே மற்றும் மர அரக்கு பொருட்கள் ஆகியவை அடங்கும்.

பிரேஸ் உலோகப் பொருள்: பயன்பாட்டு பாத்திரங்கள் தாள் உலோகத்தால் (செம்பு) செய்யப்பட்டாலும், பித்தளை உலோக வார்ப்பு என்பது ஒரு தலைமுறையிலிருந்து இன்னொரு தலைமுறைக்கு பரம்பரை அடிப்படையில் உள்ள ஒரு கைவினையாகும். பிரேஸ் உலோகத்தால் தயாரிக்கப்பட்ட பொருட்களில் எண்ணெய் விளக்குகள், மெழுகுவர்த்தி ஸ்டாண்டுகள், கோவில் கோபுரங்கள், தேவாலய மணிகள், சாம்பல் போன்றவை அடங்கும்.

குரோச்செட் & எம்பிராய்டரி: மேஜை துணி, பெண்கள் ஆடைகள், தலையணை, குஷன் கவர்கள் மற்றும் கைத்தறி போன்ற வேலைக்ள் குரோச்செட் & எம்பிராய்டரி மூலம் தயாரிக்கப்படுகிறது.

மூங்கில் கைவினை: கோவாவின் முக்கிய கைவினைத் தொழில்களில் ஒன்று மூங்கில் கைவினை. பிரபலமான மூங்கில் பொருட்களின் பட்டியலில் மலர் கூடைகள், பாய்கள், பேனா ஸ்டாண்டுகள், மின்விசிறிகள் மற்றும் பிற அலங்கார பொருட்கள் போன்றவை அடங்கும்.

சணல் மேக்ரேம் கைவினை: சணல் கைவினை இந்தியாவின் மிகவும் தனித்துவமான கைவினைப்பொருட்களில் ஒன்றாக அறியப்படுகிறது.

சணல் கைவினையால் ஆன அலங்கார பைகள், பெல்ட்கள், சுவர் தொங்கல்கள், விளக்கு நிழல்கள், மலர் பானைகள் போன்றவை பிரபலமான கோவன் நினைவுப் பொருட்களாக கருதப்படுகிறது.

2. அந்தமான் மற்றும் நிக்கோபார்:

அந்தமான் மற்றும் நிக்கோபார் கடல் சந்திப்பில் உள்ள 572 தீவுகளை உள்ளடக்கிய இந்தியாவின் யூனியன் பிரதேசமாகும். மேலும் இதில் 38 மக்கள் வசிக்கின்றனர். பிரதேசம் மூன்று மாவட்டங்களாகப் பிரிக்கப்பட்டுள்ளது: நிக்கோபார் மாவட்டம் அதன் தலைநகராக கார் நிக்கோபார், தெற்கு அந்தமான் மாவட்டம் அதன் தலைநகராக போர்ட் பிளேர் மற்றும் வடக்கு மற்றும் மத்திய அந்தமான் மாவட்டம் அதன் தலைநகராக மாயாபந்தர். அந்தமான் தீவுகளில், தொடர்பற்ற பழங்குடியினரான சென்டினலீஸ் மக்கள் வசிக்கின்றனர்.

அந்தமான் மற்றும் நிக்கோபார் மாநிலத்தில் உள்ள பழங்குடியினர்கள்: ஓரான்ஸ், ஓங்கஸ், சென்டினலீஸ், ஷோம்பென்ஸ்.

மொழி: அந்தமான் மற்றும் நிக்கோபார் தீவுகளில் உள்ள மொழிகள் சமூகத்திற்கு சமூகம் மாறுபடும். யூனியன் பிரதேசம் அனைத்து வகையான சமூகங்களுக்கும் வசிப்பிடமாக இருப்பதால், இந்தியாவின் அனைத்து முக்கிய மொழிகளும் இங்கு பேசப்படுகின்றன. இந்தி அந்தமான் மற்றும் நிக்கோபார் தீவுகளின் அதிகாரப்பூர்வ மொழியாகும். அதே சமயம் ஆங்கிலம் தகவல் தொடர்பு நோக்கங்களுக்காக கூடுதல் அதிகாரப்பூர்வ மொழியாக அறிவிக்கப்பட்டது. யூனியன் பிரதேசத்தின் மக்கள்தொகையில் 28.49 சதவீதம் பேர் பெங்காலியை முதல் மொழியாகப் பேசுகின்றனர். அதைத் தொடர்ந்து தமிழ் (15.20%), தெலுங்கு (13.24%), இந்தி (12.91%), நிக்கோபாரீஸ் (7.65%) மற்றும் மலையாளம் (7.22%). சத்ரி (5.53%), மற்றும் பழங்குடி மொழிகளான குருக் (3.96%), முண்டாரி (1.22%) மற்றும் காரியா (1.07%) ஆகியவை சோட்டா நாக்பூர் பீடபூமியிலிருந்து வந்த ஆதிவாசிகளால் பேசப்படுகின்றன.

தொழில்: அந்தமான் தீவுகளில் வசிக்கும் பெரும்பாலானோரின் தொழில் விவசாயம். முக்கிய பயிர்களில் அரிசி, தேங்காய், வெற்றிலை (அரிகா கொட்டைகள்), பழங்கள் மற்றும் வாசனைப் பொருட்கள் ஆகியவை (மஞ்சள் போன்றவை) அடங்கும். விவசாயத்திற்கு கூடுதலாக, தீவுகளில் ஒரு சிறிய வனவியல் துறை உள்ளது. இது வீட்டு

உபயோகத்திற்காக மரத்தூள் உற்பத்தியில் கவனம் செலுத்துகிறது. உபரிகள் இந்திய நிலப்பகுதிக்கு ஏற்றுமதி செய்யப்படுகின்றன. இதேபோல், தீவுகளின் மீன்வளத்தின் தயாரிப்புகள் முதன்மையாக நுகர்வுக்கு நோக்கம் கொண்டவை.

கலாச்சாரம்: அந்தமான் மற்றும் நிக்கோபார் கலாச்சாரம், நீக்ராய்டு மற்றும் தீவின் மங்கோலாய்டு குடியேறியவர்களின் பூர்வீக கலாச்சாரங்களின் கலவையைக் காட்டுகிறது. புலம்பெயர்ந்தோர் அந்தமான் மற்றும் நிக்கோபார் தீவுகளின் கலாச்சாரத்திற்கும் பங்களித்தனர்.

உணவு: அந்தமான் உணவுகள் அடிப்படையில் அசைவம் பெரும்பங்கு வகிக்கிறது. இது முற்றிலும் கடலோரப் பகுதி மீன் சாதத்துடன் உண்ணப்படுகிறது. காய்கறிகள் மற்றும் பெரும்பாலான உணவு பொருட்கள் அருகிலுள்ள நாடுகளில் இருந்து இறக்குமதி செய்யப்படுகின்றன. இந்த தீவின் மலைப்பாங்கான பகுதிகளில் வெப்பமண்டல உணவுகள் காணப்படுகின்றன. மாம்பழம், வாழைப்பழம், ஆரஞ்சு, அன்னாசி, கொய்யா ஆகியவை அந்தமான் மற்றும் நிக்கோபார் தீவுகளின் சந்தைகளில் காணப்படும் சில பொதுவான பழங்கள்.

உடை: ஒவ்வொரு பிராந்தியத்திற்கும் அதன் சொந்த ஆடை மற்றும் பாணி உள்ளது. ஆனால் அந்தமான் & நிக்கோபார் தீவுகளில் பழங்குடியினர் தங்கள் உடலை மறைக்க மாட்டார்கள் மற்றும் மக்கள் நவீனத்துவத்தின் தொடுதலில் இருந்து வெகு தொலைவில் உள்ளனர். இதுவரை அந்தமான் & நிக்கோபார் தீவுகளில் எந்த ஆடையும் அணியாதவர்கள் ஏப்ரான்கள். மற்றவர்கள் பட்டை ஆடைகள் அல்லது இலை ஆடைகளை அணிவார்கள்.

இசை மற்றும் நடனம்: இசையும் நடனமும் அந்தமானின் கலாச்சாரத்தின் முக்கிய அங்கமாகும். அந்தமானியர்கள் தங்கள் சொந்த நாட்டுப்புற இசையைக் கொண்டுள்ளனர். இசையை தனித்துவமாக்குவது அந்த வகையின் அசல் தன்மைதான். எல்லா பழங்குடியினருக்கும் வெவ்வேறு பாடல்கள் உள்ளன. அவர்களின் அனைத்து பாடல்களும் நடனத்துடன் இருக்கும். இப்பகுதியின் பழமையான பாரம்பரிய நடனம் நிகோபாரி. நிகோபாரி பழங்குடியினர் இந்த நடன வடிவத்தை ஓசுவரி விருந்தின் போது நிகழ்த்துகிறார்கள். இறந்த ஆன்மாக்களுக்கு மரியாதை செலுத்தும் வழி இதுவாகும்.

திருவிழாக்கள்: அந்தமான் & நிக்கோபார் யூனியன் பிரதேசத்தில் எந்த பிராந்திய விழாக்களும் இல்லை என்றாலும், அது சுற்றுலா, இசை மற்றும் கடற்கரை திருவிழாக்களை தொடர்கிறது. சுற்றுலாப் பயணிகளின் கலாச்சாரம் மற்றும் மரபுகளைப் பற்றி மேலும் அறியச் செய்யும் நோக்கத்துடன் இந்த உற்சாகமான திருவிழாக்கள் நடத்தப்படுகின்றன. இதுவரை, தீவுகள் ஆறு முக்கிய திருவிழாக்களை கொண்டாடுகின்றன, அவற்றில் தீவு சுற்றுலா திருவிழா மிகவும் பிரபலமானது. அந்தமான் & நிக்கோபார் தீவுகளில் உள்ள மற்ற முக்கிய திருவிழாக்களில் 3 நாட்கள் நடைபெறும் கடற்கரை திருவிழாவும் அடங்கும்.

காளி பூஜை: இந்த திருவிழாவானது தீமையை அழிக்கும் தெய்வமாக மா காளியை வழிபடுவதுடன் தொடர்புடையது. நாட்காட்டியில், இது அக்டோபர்-நவம்பர் மாதங்களில் வரும் அஸ்வின் மாதத்தில் கொண்டாடுகிறார்கள். பிரேம் நகரில் உள்ள காளி கோவில் வண்ண விளக்குகளால் அழகாக அலங்கரிக்கப்பட்டுள்ளது.

துர்கா பூஜை: இந்த பூஜை ஒன்பது நாட்களுக்கு நவராத்திரி பூஜை (நவ துர்கா பூஜை) என்ற பெயரில் அனைத்து மக்களாலும் கொண்டாடப்படுகிறது. ஒவ்வொரு ஆண்டும் செப்டம்பர்-அக்டோபர் மாதங்களில் இந்தத் தீவுகளில் துர்கா பூஜை கொண்டாடப்படுகிறது. ஒவ்வொரு கிராமத்திலும் உள்ள பெங்காலி சங்கங்களும் சில அமைப்புகளும் துர்கா மாதாவின் உருவங்களை களிமண்ணால் உருவாக்கி பூசாரிகளின் உதவியுடன் பூஜைகளை செய்கின்றனர்.

ஐயப்ப பூஜை: ஐயப்ப பூஜை ஒவ்வொரு ஆண்டும் தை 1 (தமிழ் மாதம்) தேதியைப் பொறுத்து ஜனவரி 14 அல்லது 15 அன்று கொண்டாடப்படுகிறது. தை மாதம் 1ம் தேதிக்கு முந்தைய 45 முதல் 60 நாட்கள் வரை பக்தர்கள் தரிசனம் செய்கின்றனர். அனைத்து ஐயப்ப பக்தர்களும் காலை 5 மணி முதல் தினமும் மூன்று வேளை பூஜைகள் செய்கின்றனர். இந்த நாட்களில் பஜனைகள், கைதட்டல் மற்றும் பிற இசைக்கருவிகளுடன் ஐயப்பனைப் பற்றிய பாடல்கள் நிகழ்த்தப்படுகின்றன.

கோகுல அஷ்டமி: பஞ்சாபியர்கள் இந்த பண்டிகையை மிகுந்த உற்சாகத்துடன் கொண்டாடுகிறார்கள். இது சீக்கிய குருநானக்கின் பிறந்தநாளை நினைவுகூருகிறது. இப்பண்டிகை கார்த்திகை பூர்ணிமா நாளில் கொண்டாடப்படுகிறது.

பங்குனி உத்திரம்: இந்தத் தீவுகளின் மக்களிடையே இவ்விழா மிகவும் முக்கியத்துவம் வாய்ந்தது. சிவபெருமான் மற்றும் பார்வதி தேவியின் மகனான ஸ்ரீ வெற்றிமலை முருகனை (கார்த்திக் கடவுள்) போற்றும் வகையில் இந்த விழா கொண்டாடப்படுகிறது. முருகக் கடவுளை வணங்குவதால் அவர்களின் வேண்டுதல்கள் நிறைவேறுவதாக மக்களின் பலமான நம்பிக்கை.

பிரதோஷ பூஜை: சிவபெருமானுக்குக் கொண்டாடப்பட்டு செய்யப்படும் பூஜைகளில் இதுவும் ஒன்று. அனைத்து சிவன் கோவில்களிலும் கொண்டாடப்படுகிறது. ஒவ்வொரு மாதமும் இரண்டு பரதோஷ பூஜைகள் உண்டு. ஒன்று வளர்ந்து வரும் நிலவின் காலத்திலும் மற்றொன்று தேய்மான நிலவின் காலத்திலும் கொண்டாடப்படுகிறது. சிவபெருமான் அவருக்கு அருகில் அவரது மனைவி பார்வதி தேவியுடன் அலங்கரிக்கப்படுவார். சிவபெருமானின் பாதுகாப்பு நிலை, அதாவது நந்தி தேவ் (பகவான்) கூட அலங்கரிக்கப்பட்டிருக்கும். பிரதோஷ பூஜையின் சிறப்பு என்னவென்றால், பக்தர்களின் அனைத்து கோரிக்கைகளும் சிவபெருமானால் வழங்கப்படும் பாதுகாப்பு பகவான் ஸ்ரீ நந்திதேவர் மூலம் அனுப்பப்படுகிறது.

கலை மற்றும் கைவினை: அந்தமான் மற்றும் நிக்கோபார் தீவுகளின் தனிச்சிறப்பு அதன் இயற்கை அழகில் மட்டும் காணப்படுவதோடு மட்டுமல்லாமல், உள்ளூர் விவசாயிகளின் கைவினைப் பொருட்களிலும் காணலாம். இந்த தீவில் பரந்த அளவிலான அலங்கார ஓடுகள் உள்ளன. இதனால் பலரையும் இப்பணியில் ஈடுபடுத்தியது.

பனை பாய்கள்: பனை பாய்கள் தரையில் தட்டையாக இருக்கும் கலைப்பொருட்களின் துண்டுகள் மற்றும் பல்வேறு நோக்கங்களுக்கு சேவை செய்ய பயன்படுத்தப்படலாம். எடுத்துக்காட்டாக, அவை வீட்டின் வளாகத்திலோ அல்லது வீட்டின் நுழைவாயிலிலோ கதவு விரிப்பாகப் பயன்படுத்தப்படலாம். பனை பாய்கள் தயாரிப்பில் பயன்படுத்தப்படும் நார், பனை மரங்களில் இருந்து எடுக்கப்படும் பொருட்கள் ஆகும். பனை மரங்களை மழைக்காடுகளிலும், பாலைவனங்களில் கொளுத்தும் வெயிலிலும் எளிதாகக் காணலாம்.

மர கைவினைப்பொருட்கள்: தீவுகளின் மொத்த நிலத்தில் 86% இலையுதிர் மற்றும் மழைக்காடுகளால் ஆக்கிரமிக்கப்பட்டுள்ளது.

மேலும் அந்தமான் மற்றும் நிக்கோபார் தீவுகளின் மர கைவினைத் தொழில் அவர்களுக்குப் பரம்பரையாகக் கிடைத்த இந்தச் செல்வத்தைப் பயன்படுத்தும் அளவுக்கு சிறப்பாகச் செயல்பட்டுள்ளது. மரங்கள் பொதுவாக வீடுகளை கட்டுவதற்கு, படகுகள், தளபாடங்கள் அல்லது வேலி தோட்டங்களை உருவாக்க உள்ளூர் மக்களால் பயன்படுத்தப்படுகின்றன. ஆனால் இது உள்நாட்டு மற்றும் அலங்கார நோக்கங்களுக்காக பயன்படுத்தப்படுகிறது.

மரச்சாமான்கள் தயாரித்தல்: அந்தமான் மற்றும் நிக்கோபார் தீவுகளில் மரங்களை உற்பத்தி செய்யும் மரங்கள் ஏராளமாக உள்ளன. அவற்றில் படாக், குர்ஜன், மார்பிள் வூட், கொக்கோ, சூய் போன்ற சிலவற்றை குறிப்பிடலாம். அத்தகைய மூலப்பொருட்களின் களஞ்சியத்துடன், தச்சு மற்றும் மரவேலைகள் சமீபத்திய நாட்களில் வளர்ந்து வரும் தொழிலாக உள்ளது என்பது வெளிப்படையானது.

'பழங்குடிகள்' என்று வரையறை செய்யப்பட்ட ஆதிகுடிகள் இந்தியா உட்பட உலகம் முழுவதும் பரந்து விரிந்து வாழ்ந்து வருகின்றனர். இந்தியாவைப் பொறுத்தமட்டில் 400 க்கும் மேற்பட்ட பழங்குடியின மக்கள் கண்டறியப்பட்டுள்ளனர்.

இயற்கை அமைவிடத் தன்மையையும், தமிழர் நிலம் பாகுபாடு பிரிப்பு முறையையும் அடிப்படையாகக் கொண்டு அறியப்படும் போது,

➢ குன்றுகள்
➢ காடுகள்
➢ தரைப்பகுதி

கடலோரப் பிரதேசங்கள் - எனக் கொண்டோமானால் இன்னமும் காடுகளிலும், மழைப் பிரதேசங்களிலும் தரைப்பகுதிக்கு வந்து முன்னேறியது போக எஞ்சியுள்ள மனித சமூகக் குழுக்களையே 'ஆதிகுடிகள்' என்று வரையறை செய்வது மிகவும் பொறுத்தமானதாக அமையும்.

தரைப்பகுதிக்கு வந்தவர்கள் தொழில், உணவு, உடைகளின் பயன்பாடு இவற்றை உள்ளடக்கி முன்னேறி சமூகமாக கருதப்பட்டாலும் இவர்களும் ஆதிகுடிகளின் தொடர்ச்சி என்பதனை நாம் கருத்தில் கொள்ள வேண்டும். அத்துடன் மூலங்களைப் பாதுகாப்பது நமது கடமையும் ஆகும்.

பரந்து விரிந்த தேசத்தின் பல்வேறு இடங்களில் இவர்கள் இனக்குழுக்களாக வாழ்ந்து வருகிறார்கள். எனினும் இவர்கள் பாதுகாத்து வரும் பயன்பாடு, பழக்க வழக்கங்களால் வேறுபட்டாலும் இவர்களுக்கிடையே 'பழமை' என்னும் பண்புநலன் இழையோடி இவர்களை ஒருங்கிணைந்த தேசத்தின் அடையாளச் சின்னங்களாக நமக்கு காட்டிக் கொண்டிருக்கிறார்கள்.

எழுத்துரு அற்ற 'குழூக்உக் குறி' எனப்படும் வளர்ச்சியடையாத பேச்சுவடிவில் மட்டுமே பயன்பட்டு வரும் மொழியையே இவர்கள் பேசி வருகின்றனர். பிராந்திய கலாச்சாரங்களுக்கு கட்டுப்படாமல் தேசிய பார்வையில் பழமையை பேறும் மனித குழுக்களாக நாடு முழுவதும் ஒரே இனமாக காட்சி தருவதே பழங்குடியின மக்களின் தனித்தன்மை வாய்ந்த சிறப்பு அம்சமாகும்.

பழங்குடியின மக்கள் நாகரீகத்திற்கு முந்தைய மனிதர்கள் ! மனித சமூகத்தின் முன்னோடிகள் ! பழமையை காத்துவரும் பண்புசாய் மனித எச்சங்கள் ! இயற்கையை காத்து பூமிப் பந்தின் பழமையை காய்ந்து போகாமல் காக்கும் காவல்காரர்கள் ! வன உயிரின பாதுகாப்பை உறுதி செய்யும் எல்லை சாமிகள் !

இவர்களையும், பறந்துபட்ட இந்திய தேசத்தின் பழமையையும் பிரித்து பார்ப்பது இயலாத ஏற்று என்பதனை நாம் புரிந்துகொள்ள வேண்டும்.

இவர்களுக்கு உதவ வேண்டும் என்கிற நோக்கத்தில் வாழிடங்களை நவீனபடுத்துவது, பாதைகளை அமைப்பது பாலங்களை கட்டுவது, கட்டுமானங்களை உருவாக்குவது என்பது இயற்கையை இன்னமும் சிதைக்கும் வழிகளாகவே அமைந்து எதிர்விளைவுகளை ஏற்படுத்திவிடும். மாறாக,

பழங்குடியின மக்களுக்கு தேவையான உரிமைகளை வழங்குவது.

அவர்களை இந்திய தேசத்தின் பாதுகாக்கப் பட வேண்டிய சொத்தாக அறிவிப்பது.

பழங்குடியின மக்களுக்கு தேவையான சுதந்திரங்களை வழங்குவது.

சுற்றுச்சூழல் பாதுகாப்பதில் அவர்களின் பங்கினை அதிகரித்து அதனை ஆக்கப்பூர்வமான செயல்களுக்கு பயன்படுத்துவது.

ஆதிகுடிகள், மலை மற்றும் காடுகளுக்கு உரிமையானவர்கள் சுற்றியத்தில் அவர்களுக்கு உள்ள உரிமைகளை பெற்றுத் தருவது.

மொத்தமாக ஆதிகுடிகளை இந்தியாவின் "பாரம்பரிய சின்னங்கள்" என்ற உயர்ந்த இடத்தில் வைத்து போற்றுவது.

ஆதிகுடிகளின் விருப்பங்கள், தேவைகள் ஆகியவற்றை அவர்கள் வாயிலாக கேட்டு அறிந்து அதனை பூர்த்தி செய்வது.

இது போன்ற நிலைப்பாடுகள் அறவும், மக்களும் ஒன்றிணைந்து செயல்பட வேண்டும் என்பதே இன்றைய நிலைப்பாடாக அமைந்திடல் வேண்டும். தேசிய மலர், தேசிய விலங்கு, தேசிய மரம் என்கிற வரிசையில் தேசிய இனம் என்கிற உயர்ந்த இடத்தினை சுவர்கப்ரு வழங்கி சிறப்பித்திடல் வேண்டும்.

பழங்குடியினமக்கள் நமது தேசத்தின் அடிப்படை அடையாளச் சின்னங்கள் அதை அனைவரும் ஒப்புக்கொள்வோம். அவர்களின் வாழ்வாதாரம் இன்றளவும் முழுமையான முன்னேற்றத்தை அடைய முடியாத அல்லது அதனை அடைய முன்வராத காரணமாக கூட இருக்கலாம், எப்படி இருப்பினும் அவர்கள் நமது தேசத்தின் அச்சானிகள். அவர்களை காப்பதும் அவர்களது வாழ்வாதாரம் நம்மை போல் கிடைப்பதற்கு நம்மால் ஆன உதவிகளை செய்து கொண்டே இருப்போம். இந்த புத்தகத்தை வாசித்து முடிக்கும் தருவாயில் நீங்களும் இதை உணர்ந்திருப்பீர்கள் என்ற நம்பிக்கை இருக்கிறது...

●

References:

1. Vidyarthi, L. P., & Rai, B. K. (1977). *The tribal culture of India.* Concept Publishing Company.
2. Thakur, D. T. D. (2009). *Tribal life and forests* (Vol. 1). Deep and Deep Publications.
3. Xaxa, V. (1999). Tribes as indigenous people of India. *Economic and political weekly*, 3589-3595.
4. Patwardhan, A. (2000). Dams and tribal people in India. *Prepared for Thematic Paper, 1*.
5. Dunkwal, V., & Bishnoi, D. (2014). Major tribes of Rajasthan and their costumes. *International Journal of Applied Home Science*, *1*(1-3), 55-59.